प्रज्ञा आणि प्रतिभा

वि.स.खांडेकर

संपादक

डॉ. सुनीलकुमार लवटे

मेहता पब्लिशिंग हाऊस

Please contact us at **Mehta Publishing House,** Pune.
✆ +91 020-24476924 / 24460313 / Mob. No. 9545000513
Email : production@mehtapublishinghouse.com
Website : www.mehtapublishinghouse.com

- *या पुस्तकातील लेखकाची मते, घटना, वर्णने ही त्या लेखकाची असून, त्याच्याशी प्रकाशक सहमत असतीलच असे नाही.*

PRADNYA ANI PRATIBHA by V. S. KHANDEKAR

प्रज्ञा आणि प्रतिभा : वि. स. खांडेकर / समीक्षात्मक लेखसंग्रह

संपादक : डॉ. सुनीलकुमार लवटे

author@mehtapublishinghouse.com

मराठी पुस्तक प्रकाशनाचे हक्क : मेहता पब्लिशिंग हाऊस, पुणे.

प्रकाशक : सुनील अनिल मेहता, मेहता पब्लिशिंग हाऊस,
१९४१, सदाशिव पेठ, माडीवाले कॉलनी, पुणे - ४११०३०.

मुद्रक : पार्कसन्स ग्राफिक्स

मुखपृष्ठ : सतीश भावसार

प्रथमावृत्ती : फेब्रुवारी, २०१९

किंमत : ₹ २७०

P Book ISBN 9789353171636
E Book ISBN 9789353171643
E Books available on : amazonkindle Apple Books Google Play Books

---

नीरक्षीर न्यायविवेकी समीक्षक : वि.स.खांडेकर

'प्रज्ञा आणि प्रतिभा' हा वि.स.खांडेकरांचा प्रातिनिधिक समीक्षात्मक लेखांचा संग्रह आहे. यात वि.स.खांडेकरांनी लिहिलेला पहिला समीक्षा लेख 'तुतारी वाङ्मय आणि दसरा' (नवयुग, ऑगस्ट/सप्टेंबर १९१९) आहे आणि शेवटचा समीक्षा लेख 'साहित्य संभव : एक विचार' (वि.वा.शिरवाडकर गौरव ग्रंथ-१९७६) हा आहे. सन १९१९ आणि १९७६ या दोन वर्षांना वि.स.खांडेकरांच्या साहित्यिक जीवनात असाधारण महत्त्व आहे. सन १९१९ हे वि.स.खांडेकरांच्या साहित्यिक कारकिर्दीचं आरंभिक वर्ष तर १९७६ या कारकिर्दीचा शेवट. २ सप्टेंबर, १९७६ रोजी त्यांचा मृत्यू झाला. सुमारे ५७ वर्षांच्या साहित्यिक कालखंडात वि.स.खांडेकरांनी विपुल समीक्षात्मक लेखन केलं. ते वैविध्यपूर्ण आहे. पुस्तक परीक्षणे, प्रस्तावना, संपादने, अनुवाद, व्यक्ती व वाङ्मय आढावा घेणारे ग्रंथ, गौरवग्रंथातील लेख, स्मृतिलेख, अभिप्राय, पत्रलेखन, भाषणे, मुलाखती इत्यादींतून खांडेकरांची समीक्षा-दृष्टी, शैली व विचार स्पष्ट होतात.

'साहित्यप्रतिभा : सामर्थ्य आणि मर्यादा'च्या प्रस्तावनेत स्पष्ट केल्याप्रमाणे वि.स.खांडेकर 'व्यक्ती' आणि 'वाङ्मय' अशा दोन पद्धतीचं समीक्षात्मक लेखन प्रामुख्याने करत राहिले. तरी त्या लेखनाची तिसरी एक बाजू आहे. ती म्हणजे खांडेकरांनी स्वत:च्या लेखनाविषयीही विपुल लिहिले आहे. त्यांच्या अधिकांश कादंबरी, कथासंग्रह, लघुनिबंध संग्रह, रूपक कथासंग्रह इत्यादींना विस्तृत प्रस्तावना आहेत. या प्रस्तावना म्हणजे जरी स्वसाहित्याचं आकलन, भूमिका, स्पष्टीकरण असलं, तरी ते समीक्षात्मक लेखनच होय. 'प्रज्ञा आणि प्रतिभा' अनेक अंगांनी प्रातिनिधिक समीक्षात्मक लेखसंग्रह आहे. कालखंडांचं प्रातिनिधित्व, शैलीचं प्रातिनिधित्व, विषय वैविध्य, स्वरूप भिन्नता, भाषा, आकलन विकास, साहित्य प्रकार (कथा, कादंबरी, काव्य, नाटक इ.) साऱ्यांचं प्रातिनिधित्व यात आढळतं.

'तुतारी वाङ्मय आणि दसरा' हा लेख वाचताना आपल्या लक्षात येतं की खांडेकरांचे समीक्षालेखन प्रतिक्रिया म्हणून सुरू झाले. ग.त्र्यं.माडखोलकरांनी राम

गणेश गडकरी (गोविंदाग्रज) यांच्या 'दसरा' या कवितेवर केशवसुतांच्या 'तुतारी'चे अधम अनुकरण असल्याचा आरोप केला होता. त्याला उत्तर म्हणून लिहिलेला हा लेख. परिशिष्टात मुद्दाम ग.त्र्यं.माडखोलकरांचा मूळ लेख जिज्ञासू वाचकांच्या त्वरित संदर्भासाठी दिला आहे. खांडेकरांचं प्रारंभिक समीक्षात्मक लेखन प्रतिक्रियात्मक होतं. शिवाय त्यात एक प्रकारचा अभिनिवेश दिसून येतो. गडकऱ्यांसारख्या आपल्या आराध्य लेखकाच्या साहित्याविषयीचं प्रेम, आस्था, आदर त्यातून व्यक्त होत असला तरी ज्यांच्या लेखनावर टीका करतो, त्याच्या बद्दलचा व्यक्तिगत आकस, वैरभाव त्यात नाही. असेलच तर केवळ मतभिन्नता. समीक्षेचा उगमच मूलत: मतभिन्नतेतून होत असतो, हे यासंदर्भात आपण लक्षात घ्यायला हवे. वि.स.खांडेकर समीक्षक म्हणून प्रारंभीपासूनच अभ्यासू दिसून येतात. ग.त्र्यं.माडखोलकर केशवसुतांचे उत्तराधिकारी म्हणून लोकमान्य टिळकांचा उल्लेख आपल्या लेखनात करतात, ते चुकीचे कसे आहे ते खांडेकर आपल्या टीका लेखनातून सप्रमाण स्पष्ट करतात. टिळक सनातनी तर गोविंदाग्रज पुरोगामी. आधुनिक हे अधोरेखित करून खांडेकर आपली प्रागतिकता सिद्ध करतात. शिवाय केशवसुतांचा संप्रदाय आकुंचित, संकुचित नसून तो दिवसेंदिवस विस्तारणारा असल्याचं कवी दत्त, विनायक, माधवानुज, बालकवी, केशवकुमार इत्यादींची यादी देऊन ते खात्री करून देतात.

वि.स.खांडेकर 'साप्ताहिक वैनतेय'च्या वाङ्मयीन विभागाचे संपादन सन १९२४ ते १९३६ अशा तपभराच्या काळात करत होते. त्याकाळात त्यांनी अनेक पुस्तक परीक्षणे, स्तंभलेखन केले. शिवाय वेळोवेळी समीक्षात्मक लेखही लिहिले. अशा लेखांपैकी 'सरस्वती मंदिरातील एक दिवाणी दावा' हा होय. सलग सहा लेख लिहून त्यातून त्यांनी मराठी भाषेची वकिली केली, असे म्हटले तर ते अतिशयोक्त होणार नाही. या लेखाची शैली दाव्याची आहे. न्यायालयातील दाव्यात वादी, प्रतिवादी, मिळकत, पुरावे साऱ्या गोष्टी आहेत. दावा न्यायालयातला नसून सरस्वती मंदिरातला आहे. यात वकिलाचा अभिनिवेश आहे. बिनतोड युक्तिवाद हा वकिलाचा असलेला गुण समीक्षक खांडेकरांमध्ये दिसून येतो. इंग्रज अमदानीत सुशिक्षित मध्यमवर्ग इंग्रजीच्या कच्छपी लागून मराठी मातृभाषेची अवहेलना कशी करतो, याचे दिग्दर्शन करून खांडेकरांनी मराठीची कास धरण्याचा आग्रह यातून व्यक्त केला आहे. ते करत असताना खांडेकर इंग्रजीचे ज्ञानभाषा म्हणून असलेले महत्त्व मान्य करतात व स्वभाषेस ज्ञानभाषा बनवण्याची प्रेरणा देतात. हे 'एक शिक्षक' या टोपण नावाने लिहिलेले सलग सहा लेख- यातून खांडेकर मराठी भाषा व साहित्य विकासाचा पट मांडत बजावतात की, मराठीच्या प्रगतीला आजच्या शिक्षकवर्गाचा जर हातभार लागला नाही तर सिंहाच्या कुळात जन्माला आलेली मुकी मेंढरं म्हणून जगणारी भावी पिढी त्यांच्याकडे बोट दाखवील. समीक्षक म्हणून खांडेकर स्पष्टवादी

होते, हे या विधानातून स्पष्ट होते.

समीक्षक खांडेकरांचा विविध साहित्य प्रकारांचा काव्यशास्त्रीय व्यासंग मोठा होता. संस्कृत, इंग्रजी, मराठी साहित्य समीक्षेचं वाचन व्यापक व चतुरस्त्र होतं. काव्य, शास्त्र, विनोद यांची त्यांची जाण प्रगल्भ होती. अलंकार, छंद, नाट्यशास्त्र, काव्यशास्त्र, भाषाशास्त्र, साहित्यशास्त्र असं विविधांगी वाचन करून खांडेकरांनी आपली अशी साहित्यिक दृष्टी विकसित केली होती. शिक्षण प्रसारामुळे मुद्रण विकसित झाले. त्यातून साहित्य प्रचार, प्रसारास गती मिळाली. वृत्तपत्रे, नियतकालिकांची संख्या वाढून वाचन संस्कृती विकसित करणारी केंद्रे म्हणून सार्वजनिक ग्रंथालयांचा उदय झाला. अनुवादानंतर प्रत्येक भाषेत त्या त्या भाषेची म्हणून स्वतंत्र साहित्य परंपरा वर्धिष्णू होत राहिली. त्यामुळे संस्कृत, प्राकृत, इंग्रजीच्या भाषांतर युगानंतर अथवा अव्वल इंग्रजी काळानंतर मराठी भाषा व साहित्यास स्वबळ व स्वचेहरा प्राप्त कसा झाला, ते 'लघुकथा' आणि 'मराठी लघुकथा' या दोन लेखांतून स्पष्ट होतं. पैकी 'लघुकथा' हा लेख कथेची रचना, वैशिष्ट्य, बलस्थान स्पष्ट करणारा असून 'मराठी लघुकथा' या शीर्षक लेखात खांडेकर मराठी कथेचा सन १८९० ते १९३० असा चार दशकांचा इतिहास प्रस्तुत करत, मराठी कथाविकासाची सौंदर्यस्थळे नोंदवत, तिच्यातील बदलाचं आपलं निरीक्षण स्पष्ट करतात. खांडेकर कथालेखक म्हणून श्रेष्ठ ठरले, कारण मूलत: ते कथासमीक्षक होते. हे समजून घेण्यासाठी जिज्ञासूंनी उपरोक्त दोन्ही लेख मुळातूनच वाचायला हवेत.

साहित्य प्रकार म्हणून खांडेकरांनी विविध प्रकारचं लेखन केलं. तसं विविध साहित्य प्रकारांची समीक्षाही लिहिली. कादंबरी संदर्भात 'मराठी कादंबरी'वर विपुल लिहिलं तसं आपल्या 'कांचनमृग', 'उल्का' आणि 'ययाति' बद्दलही वारंवार लिहिलं. या संग्रहात असे तीन लेख आहेत. पैकी 'कांचनमृग' मध्ये त्यांनी शिरोड्याच्या सन १९३० च्या मिठाच्या सत्याग्रहात भाग न घेता आल्यामुळे जी मनाची तगमग झाली होती, त्यातून ही कादंबरी आपण कशी लिहिली, त्याची भूमिका विशद केली आहे. या लेखातून कादंबरीकडे पाहण्याचा खांडेकरांचा वैचारिक साधनविषयक दृष्टिकोन स्पष्ट होतो; तर 'माझ्या कादंबरी विश्वातली मानसकन्या : उल्का' यातून ते चरित्र लेखनावर प्रकाश टाकतात. 'मी 'ययाती' का लिहिली?' या लेखातून ते 'ययाति' या कादंबरी मागील तत्त्वज्ञान अधोरेखित करतात. या तीनही लेखातून कादंबरी या साहित्य प्रकाराचं खांडेकरांचं आकलन व दृष्टी स्पष्ट होण्यास मदत होते. समीक्षक खांडेकर लेखनापूर्वी वाचनाचा दीर्घ रियाझ करत, हे या त्रिविध लेखातून स्पष्ट होतं.

'साहित्य संमेलने' हा खांडेकरांचा आणखी एक जिव्हाळ्याचा विषय. 'वैनतेय', 'मनोहर' इत्यादी नियतकालिकातून होणाऱ्या, येणाऱ्या साहित्य संमेलनाच्या आयोजन

व चर्चाविषयक अपेक्षा खांडेकरांनी वेळोवेळी व्यक्त केल्या आहेत. समीक्षक खांडेकर साहित्य व्यवहाराकडे केवळ बौद्धिक कसरत वा प्रतिभेचा खेळ म्हणून पाहात नाहीत, तो प्रज्ञात्मक कृतिकार्यक्रम व्हावा, अशी त्यांची प्रारंभीपासूनचीच धारणा राहिल्याने ते ग्वाल्हेर, बडोदा, सोलापूर, कऱ्हाड, मुंबई इ. ठिकाणच्या साहित्य संमेलनात अध्यक्ष, स्वागताध्यक्ष, सत्कारमूर्ती म्हणून वेळोवेळी उपस्थित राहिले. अशी संमेलनं राजकीय आखाडे बनत चालल्याचं शल्य समीक्षक खांडेकरांना बोचत राहायचं. संमेलनं म्हणजे निवास व भोजनाचा प्रबंध नसून तो चर्चा, परस्पर देवाणघेवाण, लेखक-वाचक संवाद म्हणून महत्त्वाचा. त्या दृष्टीनं संमेलनांचं आयोजन झालं पाहिजे, असा खांडेकरांचा आग्रह म्हणजे साहित्यविषयक निखळ दृष्टिकोनच!

प्रज्ञा आणि प्रतिभा ही साहित्याची दोन मूलभूत अंगे होत. समीक्षक खांडेकरांना याचे चांगले भान होते, हे त्यांचे 'कला आणि साहित्य', 'सुनीत की दुर्नीत', 'पिनेरोचे नाट्यलेखन', 'साहित्य संभव : एक विचार', 'उजाडले, पण सूर्य कुठे आहे?', 'भाऊबंदकी', 'ययाति', 'दलित साहित्य' यांसारख्या लेखातून पुढे येते. साहित्य लेखनात हौसे, नवसे, गवसे सदा सर्वकाळ असतातच. प्रज्ञावंत, प्रतिभावंत असतात तसे अंधानुकरण करणारे लेखक, कवी, नाटककारही. सुनीत हा काव्यप्रकार रूढ होण्याच्या काळात अधिकारी नावाच्या गृहस्थांनी 'सुनीतावलि' नावाचे काव्य प्रसिद्ध केले होते. त्याचा खरपूस समाचार घेणारा हा लेख रेवडी उडवणारा असला तरी खांडेकरांचा 'सुनीत' रचनेसंबंधीचा अभ्यास स्पष्ट करणारा तद्वतच तो या काव्यप्रकारात होत असलेली भेसळ दर्शवणाराही! 'नीरक्षीर न्यायविरोधी तो एक समीक्षक' अशी बिरुदावली खांडेकरांच्या समीक्षकाला बहाल करता येईल, ती अशा सव्यसाची टीकालेखनामुळेच! 'पिनेरोचे नाट्यलेखन' हा लेख मूलतः सर ऑर्थर पिनेरोच्या नाट्यलेखन पद्धतीविषयक वर्णन करणाऱ्या क्लेटन हॅमिल्टनच्या मूळ इंग्रजी समीक्षा लेखाचा मराठी अनुवाद. यातून खांडेकरांची निवडक्षमता लक्षात येते, तसे इंग्रजी भाषेवरील प्रभुत्वही. भाषांतर कौशल्याच्या अंगानंही या लेखातून समीक्षक खांडेकरांची क्षमता स्पष्ट होते. या भाषांतरित समीक्षा लेखनामागे मराठी नाटक समृद्ध करण्याची खांडेकरांची धडपड, त्यांचं नाट्यप्रेम सिद्ध करणारी ठरते.

या संग्रहातील 'कला आणि साहित्य' हा शीर्षक समीक्षा लेख अनेक अंगांनी महत्त्वाचा आहे. यात एक तर कला आणि साहित्य या विषयासंबंधीचं वि.स.खांडेकरांचं मुक्तचिंतन आहे. 'प्रज्ञा आणि प्रतिभा' हे ग्रंथशीर्षक प्रकट होते ते याच लेखातून. 'भाऊबंदकी' या संबंधीत लेखातही प्रज्ञा व प्रतिभेचा उल्लेख आहे. समीक्षा म्हणजे दुसरे तिसरे काही नसून टीकाकाराचा तो कला व साहित्यविषयक दृष्टिकोन असतो, याची प्रचिती या लेखातून येते. हा लेख लिहिला गेला त्या वेळेचंही विशेष औचित्य

आहे. भारत स्वतंत्र होताना 'किर्लोस्कर' मासिकानं प्रकाशित केलेल्या 'स्वातंत्र्य विशेषांका'मधील हा लेख. म्हणूनही त्याचे असाधारण महत्त्व आहे. यात खांडेकरांनी विचार व्यक्त करताना म्हटलं आहे की, "देशाला मिळालेलं स्वातंत्र्य समृद्ध व्हायचं असेल तर त्यात कला व साहित्याची भूमिका महत्त्वाची असते. दु:खाचे अश्रू, अश्रूंचे सागर, आशांची क्षितिजे आणि प्रीतिची इंद्रधनुष्ये ज्या विशाल सामाजिक संघर्षातून आणि राष्ट्रीय ध्येयवादातून निर्माण होतात, त्यांच्याशी कला व साहित्य अद्याप समरस होऊ शकलेले नाही. कारण आपण क्रांतीची अपेक्षा स्वप्नाळू इच्छेतून करत बसलो. ती त्यातून निर्माण होत नाही. त्यासाठी प्रामाणिक, धडपडणारे कलावंत, साहित्यिक हवेत जे असा ध्येयवाद कल्पू शकतील व तशी प्रेरणा मिळेल. कलावंतांचे कार्य प्रचाराचे नाही; संस्काराचे आहे. प्रज्ञा व प्रतिभा यांचे पंथ निराळे असले तरी व्यक्तीच्या आत्मिकशक्तिला आवाहन करणे आणि सामाजिक मन जागृत करणे हे कार्य प्रज्ञा आणि प्रतिभा करू शकतात." पुढे खांडेकर म्हणतात तेही तितकेच महत्त्वाचे आहे, "कलावंत आणि साहित्यिकांपुढे मूर्तिभंजनाचे मोठे कार्य आहे. नवजीवन निर्मितीला प्रज्ञा आणि प्रतिभा यांच्या इतकीच वैयक्तिक व संघटित शक्ती, परिश्रम आवश्यक असतात."

या संग्रहात 'दलित साहित्य : एक आवश्यक आविष्कार' हा लेख आवर्जून समाविष्ट केला आहे. सन १९७० नंतरच्या मराठी साहित्यात दलित वेदनांच्या आविष्कारास धार आली. या साहित्य प्रवाहामागील सामाजिक व्यथा, वेदनांची जाणीव फार कमी समीक्षकांमध्ये त्या काळात दिसत होती. अधिकांश समीक्षक या साहित्यास पारंपरिक सौंदर्य व समीक्षेची परिमाणे लावून ते टाळण्याचाच प्रयत्न करत होते. अशा काळात वि.स.खांडेकर मूलत: स्वागतशील समीक्षक असल्यानं त्यांनी सकारात्मक दृष्टीनं या साहित्याचं नुसतं स्वागत केलं नाही, तर सन १९७५ साली 'ध्वज फडकत ठेवू या' सारखं पुस्तक लिहून खुलं समर्थन केलं. या संग्रहात समाविष्ट लेख त्यानंतरचा पण भूमिका अधिक दृढतेनं बळकटी देण्याची. यात खांडेकर समीक्षक म्हणून 'दलित साहित्य केवळ आविष्कार न राहता ती कलात्मक अभिव्यक्ती व्हावी' अशी अपेक्षा व्यक्त करतात. दलित साहित्यिकात दुसरे हरिभाऊ (ह.ना.आपटे) निर्माण व्हावेत, अशी आशा ते करतात; यातच त्यांची समाजशील वृत्ती दिसून येते.

संग्रहातील 'उजाडले, पण सूर्य कुठे आहे?', 'भाऊबंदकी : मराठी रंगभूमीचा एक अलंकार', 'साहित्य संभव : एक विचार' यांसारखे लेख म्हणजे खांडेकरांमधील समीक्षक प्रगल्भ असल्याचा पुरावा. खरेतर गौरवग्रंथासाठी वा दिवाळी अंकासाठी केलेलं हे लेखन, पण यातून खांडेकरांचा नाटकविषयक व्यासंग स्पष्ट होतो. सन १९७० सालचं नोबेल पारितोषिक सॅम्युएल बेकेटला मिळालं होतं. त्यानं 'मेलो

ड्रामा' च्या जागी 'ॲबसर्ड ड्रामा' ची स्थापना केली होती. खांडेकरांचा आणि नाटकांचा संबंध बालपणापासूनचा. त्यांचं बालपण सांगलीत गेलं. त्यावेळची सांगली ही 'नाट्य पंढरी' म्हणून ओळखली जायची. गो.ब.देवल, विष्णुदास भावे, खरेशास्त्री प्रभृती नाट्यवेडी मंडळी. त्यांचा प्रभाव खांडेकरांवर पडल्यामुळे त्यांनी 'संगीत रंकाचे राज्य' हे नाटक १९२८ मध्ये लिहून रंगभूमीवर सादर करून हा व्यासंग सिद्ध केला. पुढे श्रीपाद कृष्ण कोल्हटकर, कृष्णाजी प्रभाकर खाडिलकर, रा.ग.गडकरी प्रभृतींचा त्यांना सहवास लाभला. खांडेकरांचं नाट्यवाचन सर्वश्रुत आहे. उपरोक्त लेखनात या साऱ्यांच्या पाऊलखुणा व प्रभावाचे ठसे आढळतात. 'भाऊबंदकी'ची समीक्षा म्हणजे नाट्यसमीक्षकाच्या कलात्मक अभिव्यक्तीचं उदाहरण! तीन पिढ्यांवर मोहिनी घालणाऱ्या 'भाऊबंदकी' या नाटकाची मर्मस्थळे खांडेकरांनी या लेखात मांडली आहेत. खांडेकरांच्याच भाषेत सांगायचं तर "'भाऊबंदकी' हे नाटक खाडिलकरांचा आत्माविष्कार असला तरी आत्मशोध घेणारी ती ललित साहित्य कृती म्हणूनही तिचं आगळं महत्त्व आहे. या आत्मशोधाचं उद्दिष्ट आहे मंगल-अमंगल, श्रेयस-प्रेयस संघर्ष! तो अ-नाट्याचा नमुना आहे."

'साहित्य संभव : एक विचार' हा लेख खांडेकरांनी लिहिला याचं एक निमित्त होतं. हरिभाऊ आपटे, शि.म.परांजपे, केशवसुत, श्रीपाद कृष्ण कोल्हटकर, न.चिं.केळकर आणि कृष्णाजी प्रभाकर खाडिलकर अशा सहा दिग्गज साहित्यिकांची जन्मशताब्दी सन १९६४ ते १९७२ अशा कालखंडात पाठोपाठ साजरी होत राहिली होती. त्या पार्श्वभूमीवर कवी व नाटककार असलेल्या वि.वा.शिरवाडकर उर्फ कुसुमाग्रजांचा गौरव समारंभ होत होता. त्या औचित्यास धरून खांडेकरांनी उपरोक्त महानुभावांच्या साहित्यिक योगदानाचा घेतलेला आढावा म्हणजे हा समीक्षा लेख. सन १८९० ते १९२० या त्रिदशकातील उल्लेखित साहित्यकारांनी मराठी साहित्याच्या काव्य, कादंबरी, ललित निबंध, विनोद निबंध आणि नाट्यक्षेत्रात जी भरीव कामगिरी केली त्याचं मूल्यांकन करणारा हा समीक्षा लेख म्हणजे पूर्वसुरींचं समकालीनांच्या निमित्तानं स्मरण करत वारसा जपण्याचा दिलेला अव्यक्त संस्कार होय.

चर्चित लेखांशिवायही 'प्रज्ञा आणि प्रतिभा' मध्ये इतर अनेक विषयांवरील समीक्षात्मक लेख आहेत. 'एका कथेची कहाणी' हा लेख 'शिष्याची शिकवण' या गाजलेल्या कथेची निर्मिती प्रक्रिया समजावणारा असला तरी तो खांडेकरांचं कथेसंदर्भातलं प्रकट चिंतन म्हणून पाहता येतो. साहित्यकाराचं लेखन म्हणजे जगत असलेल्या क्षणांची प्रतिक्रिया वा प्रतिसाद असतो, हे पटवून देणारा हा टीका लेख. टीकेत केवळ दोष दिग्दर्शन असतं, ही रूढ समजूत खोडून निर्मितीची चिकित्सा म्हणजेही समीक्षाच, अशी नवी संकल्पना रूढ करणारा लेख म्हणून याकडे पाहावं लागेल. 'आपली ऐतिहासिक कादंबरी' मध्ये खांडेकरांनी हरिभाऊ आपटे यांची स्कॉटशी

केलेली तुलना वाचकास विचार करायला भाग पाडते. इथंही लक्षात येतं की खांडेकरांनी स्कॉटच्या 'अनरेक्विश्ड' पासून 'स्पार्टीकस' पर्यंतच्या सर्व कादंबऱ्यांचं पारायण केलेलं होतं. चतुरस्त्र वाचक हा चिकित्सक टीकाकाराचा पाया असतो. त्यातून समीक्षेच्या प्रौढ आणि प्रगल्भ मांडणीची क्षमता टीकाकारात येते, याचा दृष्टान्त हा लेख देतो. 'कळा ज्या लाविल्या जीवा' हा लेख भा.रा.तांबे यांच्या मृत्यू गीतांची चिकित्सा, मीमांसा करणारा असला तरी यातूनही भा.रा.तांबे आनंदयात्री कसे होते, याचे जे सकारात्मक विवेचन खांडेकर करतात. त्यातून मृत्यूकडेही कृतार्थतेनं पाहता येतं, असा धडा देणारे टीकाकार. रसग्राहक, समीक्षक, चिकित्सक, मीमांसक, चिंतक खांडेकर समग्रत: साहित्याकडे आस्थेचा प्रश्न म्हणून पाहणारे विधायक साहित्यिक होते. याची प्रचिती देणारं सदरचं समीक्षालेखन म्हणजे मराठी टीका लेखनाचा पुढील पिढ्यांना गिरवण्यासाठी लिहून ठेवलेला एक वस्तुपाठच!

दि. १४ मे, २०१४ — **डॉ. सुनीलकुमार लवटे**

बुद्ध पौर्णिमा

अनुक्रमणिका

परिशिष्ट

तुतारी वाङ्मय आणि 'दसरा'

(१) नवयुगच्या जुलैच्या अंकात 'शिवप्रभूचे शाहीर' रा.ग.त्र्यं.माडखोलकर यांचा 'केशवसुतांचा सांप्रदाय' हा निबंध आला आहे. दीड तपापूर्वी 'तुतारी' प्रथमत: प्रसिद्ध झाली, तेव्हा रडगाणे म्हणून तिची थट्टा करणारे काही दीडशहाणे होते. पण काळाच्या लहरींबरोबर 'तुतारी'चा 'उत्तिष्ठत, जाग्रत' हा संदेश अधिक अधिक स्पष्ट होऊ लागला आहे. ओसाडीतील पडसादांनाही वाचा फुटू लागली आहे आणि तुतारी फुंकणाऱ्या मृत वीराच्या समाधीवर पुष्पांजली वाहिली जात आहे, हे राष्ट्राच्या जागृतीचे लक्षण आहे असे म्हणण्यास हरकत नाही.

(२) निबंधाच्या प्रारंभीच रा. माडखोलकर 'प्रतिभेच्या वेगवंत अश्वावर आरूढ होऊन' चालले असल्यामुळे सामान्य बुद्धिच्या हरदासी तट्टाला त्यांच्याबरोबर चाल झेपणे शक्य नाही; या अश्वारोहणातले पुष्कळसे फेरफटके अलौकिक असले, तरी 'गोविंदाग्रजां'च्या दसऱ्याबद्दल त्यांनी केलेली विधाने कितपत ग्राह्य आहेत, एवढेच या चार ओळीत पाहण्याचा विचार आहे.

(३) 'दसरा हे तुतारींचे अधम अनुकरण आहे'; 'तुतारीवाङ्मयाला ते एक लांछनच आहे', 'गोविंदाग्रजांनी आपल्या दसऱ्यात अवाच्य उद्गार काढिले आहेत'; 'तुतारीचे रहस्य गोविंदाग्रजांना कळलेच नाही'; 'गोविंदाग्रज भलतेच बरळले'; 'दसरा हे तुतारीचे विकृत अनुकरण आहे' वगैरे शेलक्या सोन्याच्या पानांनी निबंधकारांनी दसऱ्याची संभावना केली आहे. निबंधकार 'शिवप्रभूचे शाहीर' असल्यामुळे 'अधम', 'लांछन', 'अवाच्य', 'विकृत', 'बरळणे' वगैरे जोरदार शब्द त्यांनी लीलेने वापरावेत हे साहजिकच आहे, परंतु 'रहस्या'सारखा आधुनिक जोरदार व हृदय हेलावणारा शब्दही, त्यांच्या तडाख्यातून सुटला नाही, हे लक्षात ठेवण्यासारखे आहे. बाकी गोविंदाग्रजांनी 'अवाच्य उद्गार' काढले आहेत, हे म्हणणे मलाही कबूल आहे; कारण असे उद्गार काढणे दुसऱ्या कोणालाही शक्य नाही व ते 'वाच्य' नाहीत हे तर उघडच आहे! तथापि, मर्यादेचे सीमोल्लंघन करून दुसऱ्यावर बोलण्याचा आपला अधिकार निबंधकारांनी सिद्ध केला असल्यामुळे त्यांच्या पूर्ण शुद्धीत असताना लिहिलेल्या लेखाकडे (बरळण्याकडे नव्हे हं!) लक्ष दिले पाहिजे.

(४) 'केशवसुत मेले?' ही अमर कविता लिहून ज्यांनी केशवसुतांविषयी तरुण पिढीच्या मनात आदर उत्पन्न केला, 'ऐकताच विजयि तुतारी। हो चिरंजीव म्हातारी' हा तुतारीचा प्रभाव ज्यांनी वर्णन केला व तुतारीच्या निरनिराळ्या लहरींचा संगम करण्याकरता 'तुतारी मंडळ' काढण्यात पुढाकार घेतला, त्या गोविंदाग्रजांना तुतारीचा 'दिव्य ध्वनी' समजला नाही असे म्हणणे म्हणजे समजुतीशी आपली फारकत करून घेणे होय! केशवसुतांच्या सच्च्या चेल्याला तुतारीचे रहस्य न कळता इतरांना मात्र कळले असे मानणे म्हणजे युद्धातल्या तुतारीचे ध्वनी सेनापतीला न समजता बाजारबुणग्याला समजले असे मानण्यासारखे आहे. तुतारीचे सत्त्व व तत्त्व जाणल्याखेरीज, केवळ हत्यारांच्या कायद्यामुळेच, 'घ्या कृष्णाची करी तुतारी' असे गोविंदाग्रजांनी लिहिले अशी निबंधकारांची समजूत असली पाहिजे. एकंदरीत गोविंदाग्रजांची ही दसऱ्याची स्वारी त्यांच्याच अंगलट आली आहे असा निबंधकारांचा निष्कर्ष आहे.

(५) 'श्रुतिस्मृतींना आता विसरा' ही एकच ओळ एकच प्याल्यासारखी वाटून निबंधकारांना गोविंदाग्रज बरळू लागले असे वाटते. 'रूढीचे सीमोल्लंघन हा समाजाचा दसरा' हे त्यांना कबूल आहे पण गोविंदाग्रजांनी दसऱ्यात रूढीचे नसून धर्माचे— 'अत्यंत उदात्त परम पवित्र तत्त्वाचे'— सनातन सात्त्विक व सुंदर अशा आर्यधर्माचे उल्लंघन केले आहे असा त्यांचा आक्षेप आहे. परंतु,

श्रुतिस्मृतींना आतां विसरा ।
अंधभक्तिचा पांगुळगाडा ।
मोडुनि तोडुनि उपडा पाडा ।
पाताळी तो नेउनि गाडा ।
करा साजरा यापरि दसरा ।

या सर्व कडव्यावरून गोविंदाग्रजांचा आंधळ्या भक्तीवरच कटाक्ष आहे हे उघड आहे. स्मृती हे आमचे परमपूज्य ग्रंथ असतील, पण संकट पडले की देवाची जशी आठवण होते, त्याप्रमाणे आमची मालकीण रूढी संकटात पडली की इमानी सेवक या नात्याने आम्हाला श्रुतिस्मृतींची आठवण होऊ लागते. संकटकाळी देवाला पाण्यात बुडवून संकटात घालणारे आम्ही धर्मवीर, श्रुतिस्मृतींना विधवांच्या किंवा अस्पृश्यांच्या डोळ्यांतल्या पाण्यात बुडवून, रूढीला वाचवत असतो. नव्या युगात न चढणाऱ्या व चालणाऱ्या रूढींना श्रुतिस्मृतींचा आधार म्हणजे साहेबी वशिलाच म्हणायचा! तेव्हा कामापुरता मामा करण्यापेक्षा भाच्याने मामाचे नाते विसरावे हेच त्याला हितकारक होईल. याच्याही पुढची गोष्ट म्हणजे श्रुतिस्मृतींना आम्ही विसरलो असून कोणी 'विसरा' म्हणून सांगितले की मात्र आमच्या अंगाचा तिळपापड होतो!

काय हा सनातन धर्माचा जाज्वल्य अभिमान! चोरी करणार पण लोकांनी मात्र साव म्हटलं पाहिजे! शिमग्यात उकिरड्यावर लोळणार पण उकिरड्यावर गाढवाप्रमाणे रत्नही असते हे ध्यानात आणून लोकांनी आमची पूजा केली पाहिजे. 'न पठेत् यावनी भाषा प्राण: कंठगतैरपि' ही स्मृतीची आज्ञा विसरूनच यावनी भाषा आम्ही कंठगत केली आहे आणि ती कंठगत करण्याच्या वेळी आमचे प्राण कंठाशी आल्याचे कुठल्याही वर्तमानसारातदेखील वाचले नाही. दररोज घरोघर मंगल गृहदेवतांची पाद्यपूजेने संभावना होत असते, ती 'यत्र नार्यस्तु पूज्यन्ते रमन्ते तत्र देवता:' हे स्मृतिवचन मनावर बिंबल्यामुळेच होत असावी. मुंजीनंतर तीन दिवसात अध्ययन करून सोडमुंज झालेला मुलगा मनूने पाहिला असता तर त्याने आपल्या नियमात खास फरक केला असता! विशी उलटायच्या आतच बाप बनवणारे ब्रह्मचर्य, व्याजाने पैसे देण्याचे दान व सव्याज उकळून घेण्याचा प्रतिग्रह, बारा वर्षांच्या आतच बालविधवांना मिळत असलेला चतुर्थाश्रम या सर्व गोष्टी श्रुतिस्मृतींना न विसरताच चालल्या असाव्यात. पाच हजार वर्षांपूर्वीच्या श्रुतींना न विसरणाऱ्या या धड आठवणींच्या लोकांची तारीफ करावी तेवढी थोडकीच!

(६) 'अगदी अनाचार करतानासुद्धा श्रुतीचे ऐकायचे नाही आणि स्मृतीची स्मृती होऊ द्यायची नाही; त्यांच्या न्याय्य आज्ञांना फाटा द्यायचा आणि एका अघोर अन्यायाच्या समर्थनासाठी मात्र त्यांची कास धरायची हा कोठला न्याय?' (प्रेमसंन्यास. पृ.२३ अ.१, प्र.३)

'अनाथ विधवांच्या अश्रुजलांत त्यांच्या हृदयाचे प्रतिबिंब दिसू लागले की जुनाट श्रुतिस्मृतीची फाटकी पाने डोळ्यांपुढे धरायची; हरहर, राक्षसी समाजा! किती दिवस तू असे भयानक खेळ खेळणार?' (प्रेमसंन्यास पृ.१५६-अं.५-प्र.३)

वरील उताऱ्यांवरून गोविंदाग्रजांची याबाबतीतली कल्पना काय होती हे उघड आहे. त्यांना ह्यांचा आचारप्रधान धर्म मृतवत वाटत आहे.

चला रूढिवर आतां घसरा ।
टाकुनि सीमा मृतधर्माच्या ।
दंभाच्या वा अंधपणाच्या ।
जुनेपणाच्या अहंपणाच्या ।
सीमोल्लंघनकालचि दसरा ।
मेल्या धर्माचे हे भूत ।
पाहुनि बसला कां रे भीत ।

या ओळींवरून त्यांची कल्पना अगदी स्पष्ट होती हे न समजणाऱ्या श्रुतिस्मृतीच्या

धर्मापेक्षा हा 'मानवधर्माचा दसरा' करत आहेत. आणि चित्त परम पवित्र धर्माचे सीमोल्लंघन झाले अशी निबंधकारांना भीती वाटत असेल तर—

चित्साक्षीची ढाल तयार
सरता काळाचें मैदान ।
घोडा उडवा मग आकाशीं ।
भिडवा नेउनि स्वर्गापाशीं ।
पूर्णपणाशीं, ईशपदांशीं
तरीच होईल दसरा छान ।

गोविंदाग्रजांनी आधीच उत्तर देऊन ठेवले.

(७) निबंधकारांना 'तुतारी' पूर्ण असमंत आहे व 'श्रुतिस्मृतींना आता विसरा' याच्याशी मोठा विरोध दाखवण्याकरताच 'निरोप त्यांचा ध्यानि घेउनि' हे 'तुतारी'तील शब्द मोठ्या अक्षरात दिले आहेत. पण कवितेच्या ओघाकडे लक्ष न देता वाटेल तिथे खांडवे पाडायचे असले तर —

जुने जाऊ द्या मरणा लागुनि ।
जाळुनि किंवा पुरूनि टाका ।
'तुतारी'

या वाक्याचा अर्थ 'श्रुतिस्मृतींना आता विसरा' याच्यापेक्षाही भयंकर होणार नाही काय?

परम पवित्र धर्माचे हे सीमोल्लंघन नव्हे काय? 'तुतारी'चा 'दिव्य ध्वनि' बरळू लागल्यासारखा दिसत नाही काय?

नियमन मनुजांसाठी, मानव ।
नसे, नियमनासाठी जाणा ।

ही केशवसुतांची विचारसरणी जर योग्य आहे तर दसऱ्यात तरी 'शांतम् पापम् । अवाच्य । अवाच्य ।' अशी ओरड करण्याइतके काय आहे? 'नीतिचे पद जेथे न ढळे । धर्म होतसे तेथेच स्थिर' या तुतारीच्या प्रतिध्वनिपेक्षा (अब्रह्मण्यम्) करण्याइतके दसऱ्यांत तरी काय आहे?

धर्माचे माजवुनि डंबर ।
नीतीला आणिती अडथळे ।

असे ज्या डंबराचे 'तुतारी'त वर्णन आहे, तेच कुजके अवडंबर फोडण्याकरता दसऱ्याची स्वारी आहे. फार कशाला, 'तुतारी'च्या मूळ आवृत्तीत

वंदुनिया त्या देवालागुनि ।
धाई धाई मानव रडती ।
पायपोस त्या हाणा संप्रती ।

या ओळी आहेत. या जर दिव्य आहेत, तर दसऱ्यांत तरी राक्षसीपणा राहिला कोठे? सारांश, दसऱ्यात 'तुतारीचे विकृत व अधम अनुकरण, अवाच्य उद्‌गार, बरळणे' वगैरे दिसण्याकरिता निराळ्याच रंगाचा चश्मा लाविला पाहिजे! साधे डोळे बापडे क:पदार्थ! निबंधकारांचे सूक्ष्मदर्शक यंत्र त्यांना कोठून लाभणार?

(८) केशवसुतांच्या 'तुतारी'ला प्रथम साथ दिली दसऱ्यानेच. केवळ प्रसिद्धीच्या काळाकडे पाहिले, तर 'दसरा' १९१३ ऑक्टोबरमध्ये प्रसिद्ध झाला व टिळकांचे 'रणशिंग' त्याच वर्षाच्या नोव्हेंबरात आणि 'बोंबाबोंब' १९१४त प्रसिद्ध झाली आहे.

(९) केशवसुतांचा संप्रदाय रा. माडखोलकरांनी वर्णन केला आहे तितका आकुंचित नाही. 'दत्त', 'विनायक', 'माधवानुज', 'ठोमरे', 'गोविंदाग्रज' यांचे काव्यसंग्रह जेव्हा प्रसिद्ध होतील, तेव्हा केशवसुतांच्या शिकवणीचे यथार्थ स्वरूप कळून येईल. महाराष्ट्राचे आवडते शाहीर लवकरच ग्रंथरूपाने रसिकांना लाभोत, अशी इच्छा व्यक्त करून या चार ओळी संपवतो.

◆

(नवयुग, ऑगस्ट/सप्टेंबर, १९१९)

सुनीत की दुर्नीत?

सध्या महाराष्ट्रात राजकारणात खादी व काव्यात सुनीत हे अत्यंत वादग्रस्त विषय होऊन बसले आहेत. दोन रंगांची ढाल एकेका बाजूनेच पाहणाऱ्या व दुसऱ्याचा रंग खोटा ठरवून त्यासाठी एकमेकांचे खून पाडणाऱ्या शहाण्यांचेच या वादात अनुकरण होत आहे. 'परिवर्तन' या नाटकातील सिद्धेश्वराप्रमाणे या दोन्ही बाबतीत कित्येकांचा करनकरीचा वसा असतो. एक सुनीताची तळी उचलतो म्हणूनच दुसरा त्याला तिलांजली द्यायला बद्धपरिकर होऊन बसतो. प्रस्तुत लेखकाला आधुनिक काव्यात शिरलेल्या इतर अनेक प्रकारांप्रमाणे सुनीताचे आगमनही इष्टच वाटत आहे. पण अनाधिकारी कवींकडून त्याचा जो खेळखंडोबा चालला आहे तो मात्र उघड्या डोळ्यांनी पाहवत नाही. 'अति सर्वत्र वर्जयेत्' हा एका सुभाषितकाराचा उपदेश आपल्यासाठी नाही असे त्याचे महाराष्ट्रातील विद्यमान भाऊबंद मानत असावेत असे वाटते. पण अन्नाप्रमाणे वाचनाचेही अजीर्ण होते व ते वाङ्मयातल्या सर्व रोगांचे मूळ आहे असे म्हणायला हरकत नाही. कोल्हटकरांनी व्यासंगयुक्त प्रतिभेने मराठी वाङ्मयगंगेत विनोद लेखनाचा एक नवा प्रवाह आणून सोडला पण विशेष खोल पाण्यात न शिरणाऱ्या लेखकबुवांकडून विनोदाचे व महाराष्ट्रीय सभ्यतेचे कसे धिंडवडे निघत आहेत हे पाहायला 'विनोद', 'आनंद' अथवा 'स्त्रीसाम्राज्य' या नाटकांची चार पाने चाळावीत म्हणजे झाले! उठला सुटला कवी हरिनामाप्रमाणे 'सुनीताचा' उच्चार करू लागल्यामुळे 'अति परिचयात खोटा मान राहत नाही' हा अनुभव या नव्या काव्यप्रकाराला येऊ लागला आहे. एकवेळ उगवत्या सूर्याला कर्मठ ब्राह्मण अर्घ्ये द्यायला चुकतील; पण अर्घ्यसंख्येइतकी सुनीते त्याच्या पदरात दररोज सोडायचीच असा महाराष्ट्र कवींनी चंग बांधलेला दिसतो. सुनीताला आलेले हे धर्मशाळेचे रूप नाहीसे होऊन ते देवालय व्हावे याच सद्‌हेतूने हा छोटा लेख लिहिला आहे.

'चित्रमय जगत'च्या ऑगस्ट, १९२४ च्या अंकात 'पाणी आणताना पाहून' या मथळ्याखाली एक बहुरंगी चित्र व त्याखाली गो.गो.अधिकारी याचे त्या चित्रविषयावर एक सुनीत आहे. चित्रकलेचे ज्ञान आवळ्याएवढे असल्यामुळे व चित्र 'चित्रमय

जगत' मधील असल्यामुळे त्याविषयी कला या नात्याने आम्ही चकारशब्दही काढत नाही. गांधीपक्षाचा पुरस्कार करणाऱ्या वजनदार मासिकाने वर्गणीदाररूपी मासे पकडण्यासाठी बक्षिसाचे आमिष लावणे (बक्षिसे लेख, कविता अगर चित्रे यांना नाहीत तर यदृच्छया ज्यांचे नंबर येतील त्यांना ही बक्षिसे मिळणाऱ्यांचे फोटो छापण्याची उदारताही सदरहू मासिकाने दाखवली आहे. लॉटरीतील ४० हजारांचे पहिले बक्षीस मिळणे नोबल प्राईज मिळण्याइतकेच त्यांच्या मताने मोठे काम आहे की काय?) व देशभक्त, ग्रंथकार, तत्त्ववेत्ते, समाजसुधारक यांच्या छायाचित्रांऐवजी दर्शनी भाग शृंगारिक चित्रांनी सजवणे हीही आत्मशुद्धीच असेल तर प्रश्नच आटोपला. तथापि, नाटक पाहायला गेलेल्या इसमाने नाटकगृहाच्या बेढबपणावर चऱ्हाट वळण्यात अर्थ नसल्यामुळे आम्ही रा. अधिकाऱ्यांच्या सदरहू सुनीताकडेच वळतो.

केशवसुतांपासून सर्व कवी यथामति सुनीते लिहीत असले व गोविंदाग्रजांच्या निधनानंतर केशवकुमारांसारख्या काही कवींची सुनीते सुट्टीत घरी येणाऱ्या कॉलेजच्या विद्यार्थ्यांप्रमाणे क्वचित दृग्गोचर होत असली तरी सुनीताला खरा पूर १९२२-२३ पासूनच आला. सुनीताचे चतुदर्श-दलकमल रविकिरण मंडळानेच खरे फुलवले. चौदा ओळी खरडून कवी होण्याची (महाकवी देखील-कारण शेक्सपीअर, मिल्टन, वर्डस्वर्थ या प्रख्यात सुनीतकारांची महाकवींतच गणना होते) आलेली ही पर्वणी रा.श्री.नी.चाफेकर ज्यांना बिंदुरभावी कवी म्हणतात (व ज्यांना शरन्मेध म्हणणे अनुचित होणार नाही) असे शारदाभक्त दवडतील हे शक्यच नव्हते. अप्रसिद्धापासून सुप्रसिद्धापर्यंत बहुधा प्रत्येक कवीने सुनीताच्या या वाहत्या गंगेत हात धुऊन घेतले. पोशाखाप्रमाणे वाङ्मयातही एखाद्या गोष्टीचे स्तोम माजू लागले म्हणजे अति माजते. सध्या सुनीताची जी अतिवृष्टी होत आहे, तिच्या मुळाशी हा काव्यप्रकार महाराष्ट्रीय कवींनी पचवून आत्मसात केला आहे, हे कारण नसून चरणांची परिमित संख्या, कायम ठशाच्या प्रेमकल्पनांचा सुळसुळाट व अर्ध्या हळकुंडाने पिवळे होण्याची इच्छा याच गोष्टी अधिक आहेत. सुनीताच्या चरणी लीन झालेल्या कित्येकांना शार्दूलविक्रीडितासारखे लांबलचक वृत्तही खपेनासे झाले आहे. त्यांनी वसंततिलका, उपजाति वगैरेपर्यंत प्रगती केली असून लवकरच 'विद्युन्माला ऐसे बोला। जेथे मा मा गा गा आला' अशी सात युग्मके लिहिली की एक सुनीत तयार अशी जाहिरात देणारा कारखानाही अस्तित्वात येण्याचा संभव आहे. यापुढची पायरी म्हणजे साडेतीन ओव्यांचे एक सुनीत करणे अगर एकाक्षरी वृत्ताचा अवलंब करून चौदा अक्षरे लिहिणे होय.

ज्या वीरवृत्तीच्या कवींनी सुनीताच्या घोड्यावरून आपली मांड गेल्या वर्षात ढळू दिली नाही त्यात रा.अधिकारीच अग्रेसर ठरतील. हातच्या कांकणास आरसा कशाला, या नात्याने त्यांच्या 'सुनीतावलि' कडे बोट दाखवले की वरील विधानाची

सत्यता वाचकांना पटेल. रा.रा.अधिकाऱ्यांची ही सुनीतशरवृष्टी पाहून अनेकांनी 'कदा नेणो वोढी शरधिंतुनि काढी शर कदा' असे उद्गार काढले असतील! गिरिशिखरावर कोसळणाऱ्या पावसाच्या सरीप्रमाणे त्यांची सुनीते वाचकवृंदांवर कोसळतात, म्हणून मात्र आम्ही त्यांना दोष देत नाही. 'एकेनापि सुपुत्रेण सिंही स्वपिति निर्भयम्' हे सुभाषित खरे असले तरी दहा सिंहांच्या बच्च्यांनी सिंहिणीला काही कमीपणा येत नाही. प्रश्न आहे तो एवढाच की, दोन असोत वा दहा असोत ते सिंहाचे बच्चे असले म्हणजे झाले.

एका सुनीताचे गुणदोषविवेचन करणाऱ्या लेखाची ही प्रस्तावना सशाला चिकटविलेल्या मारुतीच्या शेपटाप्रमाणे भासेल. पण टीकाविषयाइतकेच परिस्थितीचे महत्त्व असल्यामुळे इतका विस्तार करावा लागला.

(१) सगुण मूर्तिपूजेपेक्षा निर्गुण ब्रह्माचे ध्यान अधिक उदात्त या विचारानेच की काय, अधिकाऱ्यांनी नवमताला अनुसरून प्रस्तुत सुनीत निर्यमक ठेवले आहे. यमक काव्याचा प्राण नसला तरी अलंकार आहे, हे विसरण्यात अर्थ नाही. 'जातीच्या सुंदरांना काहीही चालते' या तत्त्वावर निर्यमक काव्याची तरफदारी करता येते व करावी. पण ते काव्य 'जातीचे सुंदर' पाहिजे ही गोष्ट मात्र डोळ्यांआड करू नये. सदरहू सुनीतात जी नाजूक भावना अधिकाऱ्यांना रेखाटायची होती, तिला यमकाने किंचित तरी उजाळा मिळाला असता असे आम्हाला वाटते. या सुनीताचे वृत्त शार्दूलविक्रीडितच आहे; पण ११ व्या चरणात शार्दूलाची उडी चुकून त्याचा पाय मात्र मोडला आहे. 'साधा मोहक हा रुबाब भुलवा ।' इथे यति येतो अर्थात बाकीचा 'याचा न कोणा बरे!' हा भाग कानाला किती गोड लागत असेल ते हा चरण मोठ्याने म्हटल्यावाचून समजणार नाही. कलीमध्ये संन्यास वर्ज्य असला तरी कवींनी आपल्या लेखण्यांनी यतिभंग करण्यात कोणताच पुरुषार्थ नाही!

(२) (१) नशा (२) नसानसांतुनि (३) खानदानीपणा (४) दौलत (५) रुबाब इत्यादी फारसी व अरबी शब्दांची पेरणी करायलाही कवी चुकले नाहीत. सामान्यत: कोमल व मृदू भावना गीर्वाण भाषेतल्या ललित शब्दांनीच खुलून दिसतात. संस्कृत भाषेची घडण व ठेवणच स्त्रीहृदयाप्रमाणे हळुवार आहे. उलट फारसी व अरबी शब्द पुरुषांच्या मनाप्रमाणे कणखर जोरदार दिसतात. भाषेचे हे स्वाभाविक वैशिष्ट्य लक्षात घेऊनच परभाषेतील शब्दांचा उपयोग केला पाहिजे. पण मुंबईतल्या पर्शियन हॉटेलमधील चहाची चटक लागलेल्या लोकांप्रमाणे विद्यमान महाराष्ट्रकवींना फारसी शब्दांशिवाय दुसरे शब्दच चालेनासे झाले आहेत. रंगमहालात पुष्पमाला हातात घेऊन प्रवेश करण्याच्या ऐवजी तलवार म्यानातून उपसून जाण्याची समयसूचकताच काय ती या कवींच्या पंक्तीला बसू शकेल. 'मूर्तिमंत शालीनताच अवतरली आहे की काय?' असा अभिप्रेत अर्थ 'खेळे पूर्ण नसांनसांतुनि हिच्या हा खानदानीपणा'

या नबाबी चरणाने कितपत व्यक्त होतो हे कवींनीच पाहावे. नशा याचा अर्थ धुंदी अगर कैफ! कुलीन स्त्रीच्या वर्णनात धुंदी पाहणाऱ्या कवींना उपमा 'रामरावणयायुद्धं रामरावणयोरिव' या न्यायाने त्यांची स्वतःचीच देता येईल. 'नसानसांतुनि' हा वीरश्रीपर शब्द पाणी आणणाऱ्या सुंदरीच्या बाबतीत योजण्यात औचित्य कसले? पाणी आणण्याच्या श्रमाने त्या बापडीची नस् न नस दिसत असल्यामुळेच कवींना तो सुचला असेल; नाही कोणी म्हणावे? फारसी शब्दांच्या सुळसुळाटाला गोविंदाग्रजांचे लेखन थोडेफार कारणीभूत झाले आहे. तथापि, तैत्तेरीय उपनिषदांतील गुरूंप्रमाणे लेखनगुरूही 'याम्यस्माकं सुचरितानि तानि सेव्यानि । नो इतराणि' असेच बजावत असतात. ओजस्वी कवनात फारसी शब्दांचा सदुपयोग होणे शक्य आहे व इष्ट आहे. पण दरहमेष व सरसकट यांचा उपयोग करत सुटणे हे तात्या पंतोजीने जेवतानाही हातातून छडी सोडणार नाही, असा हट्ट धरण्याइतकेच हास्यास्पद होईल.

(४) दादोबांचे मोठे व्याकरण उघडून पाहायला लावणारे शब्दशास्त्रीही सदरहू सुनीतात आहेत. सौंदर्य या भाववाचक नामातील भाव दुप्पट करण्याकरिताच की काय त्याला 'ता' प्रत्ययाचे शेपूट लावले आहे. (सौंदर्यतेची नशा, चरण २ रा.) ब्रह्मदेवाने मनुष्यप्राणी तयार केल्यावर एका डोक्यावर आणखी एक डोके चिकटवले तर तो कितीसा सुंदर दिसेल? 'खानदानी' या फारसी स्त्रीलिंगी शब्दाला 'पणा' लावून मराठी भाववाचकनाम बनवले आहे. रामरहिम एक आहेत हे पटवायला एखादे प्रवचन कशाला पाहिजे?

(५) बोलण्यात (विशेषतः बायकांच्या आणि लहान मुलांच्या) नी, अन् वगैरे शब्द 'आणि' या अर्थी येतात. पण रविकिरण मंडळाने या 'अन्' ची उन्नती करायची ठरवून त्याला सुनीतात अढळस्थान द्यायला सुरुवात केली. रा.अधिकाऱ्यांनी आपले सुनीत गरमागरम (-) करण्याकरिताच की काय दुसऱ्या चरणांत या 'अन्'चा स्वीकार केला आहे. या चरणाच्या वाचनाने स्फूर्ती होऊन एखाद्या वाचकाने हा 'अन्' आपल्या नावामागे लावण्यासाठी अधिकाऱ्यांना बहाल केला नाही म्हणजे मिळविले! 'अन्' (चरण २), 'आणि' (चरण ५), 'आणिक' (चरण ८) ही मंडळी गणवृत्तात अगदी विशोभित दिसतात, कर्णकटु लागतात व विरस करतात. कवितेच्या अस्खलित ओघाने अडखळणाऱ्या 'व' च्याप्रमाणे 'आणि' चा आश्रय करण्यात स्वारस्य कसले? त्यातून गणवृत्ते बांधेसूद, संगमरवरी पाषाणाच्या प्रासादासारखी असतात. मात्रावृत्तांच्या बर्फाच्या घरात असली लवचीक मंडळी एकवेळ खपतील. काव्याची भाषा व गद्याची भाषा ह्या स्त्री-पुरुषाप्रमाणे आहेत. तत्त्वतः त्यात काही भेद नाही व नसावा हेच खरे! पण व्यवहारात प्रत्येकाचे वैशिष्ट्य थोडेफार दृग्गोचर होतेच!

(५) 'ब्रह्म्याची कळुनी अतुल्य चुकते चित्राप्रती चातुरी' (चरण ६) हा नारिकेलपाकही

रुचकर आहे. 'चित्राप्रती ब्रह्याची अतुल्य चातुरी कळुनी चुकते' या अन्वयापर्यंत वाचकांचे विमान उड्डाण करते पण पुढे काय? विधीचे कौशल्य चित्राला (चित्राप्रती) कळते म्हणजे काय? 'ब्रह्याची कळुनी अतुल्य चुकली तूंते कवे चातुरी' एवढेच आम्ही पामरांनी म्हणावे; दुसरे काय?

(६) 'अंबाड्यामधला गुलाब सुचवी वृत्ती विलासी हिची ।' केवढी ही कल्पनेची भरारी! गुलाब व शृंगारचेष्टा यांचे साहचर्यच दिसते! ज्यांना विलासी पदवी नको असेल त्यांनी यापुढे काशीला न जाताही गुलाब सोडला पाहिजे. बरे, 'विलासी वृत्ती' व 'सौंदर्यतेची नशा' यावरून कवी अनुमान काय काढतात तर 'थारा येथ मिळायचा नच कधी पापी विचाराप्रत । नीती आणिक शील शुद्ध अवघी[1] येथे पहा नांदती ।।' 'विषमप्यमृतं क्वचिद् भवेदमृतं वा विषमीश्वरेच्छया' असे जे कविकुलगुरू म्हणतात त्यांचे हे उदाहरण असावे. १२ व्या ओळीत कवींना केशवसुतांच्या 'साध्याही विषयात आशय कधी मोठा किती आढळे' या चरणाप्रमाणे एखादा सत्य सिद्धान्त स्थापित करण्याची इच्छा झाली व 'जे साधे असते तिथेच वसते काहीतरी शाश्वत' हा चरण प्रकट झाला. पाणी आणणाऱ्या साध्या सुंदरीच्या 'रुबाबा'वरून कवींनी एकदम शाश्वत तत्त्वावर उडी मारली. 'रांगोळी घालताना पाहून' या कवितेत शेवटचे सत्य सहज सुचावे अशा कौशल्याने कवितेचा पूर्वभाग चितारला आहे. रा. अधिकाऱ्यांचा उद्धृत केलेला चरण मधेच घुसल्यासारखा असल्यामुळे व त्याची पार्श्वभूमी त्याच्या प्रादुर्भावाला अनुकूल अशी रंगविली नसल्यामुळे परिणामकारक होत नाही. चौथ्या चरणात सदरहू सुंदरीचे 'राहणे सदा प्रतिष्ठित' असल्याचे प्रतिज्ञेवर सांगितले आहे. पण ते वाचकांना पूर्ण सत्य वाटावे म्हणून तिसऱ्या चरणात दोन साक्षीदारांची नावेही सांगितली आहेत. हे नि:पक्षपाती साक्षीदार (१) पाचूची भरघोस नथ व (२) कानातली कुडी हे होत. उंदराला मांजर साक्षी! उच्च कुलाची व शीलाची सत्यता दागिने पटवणार? 'सर्वे गुणा:कांचनमाश्रयन्ते' हे संस्कृत सुभाषित अजूनही सार्थ आहे म्हणायचे! सुनीताचे विचारपरिवर्तन कवींनी शेवटल्या दोन चरणात दाखवले आहे. शाश्वत तत्त्व हस्तगत करून कवी शेवटल्या ओळीत मूळपदावर आलेले दिसतात. लतांना पाणी घालणाऱ्या शकुंतलेला पाहून परोपकारी दुष्यंताला जसा तिचा कळवळा व कण्वाचा राग आला, त्याप्रमाणे 'विलासी वृत्ती व सौंदर्यतेची नशा' यांनी परिपूर्ण अशा सुंदरीला पाणी आणायला लावणाऱ्या ब्रह्मदेवावर कवी क्रुद्ध झाले आहेत! शेवटल्या दोन चरणात अस्पष्ट दिसणारी शृंगारिक रंगेलपणाची छटा सर्वथा अनिष्ट आहे. होतकरू कवी हा हा म्हणता हे धडे गिरवून 'पोतेरे घालणाऱ्या सुंदरीपासून' 'ताजमहालांतील पौर्णिमेच्या रमणीपर्यंत' सर्वांवर काव्ये

---

१. अवघी म्हणजे सगळी. सगळी कोण तर एक नीती आणि दुसरे शुद्ध शील!

लिहितील व ती शुद्ध सौंदर्यपर असतीलच असा नियम नाही. शृंगारिक गीतातील नायिका कवीची पत्नी अगर रमणी नाही हा ग्रह सात्त्विक भावनांना पोषक होणार नाही.

एका सुनीताविषयी इतके विस्तारपूर्वक लिहिणे म्हणजे पैच्या मिळकतीसाठी प्रिव्हिकौन्सिलपर्यंत झुंजणे असे कित्येकांना वाटेल, पण महाराष्ट्रातील सुनीताची साथ व तिचे होत असलेले व होणारे दुष्परिणाम मनात आणूनच मूठभर मिय्याला ही हातभर दाढी लावावी लागली. उदाहरणाकरिता अधिकाऱ्यांचे सुनीत[२] घेतले असले तरी त्यांतील विवेचन शेकडा नव्वद सुनीतांना थोडेफार लागू पडण्यासारखे आहे. 'सुभाषितेन गीतेन युवतींनाच लीलया । यस्य न द्रवते चित्तं सवै मुक्तोऽथवा पशुः' या सुभाषिताचे कुलूप आक्षेपकांच्या तोंडाला लावण्यात अर्थ नाही. आम्हाला आधुनिक कवी, सुनीते अगर सभ्य शृंगार यांपैकी प्रत्येकाविषयी आदर व आवड आहे. परंतु नाव 'सोनुबाई व हाती कथलाचा वाळा' हा देखावा कोणाला उद्वेग आणणार नाही? फूल कुस्करून त्याचा गंध व काव्याची नुसती चिकित्सा करून त्याचा रस कधीही मिळत नाही, हे आम्ही जाणून आहोत. पण असा बकुलगंध अगर अमृतरस असेल तर या गोष्टी! रा. अधिकाऱ्यांच्या टीकाविषयीभूत सुनीतात आकर्षक, वेधक अगर मोहक काहीच नसल्यामुळे त्याची छाननी करण्याकडे मन वळले. एरवी अनेक दोष असले तरी पहिल्या प्रतीची काव्ये कंटकयुक्त उद्यानाप्रमाणे रसिकांना आपल्याकडे ओढत असतात. विजेच्या चमकेवर येणाऱ्या मेघाच्या काळोखाबद्दल कुरकुर करून चालणार नाही हे प्रत्येकाला माहीत असते. पण तोच नियम लावून 'माझ्यावरली काजळी झाडूं नका' असे जर दिवा म्हणेल तर ते कोण मानील? जातिवंत व प्रतिभासंपन्न कवितेचे सोने सामान्य कवितेच्या लोहाइतके विपुल निर्माण होणार नाही म्हणून काही लोखंडाची उपयुक्तता कमी होत नाही अगर योग्य वळण देण्यासाठी त्यावर घाव घालताना कोणी कचरणार नाही. निरपेक्ष वाङ्मयसेवकांवर टीकास्त्र सोडणे कोणालाही आवडणार नाही, पण त्यांची वाङ्मयसेवा निष्फल व नीरस होऊ नये एवढ्यासाठीच टीकेचा अवतार असतो. शेतात निष्काळजीपणाने पेरणी करणाऱ्या शेतकऱ्याला वाटेने जाणाऱ्या वाटसरूने दोन हिताच्या गोष्टी सांगण्याचा प्रयत्न करण्यात गैर काहीच नाही. पण 'कागदी लिहीता नामाची साकर । चाखता मधुर केंवी लागे?॥' असा प्रश्न काव्याविषयी-विशेषतः सुनीताविषयी— होऊ लागला आहे. विद्यमान कवींनी वेळेवर सावध होऊन टीकाकारांच्या दृष्टिने आत्मपरीक्षण करावे व खरेखुरे 'शब्दसृष्टीचे ईश्वर' व्हावे एवढीच आमची इच्छा

---

२. हेच सुनीत घेण्याची कारणे रा. अधिकाऱ्यांची सक्रिय सुनीतभक्ती, एक होतकरू कवी या नात्याने त्यांच्याविषयी वाटणारी आशा व बऱ्याच प्रमाणांत सत्काव्यविन्मुख अशा चित्रमयजगताने त्यांचा केलेला सत्कार ही होत.

आहे. लिहिण्याच्या भरात अज्ञानामुळे अधिक उणा शब्द अगर चुकीचे विधान पडले असेल तर त्याबद्दल रा. अधिकारी उदार मनाने क्षमा करतील अशी आशा आहे.

तांबियाचे नाणें न चले खऱ्या मोले ।
जरी हिंडविले देशोदेशी ॥
तुका म्हणे काय नटोनियां व्यर्थ ।
आपुले हे चित्त आपणा ग्वाही ॥

◆

(दै. तरुणभारत, नागपूर, ऑक्टोबर/डिसेंबर १९२४)

सरस्वती मंदिरातील एक दिवाणी दावा

लेखांक-१

वादी— मराठी.

प्रतिवादी— पूर्वी संस्कृत व सध्या तिची मिळकत काबीज करणारी इंग्रजी.

वादी तर्फे वकील— प्राचीनकाळी ज्ञानेश्वर, एकनाथ व अर्वाचीन काळी न्या. रानडे, हरिभाऊ लिमये इत्यादी.

प्रतिवादी तर्फे वकील— प्राचीन काळी प्राकृतावर बहिष्कार टाकणारे संस्कृत पंडित व अर्वाचीन काळी घरीदारी इंग्रजीचा टेंभा मिरवणारे इंग्रजी पंडित. (त्यांची नावे द्यायची म्हणजे एक विष्णु सहस्रनामच होईल! कारिकेत गुंफल्याशिवाय ती कुणाच्याही लक्षात राहायची नाहीत. शिवाय यापैकी विद्यमान वकिलांची नावे खेडवळ मराठीत दिल्याबद्दल त्यांचा घुस्सा होण्याचाही संभव!)

वादग्रस्त मिळकत— महाराष्ट्रवाङ्मय, महाराष्ट्रातील सुशिक्षित म्हणवणाऱ्यांचा पत्रव्यवहार व इंग्रजीचा गंध ज्यांना आहे अशांची संभाषणे इत्यादी. मिळकतीची किंमत स्वाभिमान, संस्कृतिपरंपरा व राष्ट्रोन्नती यांच्या एकवटलेल्या मोलाइतकी आहे.

सावंतवाडी येथील वसंत व्याख्यानमालेतील रा.परुळेकर याने 'प्रचलित शिक्षणपद्धती' वरील सुश्राव्य व्याख्यान व एज्युकेशनल इन्स्पेक्टर यांचा समारोप ही ज्यांनी ऐकली आहेत, त्यांना या दाव्याची वकीलपत्रे त्या दिवशीच्या व्याख्यानातही स्पष्ट दिसली असतील. मराठी गद्याची गंगा चिपळूणकरांसारखा हिमालय अवतरेपर्यंत महाराष्ट्राला दिसली नव्हती, पण निबंधमालेपासून तिचा अखंड प्रवाह सुरू झालेला असून सध्या तर तिचे पात्र त्रिवेणीसंगमापुढील गंगेसारखे भासत आहे. या संपन्न होणाऱ्या आपल्या मातृभाषेतून शक्य तोपर्यंत आपण शिकले पाहिजे. गावाजवळून मराठीची निर्मल गंगा वाहत असता इंग्रजीची विहीर पाडण्यात वर्षेच्या वर्षे घालवायची व शेवटी खडक लागला की, तांब्या तांब्या पाणी काढत बसायचे. असला आतबट्ट्याचा व्यापार करण्यात अर्थ काय आहे? पायी प्रवास करताना आडवाट

(शॉर्टकट) असेल तर ती विशेषशी चांगली नसली तरी आपण तिचा आश्रय घेतो; मग इंग्रजीच्या राजरस्त्यापेक्षा मराठीची भव्य मार्गाप्रमाणे झालेली व इष्ट स्थळी त्वरित नेऊन पोहोचवणारी आडवाट लाथाडून विद्यार्थ्यांच्या अमूल्य आयुष्याचा अपव्यय करण्यात शहाणपणा कोणता? असा रा. परुळेकर यांच्या विचारसरणीचा रोख होता. अध्यक्षांनी व्याख्यात्यांच्या भाषणाला एकजात विरोध केला नसला तरी विंचवाची नांगी कापणे अगर भाल्याचे टोक मोडणे व मी काही फार फरक केला नाही असे सांगण्यासारखे त्यांचे भाषण होते. इंग्रजी ही मराठीची दाई आहे; घरी-दारी, शेजारी-पाजारी, खटाऱ्यात व मोटारीत, बंदरावर व स्टेशनावर इंग्रजी साम्राज्याप्रमाणे इंग्रजी भाषेचे साम्राज्य अविच्छिन्न पसरले आहे; मग इंग्रजीवाचून आमचे पाऊल पुढे पडणार कसे? निदान पोटासाठी तरी आज इंग्रजीचे पाय धरणे आवश्यक आहे, वगैरे मुद्दे अध्यक्षांच्या भाषणात होते. अध्यक्ष हे व्याख्यानाच्या दिवसापुरते तरी शेवटचे कोर्ट मानण्याचा प्रघात असल्यामुळे त्यांच्या या हेत्वाभासमूलक विचारसरणीला जागच्या जागी उत्तर मिळणे शक्य नव्हते. पण अध्यक्षत्वाचा हा दैवी हक्क (Divine Right of Presidents) शिराळशेटी राज्याइतक्याच मुदतीचा असल्यामुळे त्यांनी केलेल्या इंग्रजीच्या वकिलीत कितपत सत्यांश आहे हे पाहणे अगत्य आहे. पुरणाच्या पाटल्या मिरवणुकीच्या कामापुरत्या भरदार दिसतात पण त्यात सोने किती आहे व त्याचा कस कोणता हे कळल्यावाचून बाजारात त्या कुणीही विकत घेणार नाही.

इंग्रजी ही मराठीची दाई आहे हा अध्यक्षांचा पहिला मुद्दा होय. मराठी गद्याला हे विधान जितके लागू पडेल तितके मराठी पद्याला पडणार नाही. गद्याची गेल्या पन्नास वर्षांत मात्र विविध अंगांनी वाढ झाली आहे व ती इंग्रजी शिक्षणाचा संस्कार झालेल्यांनी मूलत: केली आहे पण यात (अपूर्ण)*

लेखांक- २

No scheme of self government however benevolently or generously it may be bestowed upon us will over make us a self geverning nation, if we have no respect for the language our mother's speak.

- Mahatma Gandhi

इंग्रजी दाईच्या हाताला धरून रमणीय उपवनात शतपावली करण्याचा मराठीचा

* पुढील मजकूर अप्राप्त.

काळ कधीच मागे पडला आहे. घनदाट अरण्ये अगर गगनचुंबी गिरिशिखरे लीलेने पालथी घालण्याचा उत्साह अंगात संचारत असताना दाईचे बोट धरून चालवण्याची आज्ञा करणे, हे जितके अरसिकपणाचे तितकेच व्यापक दृष्टीच्या अभावांचे लक्षण आहे. दांडपट्टा खेळणाऱ्या तरुणाला पांगुळगाडा देणे अगर गळ्यातील मोहनमाळ नीट बसली की नाही हे आरशात पाहणाऱ्या मुग्धेला भातुकली खेळण्याची आज्ञा करणे, कुणाला हास्यास्पद वाटणार नाही? महाराष्ट्र शारदेच्या उपवनात प्रत्ययी फुलणारी सुगंधी पुष्पे पाहून तरी इंग्रजी दाईचे तुणतुणे बंद करणे कुणालाही प्राप्त होईल. पण शितावरून भाताची परीक्षा करण्यात तरबेज असणाऱ्यांकडून तपेले उकरून पाहण्याचे श्रम होतात कुठे? कुठे इंग्रजीचा ऐरावत आणि कुठे मराठीचे हरिदासी तट्टू ही स्वाभिमानशून्य कल्पना उगाळण्यातच त्यांना स्वारस्य वाटते. आज पन्नास वर्षे इंग्रजी दाईचे दूध पिऊनही मराठीत काही जीवकळा आली नाही असे ज्यांना वाटत असेल त्यांनी इंग्रजी चौथीपासून एम. ए. अखेर प्रत्येक वर्षाला मराठीचा स्वतंत्र भाषा म्हणून अभ्यास करायला लावले तरी योग्य अर्थांची वाण भासणार नाही, हे पक्के ध्यानात ठेवावे. वाण आहे ती सत्तेच्या दातांची, साहित्याच्या चण्यांची नव्हे.

इतके धात्रीपुराण झाले. यानंतर जळी (आगबोटीत), स्थळी (आगगाडीत), काष्ठी (खटाऱ्यात), पाषाणी (देवळात) इंग्रजीचे साम्राज्य पसरले आहे. एकवेळ हवेवाचून मनुष्य राहू शकेल पण इंग्रजीवाचून कसे चालणार हा मुद्दा येतो. 'यथा राजा तथा प्रजा' याप्रमाणे 'यथा राजभाषा तथा देशभाषा' हाही न्याय खरा आहे. इंग्रजी राजसत्तेमुळे सोवळ्याच्या बालेकिल्ल्यात जसा चहा घुसला तसा 'कप' हा शब्दही घुसला. स्टेशन शब्दाची अत्यंत सुधारलेली 'ठेशन' ही आवृत्ती अग्निरथविश्रामस्थानापेक्षा केव्हाही जवळचीच वाटते. कोकणात इंग्रजीचा प्रसार कमी आहे खरा, पण 'सीक' या इंग्रजी विशेषणाला 'पूणा'त आणून लोकांनी त्याला वैदिककाळच्या शब्दाइतका मान दिला आहे. राष्ट्राच्या वाढत्या व्यवहारात परभाषेतले सुलभ व अर्थवाहक शब्द कोणतीही भाषा घेत असते. सावंतवाडी व वेंगुर्ले ही बाजू गोव्याला जवळ असल्यामुळे गोव्याचे पैसे अगर रुपये इकडील व्यवहारात घोळतात यातलाच हा प्रकार! पण गोव्याचे रुपये इकडे चालतात, म्हणून पोर्तुगीज राजसत्ता जशी इकडे प्रस्थापित होऊ शकत नाही. त्याप्रमाणे सटरफटर इंग्रजी शब्द व्यवहारात घुसले आहेत व पदोपदी त्यांची गाठ पडते, म्हणून मराठीवर इंग्रजीचे अखंड व अनियंत्रित वर्चस्व चालावे हेही योग्य नाही. भाषेचा कोश हा समुद्राप्रमाणे असतो; प्रत्येक नव्या शब्दबिंदूला त्यात जागा आहे. पण अशा परक्या बिंदूंना आत्मसात करण्यातच समुद्राचे माहात्म्य आहे. सिंहासनावर भिन्न धर्माचा राजा असला म्हणून आपण ज्याप्रमाणे आपला धर्म सोडायला तयार होत नाही, त्याप्रमाणे प्रचलित

राजसत्ता निराळ्या भाषेत बोलत असली म्हणून आपल्या मातृभाषेची आपण गळचेपी करणे कधीही योग्य होणार नाही. 'जो स्वत:ला हिंदू म्हणवतो तो हिंदू' या व्याख्येनेच 'होवो जगाचा गुरू आर्यधर्म' ही सदिच्छा पुरी होणे शक्य आहे, हे जर खरे तर मराठीत आलेल्या शब्दाला अस्सल मराठी करून सोडण्यात आपले कौशल्य आहे. परक्या भाषेतले शब्द घेणे म्हणजे आपली भाषा दिवाळखोर आहे असे ज्यांना वाटत असेल त्यांच्या संकुचित स्वाभिमानाला व त्यावरून निघणाऱ्या त्यांच्या अनुमानांना शतश: प्रणाम असोत. प्रत्येक भाषेच्या पेढीला दुसऱ्या भाषेच्या पेढीशी संबंध ठेवावा लागतो. दोघींनी एकमेकांची खाती ठेवून व्यवहार केला तर तो उभयतांनाही फायदेशीर होतो. पण त्यातल्या गरीब पेढीने श्रीमंत पेढीत विलीन व्हावे ही कल्पना स्वाभिमानाला विघातक व महत्त्वाकांक्षेची राखरांगोळी करणारी आहे. आजची गरीब पेढी त्या श्रीमंत पेढीला उद्या भारीही होईल. नाही कोणी म्हणावे? मानवी महत्त्वाकांक्षा आपल्या तोकड्या वितीने मोजण्यात व काळाचे उदर मी फाडले असे म्हणण्यात कसला पुरुषार्थ आहे?

मराठीची प्रतिष्ठा म्हणजे इंग्रजीचे उच्चाटन, असा मात्र या वकिलीचा अर्थ नाही. वाङ्मयप्रेमी मनाच्या म्यानात वाटेल तितक्या भाषांच्या सुऱ्या राहू शकतात. रसिकाच्या शारदामंदिरातील भाषांचे नाते सवतीसवतींचे नसून बहिणीबहिणींचे असते. इंग्रजी वाङ्मयासाठी वाङ्मयलोलुपांनी इंग्रजी भाषेचे अहोरात्र पाय धरले म्हणून कोणीही त्यांची निंदा करणार नाही. हा प्रश्न आवडीचा, प्रेमाचा व स्वानंदाचा आहे. आज इंग्रजी भाषेची गोणी प्रत्येक विद्यार्थ्याला वाहून न्यावीच लागते; उद्या आणे पैचा हिशेब करणाऱ्या भावी व्यापाऱ्याला विद्यार्थीदशेत इंग्रजी कवींच्या सूर्यचंद्राबरोबर भटकावे लागते व रसायनशास्त्रवेत्ता होण्याची महत्त्वाकांक्षा बाळगणाऱ्याला आधी इंग्रजी कादंबऱ्यातील प्रेमरसायनांचे पृथक्करण करण्याचा प्रसंग येतो. सामान्य संस्कृती या दृष्टिने या वाङ्मयाचा यथातथाच उपयोग असतो; इतकेच नव्हे तर भाषा शिकता शिकता नाकी नऊ आल्यामुळे वाङ्मयरसाचे घुटके मिटक्या मारत घेण्याइतका जीवच उरलेला नसतो. व्यवहारापुरते इंग्रजी शिक्षण झाल्यानंतर इंग्रजीचे जे ज्ञान व्हायचे ते विद्यार्थ्यांच्या भावी विशिष्ट धंद्याला पोषक असे असावे. वाङ्मयप्रेमामुळे जे इंग्रजी भाषेचा खास अभ्यास करतील, त्यांचा शिक्षणक्रम निराळा व इतरांचा निराळा अशी व्यवस्था झाली पाहिजे. इंग्रजीवाचून आमचे पदोपदी अडणार अशी स्वाभिमानशून्य तक्रार करणाऱ्यांचे, शिक्षणक्रमात एक आवश्यक भाषा या नात्याने सध्या तरी इंग्रजी असावी, या सूचनेने समाधान होईल अशी आशा आहे. आम्हाला इंग्रजीला सिंहासनावरून खाली ओढायची इच्छा नसून तिच्यावर चवरी वारण्याकरिता ठेवलेल्या, पण राजतेज असलेल्या मराठीला सिंहासनावर चढवायची आहे. अर्थात, इंग्रजीला पूर्वीप्रमाणे ऐसपैस सिंहासन अडवून बसणे शक्य नाही. तिने 'त्वयार्ध

मवार्ध' केले तर 'यूयं वयं वयं यूयं' म्हणायला मराठी तयार आहेच. पण वहिवाटीच्या हक्काचा मद चढून वस्तुस्थिती न ओळखण्याइतकी ती अंध झाली असेल तर ज्ञानेश्वरांपासून आगरकरांपर्यंत समतेचा ध्वज उभारत आलेली मराठी आपल्या सात्त्विक तेजाच्या बळावर तिला ते करणे भाग पाडील.

तिसरा मुद्दा— आणि हाच सर्वांत महत्त्वाचा आहे- म्हटला म्हणजे जगाच्या शर्यतीत विठोबाला मागे टाकणाऱ्या पोटोबाचा होय. इंग्रजी शिक्षणाचा परवल असल्यावाचून नोकरीच्या राज्यात शिरणेही मुश्कील होऊन बसते, इंग्रजीचा कल्पवृक्ष सोडून मराठीच्या बाभळीखाली जाण्यात काटेकुटे मात्र पायात घुसायचे, हा फायदा आहे. तक्तनशीन राजाच्या धर्माला व भाषेला थोडेफार नसते महत्त्व आल्यावाचून राहत नाही. 'नोकरीसाठी इंग्रजी' या मंत्रातही हेच सत्य प्रत्ययाला येते. तथापि, इंग्रजीच्या नदीमुखाने बड्या पगाराच्या सेवासमुद्रात शिरण्यास वाव मिळतो हा भ्रमाचा भोपळाही हळूहळू फुटू लागला आहे. दोन पिढ्यांपूर्वी नोकरीची स्थिती एखाद्या भणंग भिकाऱ्याच्या मुलीसारखी होती. पण आता तीच सातपड्यातील राजकन्या झाली आहे. अन्न वाढले तरी पोट काही मोठे होत नाही, त्याप्रमाणे नोकरीकरता धडपडणारा भिक्षुकवर्ग फुगला म्हणून नोकऱ्यांची संख्या काही वाढणे शक्य नाही. कोणत्याही देशाच्या लोकसंख्येशी नोकरवर्गाचे प्रमाण अत्यल्प पडत असते. उत्पादक व स्वतंत्र धंद्यामध्ये महत्त्वाकांक्षेला जो वाव असतो तो नोकरीत कसा मिळणार?

नोकरी मिळण्याला इंग्रजी हा हटकून रामबाण उपाय आहे, ही कल्पनाच सदोष आहे. 'गरज व पुरवठा' या न्यायाने नोकऱ्यांची सुबत्ता व महर्घता होत असते. नोकरीच्या मोहिनीने हिंदुस्तानातील शिक्षित वर्ग मोहून गेल्यामुळे तिला आढ्यता चढावी हे क्रमप्राप्तच आहे. 'तुकडा एक नं कुत्री लाख' असा प्रकार झाल्यामुळे 'सेवाधर्मः परमगहनो योगिनामप्यगम्यः' हा चरण अक्षरशः सार्थ होण्याचा समय समीप आला आहे. त्यातून इंग्रजीचे एक आवश्यक भाषा म्हणून अध्ययन व्हावे अशी मराठीच्या भक्तांचीदेखील इच्छा असल्यामुळे नोकरीला नैवेद्य दाखवताना त्यात काही कमतरता पडेल अशातला भाग नाही. दाई म्हणून एकदा सोडून दहादा इंग्रजीच्या पाया पडा, पण यापुढे मराठी गरुडाला पंख फुटले आहेत हे विसरू नका; व्यवहारात इंग्रजीची गरज लागेल तिथे उपयोग करा; पण ज्या भाषेत आईला आपण प्रथम हाक मारली त्या भाषेला लाथाडून परक्या भाषेला डोक्यावर चढवून ठेवू नका; नोकरीसाठी इंग्रजी शिका पण मराठीला दूर लोटू नका; हीच इंग्रजीभक्त मराठ्याच्या चरणी आमची नम्र प्रार्थना आहे.

उदयोन्मुख मराठीचा विकास त्वरित कसा करता येईल, याचा विचार पुढच्या लेखात करू.

लेखांक- ३

स्वभाषेचे संवर्धन हे स्वराज्याचे एक महत्त्वाचे अंग आहे. पोपटाला पिंजऱ्यात कोंडले तरी तो कावकाव करत नाही किंवा सर्कसवाल्याच्या मेहेरबानीने सिंहाला कारागृहवास प्राप्त झाला तरी तो काही कंठातून कोल्हेकुई काढत नाही. हे ध्यानात आणून राजकीयदृष्ट्या परतंत्र असलेल्या राष्ट्रांनी भाषा व वाङ्मय या बाबतीत स्वतंत्र राहण्याकरता आटोकाट प्रयत्न केले पाहिजेत. मेकॉले साहेबांना कर्णपिशाच्चाचे साहाय्य असल्यामुळे संस्कृतसारख्या प्राचीन भाषांचे जामदारखाने म्हणजे धनगराच्या व कैकाड्याच्या दागिन्यांचे संग्रह असे त्यांना म्हणता आले. पण मेकॉलेने लिहिलेल्या शब्दाची शाई वाळली नाही तोच त्याचेच मॅक्सम्युलरप्रभृती देशबांधव याच प्राचीन भाषेतील प्राचीनतम ग्रंथांची-वेदांची-संस्कृतीचे माहेरघर व ज्ञानाचे भांडार म्हणून स्तुती करू लागले. जेत्याच्या वरपक्षाने नवरेपणाच्या कैफात जित्यांच्या वधूपक्षांतील नसत्या खोडी काढल्या तरी वधूपक्षाला मूग गिळून स्वस्थ राहणे भाग असते. मेकॉले साहेबांच्या उथळ ज्ञानाच्या फवाऱ्याची व त्यांच्या ठासून केलेल्या विधानांची तीच स्थिती झाली. परंतु अंती सत्याचा जय होतो, हे सिद्ध करण्याकरताच की काय ज्या संस्कृत भाषेचा अभ्यास करण्याची तादृश जरुरी तिच्या हिंदी वारसांना देखील नाही असे त्यांनी भाकीत केले होते, ते कुडबुड्या जोश्याइतक्याही लायकीचे न ठरून गीर्वाणभाषेचे अध्ययन जर्मन, अमेरिकन व इंग्रज पंडितही करू लागले.

मागील दोन लेखांचा निष्कर्ष, इंग्रजी अवश्य शिका; धंदा करायचा असल्यास धंद्यापुरते, वाङ्मयसेवक व्हायचे असल्यास दोन्ही वाङ्मयाची तुलना करता येईल इतके अवश्य शिका, पण इंग्रजीला आवडती राणी करून मराठीला नावडती मानण्याचा जो प्रघात पडला आहे, तो मात्र यापुढे चालवू नका, हे चाणाक्ष वाचकांच्या लक्षात आले असेलच. महाराष्ट्राच्या आजच्या स्थितीत इंग्रजी भाषा हे औषध व मराठी भाषा हे अन्न आहे. पौष्टिक अन्न मुळीच न घेता रोगी सारखे औषध घेऊ लागला तर त्याचा कितीसा गुण पडेल? आजच्या जीवनकलहातील झटापटीत इंग्रजी भाषेचे चिलखत अंगात असणे केवळ इष्टच नव्हे तर आवश्यक आहे. पण नेहमीच्या वस्त्राची उणीव चिलखताने कशी भरून येणार? इंग्रजी राज्यामुळे इंग्रजी भाषेला नैमित्तिक महत्त्व आले आहे. भावी हिंदी स्वराज्यात हिंदुस्थानच्या अंतर्व्यवस्थेत इंग्रजीचे प्रस्थ सध्याइतके मुळीच राहणार नाही. आजचा इंग्रज व्यापारासाठी अगर काव्यशास्त्रविनोदासाठी फ्रेंच किंवा जर्मन भाषा ज्याप्रमाणे शिकतो, त्याप्रमाणे उद्याचा हिंदी इंग्रजी भाषा शिकेल. पण इच्छा अगर आवड म्हणजे काही सक्ती नव्हे.

आतापर्यंत मराठीची हेळसांड केली ती सुशिक्षित समाजाने व शिक्षकवर्गाने. एखाद्या मुलाच्या पोषणाची व विद्याभ्यासाची जबाबदारी त्याच्या धाकट्या भावावर

न पडता स्वभावत:च ज्याप्रमाणे वडील भावावर पडते, त्याप्रमाणे भाषेच्या उद्धाराचे प्रयत्न अशिक्षितांपेक्षा सुशिक्षितांनीच केले पाहिजेत. पण खेड्यातील वनश्रीपेक्षा राणीचा बाग, कोकणच्या समुद्रापेक्षा बॅकबे व विपुल हवेपेक्षा मोजूनमापून मिळणारी मुंबईची हवा सुशिक्षितांना पसंत पडत असल्यामुळे मराठी भाषेची मातब्बरी त्यांना फारशी वाटलीच नाही. मुंबईत राहून शुद्ध मराठी बोलणे म्हणजे गव्हर्नरच्या लेव्हीला पायात वहाणा घालून जाणे अगर पर्शियन हॉटेलमध्ये शिरून चहा न पिणे होय असे त्यांनी मानले. मराठी-इंग्रजी शब्दांची खिचडी व दोन्ही भाषांच्या परस्परविरुद्ध रचनांची गोधडी हेच अन्नवस्त्र नगरवासी सुशिक्षितांच्या संभाषणांना लाभते. संन्यासी अर्जुनाने सुभद्रेच्या सौंदर्याने वेडावून जाऊन 'दुग्धी लिंबू पिळिले' म्हणून आम्ही ज्याला हसतो पण पदोपदी बोलताना इंग्रजी शब्द वापरण्याबद्दल कोणाचीच हरकत नाही. पण प्रत्येक मराठी वाक्य अर्धनारीनटेश्वराप्रमाणे नटवण्याची सुशिक्षितांची खोड जितकी हास्यास्पद तितकीच गर्ह्य आहे. अशा प्रकारची वाक्ये विचित्रलीलेतील 'विचित्रा' इतकीच सुंदर दिसतात हे काही लिहायला नको!

देश व भाषा ही मानवी जीवितगृहातील पती-पत्नी होत. पारतंत्र्याचे जू देशाच्या मानेवर आले तरी ते दूर झुगारून देता येते; पण भाषेच्या बोकांडी हे भूत एकदा बसले की त्याला गाडून टाकणे प्रतिभासंपन्न पंचाक्षऱ्यांनाही शक्य होत नाही. 'स्त्रीषु दुष्टासु वार्ष्णेय जायते वर्णसंकर:' ही अर्जुनाची भीती भाषेच्या बाबतीतही तितकीच खरी आहे.

गरज असेल तेव्हा इंग्रजीत अवश्य बोलावे पण वाक्याचा आरंभ इंग्रजीत व शेवट मराठीत अगर आदि मातृभाषेत व अंत राजभाषेत ही जी धेडगुजरी, परावलंबी व पारतंत्र्यपोषक पद्धती सध्या सुशिक्षित वर्गात प्रचलित आहे तिचा नायनाट झालाच पाहिजे. सध्याच्या नागरसुशिक्षितांच्या पोशाखाप्रमाणे त्यांची भाषाही अर्धबाटगी झालेली पाहून 'शिव शिव न हिंदु धर्मआंग्ल:' हेच उद्गार प्रत्येक समंजस मातृभाषाभक्ताच्या मुखातून बाहेर पडतात. 'आम्ही इतके बी ए झालो ते काय तुमच्या खेडवळ मराठीतच बोलण्याकरिता की काय?' असे एखाद्या पदवीधराला वाटत असेल तर त्याला हात जोडून आमचे एवढेच सांगणे आहे की, आपले इंग्रजीवरील प्रभुत्व कायदेमंडळात व कचेरीत दाखवा. आपल्या जिल्ह्यांतील गाऱ्हाणी जिल्हाधिकाऱ्यांपुढे लेखी व तोंडी मांडून त्यात आपले आंग्लभाषापांडित्य प्रकट करा; हिंदी राजकारणाच्या बहिर्मुख भागात इंग्रजीची अतिशय गरज आहे, ती उणीव नाहीशी करा; एखाद्या विषयाचा सांगोपांग अभ्यास करून त्यावर इंग्रजीत ग्रंथ लिहा व अशा रीतीने हिंदी बुद्धिमत्तेचा दुंदुभी पाश्चात्त्य राष्ट्रांत गर्जवा पण खेळीमेळीच्या बोलण्यात, वात्सल्याने मुलांशी बोलताना अगर स्वयंपाकघरात मात्र इंग्रजीची कुबडी काखेत धरून पाऊल टाकू नका. स्थानी-अस्थानी इंग्रजीचा उपयोग व तोही

धेडगुजरी पद्धतीने करणे म्हणजे किंकिणीला वश करण्याकरिता तलवार उपसणाऱ्या कंकणाचे अनुकरण करणे होय.

संभाषणात मराठी मातृभाषा असणाऱ्यांनी शुद्ध मराठीच बोलले पाहिजे; एवढेच नव्हे तर, पत्रव्यवहारातही मातृभाषेचाच सर्रास उपयोग केला पाहिजे. 'वडिलांचे चरणी बालकाचा शि.सा.न.' याऐवजी 'My dear father' व 'आपला' या ऐवजी 'Your's' हे शब्द ज्यांना आवडत असतील त्यांना मराठी अंत:करण नाही असे म्हटले पाहिजे. मॅकमिलन कंपनीला खुशाल इंग्रजी पत्र लिहा पण धाकटा भाऊ म्हणजे त्या कंपनीचा गोरा व्यवस्थापक नाही, की ज्याला मराठी समजणारच नाही! 'बाहेर जाणे झाले आहे' असे पतीच्या स्नेह्याला सांगणाऱ्या महाराष्ट्रीय महिलेने पतीला 'My dear husband' ने विभूषित झालेले पत्र लिहिण्यात मुळीच स्वारस्य नाही. मराठी भाषेचे गद्यपद्यातील शिवाजी-चिपळूणकर व केशवसुत इंग्रजीतच पत्रव्यवहार करत ही गोष्ट खरी पण गेल्या ४० वर्षांत झालेली मराठी भाषेची व स्वाभिमानाची वाढ या दृष्टिने घरगुती पत्रव्यवहार मराठीतच करणे हे सुशिक्षितांचे आद्यकर्तव्य आहे.

संभाषण व पत्रव्यवहार हे प्रांत मराठीने काबीज केल्यानंतर ग्रंथलेखनाकडे वळले पाहिजे. ग्रंथलेखनात मराठीची हेळसांड होत आहे, असे आम्ही म्हटले तर ते कित्येकांना खरेही वाटणार नाही. 'मराठी ग्रंथकार आपले ग्रंथ काय इंग्रजीत लिहितात?' असा वकिली बाण्याचा प्रश्नही कित्येक जण विचारतील. 'जे पिंडी तेच ब्रह्मांडी' हे या बाबतीतही प्रत्ययाला येते. कथा, नाटके, कादंबऱ्या इत्यादी ललित वाङ्मयाच्या शाखात इंग्रजी शब्दांची खैरात करणारे हरीचे लाल काही थोडके नाहीत. स्वाभाविकपणा, संसाराचे हुबेहूब चित्र इत्यादी गोष्टींना ते आपल्या इंग्रजीमिश्रित मराठीचे समर्थनही करतील. पण वाङ्मयदृष्ट्या ही गोष्ट अत्यंत हानिकारक आहे. चिरंतन स्वरूपाच्या वाङ्मयात परभाषेचा अशा रीतीने प्रवेश झाला की, काट्याचा नायटा व्हायला फारसा वेळ लागत नाही. (इंग्रजी मराठीचे हे सहभोजन फक्त सामाजिक लिखाणातच आढळते ही भाग्याची गोष्ट आहे. असल्या लेखकांचा शिवाजी अफजुलखानाला 'गुडमॉर्निंग' करत नाही हे त्यांचे मराठीवर पर्वतप्राय उपकार आहेत) खुद्द लेखकवर्गदेखील शुद्ध मराठी लिहिण्याच्या बाबतीत किती निष्काळजी आहे व आधुनिक लेखकांची लेखणी इंग्रजी शब्दांना किती चटावली आहे हे 'सौभाग्यलक्ष्मी' या नुकत्याच प्रसिद्ध झालेल्या सामाजिक नाटकावरून दिसून येईल. यातील डॉक्टर झालेला नायक म्हणतो, 'आता माझे कौतुक करणारे कोण आहे? डेस्टिनी!' बिचारा बोंडल्यातूनच इंग्रजी भाषा प्यायला असावा! दुसऱ्या ठिकाणी तो उद्‌गारतो, 'कल्पनेच्या स्वर्गीय सुखाशेवर वाढलेला जीव कठोर सत्यांच्या ठोकरींनी बेजार होऊन प्रॅक्टिकल जगातील कडू अनुभवाचे जहरी प्याले

पिताना-' इत्यादी. बिचाऱ्याला प्रॅक्टिकल खेरीज दुसरे काही माहितीच नसावे. हे सर्व नाटक म्हणजे मराठी भाषेच्या खुनांचे प्रदर्शनच आहे. कोल्हटकरांच्या सामाजिक नाटकात अगर गडकऱ्यांच्या प्रेमसंन्यासात औषधालाही इंग्रजी शब्द मिळणार नाहीत, हे सदरहू डॉक्टर नायकाच्या जनकांनी लक्षात ठेवावे. सारांश, संभाषण व पत्रव्यवहार यांच्याप्रमाणे वाङ्मयातही इंग्रजी शब्दांचा व वाक्यांचा सुळसुळाट सुशिक्षितांनी माजवला आहे व त्यांना जर खरोखर मराठीची सेवा करायची असेल तर त्यांनी त्याला आळा घातला पाहिजे. धमक असेल तर इंग्रजीत नाटक लिहा पण 'प्रॅक्टिकल जगातील कडू अनुभव' वाचकांना देऊ नका.

लेखांक-४

वाङ्मयावाचून भाषा म्हणजे कर्तृव्यशून्य जीवित, वृक्षलताहीन उद्यान, रसविहीन काव्य अगर प्राणविरहित देह होय. भाषा हे राष्ट्राच्या संस्कृतीचे भांडार असते. पण उच्च दर्जाच्या वाङ्मयाच्या अभावी या भांडाराची किंमत एखाद्या लहान मुलीच्या बाहुलीच्या दागिन्यांपेक्षा जास्ती होत नाही. प्रत्येक पिढीच्या ज्ञानाचा व ब्रह्मानंदाचा अर्क घेऊन, सत्त्वशील होणारी भाषा ही खरी भाषा होय. या दृष्टिने मराठीची किंमत अजमावयाची असली तर लिहिण्या-बोलण्याच्या भाषेपेक्षा वाङ्मयाची सद्य:स्थिती पाहणे श्रेयस्कर होईल.

मराठी वाङ्मयाची नाडी हातात घेऊन गंभीर व चिंताक्रांत मुद्रेने 'ही आता मेल्यांतच जमा आहे' असे उद्‌गार काढणारे महात्मे काही दुर्मीळ नाहीत. परंतु हत्तीचे स्वरूप, त्याला पाहणाऱ्या सर्व आंधळ्यांचे वर्णन एकत्र केले तरच यथार्थ समजण्याचा संभव असतो. हे या बाबतीत ध्यानात ठेवणे अगत्य आहे. इंग्रजी भाषेइतकी ग्रंथसंपत्ती नाही म्हणून मराठीला मरणद्वारी बसवणारे, आपला चार महिन्यांचा मुलगा शेजारच्या तीन वर्षांच्या मुलाप्रमाणे बोलत नाही म्हणून त्याच्यावर तोच प्रयोग करतील काय? वाङ्मयाची तुलना पद्यापेक्षा गद्यात करण्याची पद्धत आहे व काव्य हे गृहिणीप्रमाणे हृदयराज्य सांभाळणारे, तर गद्य हे पतीप्रमाणे बाहेरच्या सर्व उलाढाली करणारे असते हे लक्षात घेतले म्हणजे ती योग्यच वाटते. हृदयापेक्षा डोके व पोट यांना व्यावहारिक जगात जास्त मान मिळतो यात नवल नाही.

इंग्रजी गद्य व मराठी गद्य याच्या वयात अनेक पिढ्यांचे अंतर आहे. स्थूलमानाने इंग्रजी गद्याने. आपला व्यापार वाढवण्यासाठी जेवढी शतके घालविली तेवढी दशकेच मराठी गद्याने घालवली आहेत असे म्हणता येईल. अशा स्थितीत इंग्रजीच्या तोडीचा शास्त्रीय ग्रंथसंग्रह मराठीत नाही, म्हणून अश्रू ढाळणे व त्याच अश्रूंनी मराठीला तिलांजली द्यायला उद्युक्त होणे कितीसे उचित होईल? नुकतेच लावलेले

कलमी आंब्याचे झाड फार पूर्वी लावलेल्या दुसऱ्या झाडाप्रमाणे फळे धरत नाही म्हणून तोडून टाकणे शहाणपणाचे होईल काय? काल मुंज झालेल्या मुलाला सोमयागातील अर्ध्वयूचे काम करता येत नाही म्हणून त्याचे जानवे तोडून टाकण्याचा आततायीपणा करण्यात अर्थ नाही. हळद पिऊन क्षणार्धात जर गोरे होता येत असते तर जगातील सर्व हळदीचा आफ्रिका खंडाने कधीच चट्टामट्टा केला असता! आज मराठी वाङ्मयाचे खुरटलेले अंग म्हणजे शास्त्रीय ग्रंथरचना होय. पण या पापाचे खापरही सरकार व लोक यांच्याच कपाळी भावी इतिहास फोडील! शास्त्रीय ग्रंथ म्हणजे चुटक्यांचा मांडव नव्हे. त्याला वर्षानुवर्षे व्यासंग पाहिजे, दुर्मीळ ग्रंथसंग्रह पाहिजे व धनिकांची सहानुभूती पाहिजे. पण महाराष्ट्रातील बुद्धिवानांना, विद्वानांना पोटाची वीतभर खळगी भरण्याकरिता दिवसभर खर्डेघाशीच्या अगर त्याच लायकीच्या नावडत्या उद्योगात खितपत पडावे लागत आहे! दिवस पोटासाठी नावडत्या उद्योगात घालवून आवडीचे काम करण्याकरता रात्रीचा दिवस केला तर ग्रंथाचा सांगाडा तयार होतो. पण पुस्तक छापायचे कसे व कर्ज काढून छापले तर ते खपायचे कसे हे प्रश्न दत्त म्हणून असल्या आलोचन जाग्रण करणाऱ्या ग्रंथकर्त्यापुढे उभे राहतात! या दत्तजयंतीचा जन्म संपला तरी पारणे फिटण्याचा संभवच नाही! आधीच अर्धपोटी राहणाऱ्या गरीब लोकांना पूर्ण लंघनाचे फायदे मात्र ग्रंथप्रकाशनामुळे कळत असतात! शिक्षण पद्धतीत जिथे तिथे इंग्रजीसाठी पायघड्या पसरलेल्या! चुकून मराठी पाऊल टाकील तर युनिव्हर्सिटीचे सभासद व इंग्रजीचा 'उदो उदो' करणारे अभिमानशून्य सुशिक्षित 'खामोश' करणार! अर्थात, शास्त्रीय पुस्तकांचा शाळा-महाशाळात खप शून्य! बरे सर्वसामान्य वाचकवर्गाकडे पाहिले तर शास्त्रीय ग्रंथाचे नाव ते राजद्रोही इसमाइतकेच वावडे मानणार! शास्त्रीय ग्रंथातील प्रयोगाच्या चित्रात पेले असले तरी असल्या वाचकवर्गाच्या आवडत्या गोष्टीतील 'चहाच्या पेल्यांची' सर त्यांना कशी येणार? शास्त्रीय ग्रंथातील पेल्यांना 'जिवलगा', 'प्रियतमे' इत्यादी शब्दच अपरिचित असतात! शिवाय एखाद्या तुटक्या माळेच्या वाळलेल्या पुष्पात त्यांना जेवढ्या गोष्टी आढळतात, तेवढ्या दहा शास्त्रीय ग्रंथ धुंडाळले तरी मिळणार नाहीत. चहाच्या पेल्यातील नायिका घेतली तरी मुखचंद्र, नेत्रकमल, भ्रूधनु इत्यादी मंडळी त्यांना क्षणार्धात भेटतात; पण शास्त्रात एवढ्यांचीच गाठ घ्यायची असल्यास मुखासाठी शरीरशास्त्र, चंद्रासाठी ज्योतिषशास्त्र, कमलासाठी वनस्पतिशास्त्र इतकी शास्त्रे धुंडाळावी लागतील! बरे इतक्याउप्पर ही शास्त्रीय मंडळी गोड असती तर गोष्ट निराळी! दंतप्रकरण काढले की किडलेल्या दाताचे चित्र दृष्टीला पडायचे व दात धुण्याचा इशारा मिळायचा, पण वाचकवर्गाच्या आवडत्या वाङ्मयात दातांचा संबंध आला की तो 'दंतव्रण कारे गाला' अगर 'प्रतिनायक दातओठ खाऊन म्हणाला' अशा प्रकारचा असतो. शास्त्रात डोळ्यांची सगळी

माहिती दिलेली असते पण कटाक्ष कुठून निघतात हे एक ग्रंथकार देत असेल तर हरि शिवा गोविंदा! तेव्हा ज्यात ना तरुणी, ना रमणी, ना प्रेमपाश, ना नेत्रकटाक्ष, असल्या अभ्यासजड व रूक्ष शास्त्रीय वाङ्मयाकडे चटकदार (ज्याच्या नित्य पाठाने अनेक वेळा चटके बसतात असा याचा अर्थ असावा!) वाङ्मय वाचायला उत्सुक असते ती सामान्य जनता तरी कशाला ढुंकून पाहते? 'आई जेवू घालीना व बाप भीक मागू देईना' असला प्रकार असल्यामुळेच मराठी शास्त्रीय वाङ्मय मागासले आहे. शास्त्रीय ग्रंथ लिहिणाऱ्या विद्वानांचा महाराष्ट्रात दुष्काळ नाही व ही गोष्ट मराठीचा अंशत: शिक्षणात प्रवेश झाल्याबरोबर निरनिराळ्या विषयांवर तयार होत असलेली पुस्तके सिद्ध करत आहेत.

पण शुद्ध शास्त्रीय वाङ्मयाची शाखा सोडून दिल्यास मराठीची वाढ, संख्या व गुण या दोन्ही दृष्टींनी होत आहे हे नि:संशय आहे. मराठी वाङ्मयाचा आढावा काढण्याचे हे स्थळ नसल्यामुळे १९१५ ते १९२५ या दशकात प्रसिद्ध झालेल्या पुस्तिकांची यादी केल्यास ती आक्षेपांची तोंडे खचित बंद करील एवढेच येथे नमूद करितो.

'असंतोष: श्रियो मूलं' या न्यायाने मराठी वाङ्मयाचा प्रत्येक विभाग अजून व्हावा तसा झाला नाही, असे आम्हीही म्हणू. शिवाय समुद्रात किती पाणी पडावे, आकाशाच्या सीमा कोठपर्यंत असाव्यात या गोष्टी जशा दुर्बल मानवी प्राण्याने ठरवू नयेत त्याप्रमाणे वाङ्मयाची व्याप्ती, विकास, विस्तार निश्चित करण्याच्या नादालाही त्याने लागू नये. असंतोषाच्या पोटी भावी यशाचे बीज असले तरी त्या असंतोषाला कृतकार्याचा पाया पाहिजे. नुसता नाक मुरडणारा असंतोष म्हणजे स्वाभिमान गमावल्याची जाहीर दवंडी होय!

आतापर्यंत जे उच्च दर्जाचे ललित वाङ्मय निर्माण झाले तेही वाचकवृंदरूपी मालाकाराच्या निढळाच्या घामाचे फळ नसून स्फूर्तिरूपी पर्जन्यराजाचीच कृपा होय. वर्तमानपत्रे, मासिके व ग्रंथ या सर्वांचा गेल्या पाव शतकाचा इतिहास पाहिल्यास वस्तुस्थितीवर बराच प्रकाश पडेल. 'आमच्या गावातील लायब्ररीत येणाऱ्या एका वर्तमानपत्राचा र.नं. १६०० आहे व माझ्या चुलत भावाचा मावस भाचा ज्या शाळेत जातो त्या शाळेशेजारी राहणारे गोविंदराव जे मासिक घेतात त्याचा र.नं.२००० आहे' हा युक्तिवाद किती पोकळ व भ्रामक आहे हे सांगायला नकोच! शाळेतील सामान्य नोंदवहीतील (रजिस्टर) मुलांची संख्या मोठी दिसत असली तरी प्रत्यक्ष शाळेत मुले त्या मानाने थोडीच असतात. वर्तमानपत्रे व मासिके यांच्यावरील पोस्टाचे रजिस्टर नंबर पाहून वाङ्मयाच्या अभिवृद्धीचे निदान करणे हे आपण सध्या जिवंत आहोत म्हणून १९२५ वर्षांचे आहोत असे प्रतिपादण्यासारखे आहे. नियतकालिकांच्या जगातही जननमरण नेहमी चाललेलेच असते. इतकेच नव्हे तर

हिंदुस्थानातील सुशिक्षितांप्रमाणे नियतकालिकेही बहुधा अल्पायुषी होतात.

सारांश, महाराष्ट्रात नियतकालिकांची निपज व्हावी तितकी व व्हावी त्या पद्धतीने होत नाही. याचे मुख्य कारण सद्भिरुची व वाचनलालसा वाढत असली तरी गोगलगाईच्या गतीने हेच होय! या बाबतीतही सुशिक्षित वर्ग चुकारतट्टूपणा करत आहे. अन्नवस्त्रआच्छादनाइतकेच वाचनही आवश्यक आहे हे समंजस सुशिक्षित नाकारणार नाहीत. पण वर्षाकाठी आपल्या आवडीचे एखादे मासिक, एखादे वर्तमानपत्र व दहापाच पुस्तके घेणारे हरीचे लाल किती असतात हे पुस्तके विकणाऱ्या दुकानदारांनाच माहीत! इंग्लंडसारख्या देशात ज्या पुस्तकांच्या आवृत्त्यांवर आवृत्त्या निघाल्या असत्या त्या पुस्तकाची पहिली आवृत्ती खपवताना महाराष्ट्रात ग्रंथकाराचा जन्म खपतो. 'पण लक्षात कोण घेतो', 'निबंधमाला', 'सुदाम्याचे पोहे', 'मराठे व इंग्रज' इत्यादी अनेक पुस्तकांच्या आवृत्त्या व खपलेल्या प्रती यांची यादी काढली तर मग निराश झाल्यावाचून राहत नाही. दोन कोटी जिभांवर अहोरात्र नाचणाऱ्या भाषेतील उत्तम ग्रंथांचा खप लाखांनी लांब राहिला पण हजारांनीही होऊ नये काय? साक्षरतेचा व्हावा तसा प्रसार झाला नाही, हे याचे एक कारण आहे. पण साक्षर नव्हे, सुशिक्षित झालेल्यांनी वाङ्मयप्रेमाचे काय दिवे लावले आहेत हे पाहिले म्हणजे 'येथे पाहिजे जातीचे' असेच उद्गार निघतात. 'अमका लेख वाचायला पाहिजे होता. पण गावात कुठे अंकच मिळेना!' असे उद्गार काढणारे सुशिक्षित चिरूटबहाद्दर प्रस्तुत लेखकाला पदोपदी भेटतात. चहापान ब्रह्मदेवाच्या मुख्यसंख्येइतके करण्याऐवजी दत्ताच्या मुख्यसंख्येइतकेच केले, कडकडीत कॉलरवर कडकडीत बहिष्कार घातला अगर दररोज सिगारेटचे दोन झुरके कमी ओढले तर त्यांना सक्रिय वाङ्मयप्रेम सहज दाखवता येईल. चहाच्या पेल्याला दोन पैसे पडतात, चहागृहाला दिवसातून तीन वेळा भेट न देता दोन वेळाच दिली तर वर्षाकाठी बारा रुपये वाचतात. या बारा रुपयात इष्ट मासिक, वर्तमानपत्र व चार दोन पुस्तकेही घेता येतील, हा हिशेब चहागृहातील पेले विसळणाऱ्या पोरालाही समजण्यासारखा आहे! पण शिष्टाचारासाठी वाङ्मयप्रेम दाखवणाऱ्या व 'च'काराच्या मागे लागलेल्या सुशिक्षितांच्या गळी ते कुठून उतरणार? कोळसा कितीही उगाळला तरी काळाच; तथापि, एक उदाहरण दिल्यावाचून राहवत नाही. विस्तारासारख्या वर्षाची अवघी तीन रुपये वर्गणी असणाऱ्या, पंचावन्न वर्षे अव्याहत चाललेल्या, चांगल्या मासिकाचे वर्गणीदार हजार-दीडहजाराच्या आतच आहेत. महाराष्ट्रात खोऱ्याने पैसे ओढणारे वकील, पाच वाजता उपरणे झाडून विद्यादानाच्या पवित्र कार्यातून मुक्त होणारे सुखवस्तू पगारी शिक्षक, मुंबईचा माल गावातल्या गोरगरिबांना विकून या भद्रेश्वरीवर गब्बर होणारे व्यापारी यांपैकी कोणताही वर्ग घेतला, तरी तो काही हजार दोन हजारांइतका लहान नाही. सार्वजनिक वाचनालयांचा आश्रय वगळल्यास महाराष्ट्रात

चालू असलेल्या मासिकांपैकी निम्मी अधिक तत्काळ बंद पडतील! धर्मशाळेवर निर्वाह करण्याचे हे स्वार्थी वाङ्मयप्रेम सोडून देऊन प्रत्येकाने आपल्यापुरती झोपडी बांधली पाहिजे. जसजसा आश्रय मिळत जाईल तसतसा लेखक वर्ग मराठीत खास वाढेल. वाचनाच्या बाबतीतील ही भिक्षुकी सुशिक्षित वर्गाने टाकून दिल्याखेरीज नियतकालिके व ग्रंथ यांची प्रगती वेगाने होणार नाही.

परंतु नाइलाजाने वर्षातून एकदा घालाव्या लागणाऱ्या श्राद्धाप्रमाणे एखादे वर्तमानपत्र घेतले अगर आईच्या भिडेखातर करावा लागणारा लघुरुद्र मासिकाच्या रूपाने साजरा केला म्हणजे वाङ्मयाच्या बाबतीत इतिकर्तव्यता झाली असे मुळीच नाही. तालुक्याच्या शहरी दोन दोन हायस्कुले चालण्याइतका शिक्षणप्रसार झालेला असतो; पण सभेचा कपिलाषष्ठीचा योग यायला एखाद्या पुढाऱ्यालाच मरावे लागते! ज्या देशातील शहरात साध्या सभा व्हाव्या म्हणून पुढाऱ्याला प्राण द्यावा लागतो त्या देशाची प्रगती कोण वर्णन करील? गांधीजींचा विधायक कार्यक्रम जे अक्षरश: पाळत असतील त्यांची गोष्ट निराळी, पण जिल्ह्याच्या व तालुक्याच्या शहरी असलेले इतर शेकडो सुशिक्षित सार्वजनिक असे कोणते कार्य करत असतात? पोटाचा धंदा हेच उत्तर असल्यास काक-बकापासून व्याघ्र-सिंहापर्यंत सर्वच सार्वजनिक कार्यकर्ते आहेत असेच म्हणावे लागेल.

राजकारणाची आवड, त्यात पडण्याची शक्ती, फुरसद अगर परवानगी सर्वांनाच असते असे नाही. अशा रिकामटेकड्या लोकांनी वाङ्मयमंडळे काढून ती चांगल्या रीतीने चालविली, ज्ञानप्रसारासाठी व्याख्याने व वाङ्मयचर्चा यांचा त्यांच्यामार्फत उपक्रम केला तर सार्वजनिक शिक्षणाला व सद्भिरुची आणि सुसंस्कृती यांच्या वाढीला त्यांची केवढी तरी मदत होईल! राजकारणाच्या उन्हात ज्यांना फिरवत नसेल त्यांनी वाङ्मयाच्या चांदण्यात तरी सहल करायला पुढे का येऊ नये?

लेखांक-५

महाराष्ट्रातील लौकिक व्यवहार हा तराजूसारखा झाला असून या तराजूचे इंग्रजी पारडे दहासहस्र नागांच्या बळीने आजपर्यंत जमिनीला चिकटून बसले होते. मराठीच्या पारड्याला सरकारचे अगर समाजाचे कोणाचेच वजन न मिळाल्यामुळे कविकल्पनेप्रमाणे आकाशात हवा खात फिरण्याखेरीज त्याला दुसरे काही करताच येत नव्हते. पण आता विद्यापीठातील सुधारणा, प्रतिभासंपन्न लेखकाचे परिश्रम इत्यादी वजने मराठीच्या पारड्यांत भराभर येऊन पडू लागली आहेत व इतके दिवस धन्याच्या पाठीवर आरूढ होणाऱ्या श्यामकर्णावर गाशा टाकून धनीच त्याला कोरडे लगावणार अशी चिन्हे दिसत आहेत.

स्वधर्माप्रमाणे स्वभाषेतले निधन श्रेयस्कर असते आणि परभाषा परधर्माप्रमाणे भयावह असते हे त्रिकालाबाधित सत्य तरुण महाराष्ट्राच्या पचनी पडत चालले आहे. पण झाडाच्या मुळाला लागलेली कीड काढून टाकली म्हणजे त्याची वाढ होते असे नाही; त्याला पाणी हे घातलेच पाहिजे. राज्य मिळवणे व ते चिरस्थायी करणे या दोन्ही गोष्टी भिन्न आहेत. इंग्रजीचा एक एक प्रांत मराठीच्या ताब्यात हळूहळू येत आहे. पण हे राज्य राखायला दुसरे बाजीराव उपयोगी पडणार नाहीत; निजामाला दाती तृण धरायला लावणारा पहिला बाजीरावच त्या कामाला पाहिजे. बहुजनसमाज मराठीविषयी उदासीन असला तर मराठीचे वाढणारे राज्य ज्याच्या कडीपाटाला बालकाच्या पाळण्याच्या दोऱ्याचा व ज्याच्या जमिनीला रांगत्या फुलांचा स्पर्श झाला नाही, अशा एखाद्या नवकोट नारायणाच्या सातमजली हवेलीप्रमाणे होईल. स्त्री-हृदय रत्नजडित कंबरपट्ट्यापेक्षा कडेवर बसलेल्या सोनुकल्याला व गळ्यातल्या चंद्रहारापेक्षा गळ्यातला ताईत झालेल्या चिमण्याला अधिक मोल देत असते. भाषेलादेखील कागदी विस्तारापेक्षा जनतेचे प्रेमच पाहिजे असते. हक्क भांडून मिळवता येतात पण प्रेम लतेवर विकसित होणाऱ्या कलिकेप्रमाणे अंत:स्फूर्तीनेच प्रकट होत असते. मराठी मराठ्यांना हक्काच्या प्रेमासाठी जवळ करत आहे असे नसून तो तिचा प्रेमाचा हक्कच आहे.

पण स्वराज्य कधीतरी मिळणार म्हणून जसे आपण हात जोडून स्वस्थ बसणार नाही, त्याप्रमाणे स्वभाषेचे स्वराज्य कधी ना कधी तरी प्रस्थापित होणार म्हणून 'ठेविले अनंते तैसेचि रहावे' ही जपमाळ ओढत बसण्यातही हशील नाही. काळाच्या प्रवाहाला प्रयत्नांची जोड दिली असता शतकाचे कार्य दशकात व प्रहराचे कार्य निमिषात होते हा नेहमीचा अनुभव आहे. मागील लेखांकात सर्वसामान्य सुशिक्षित वर्गाचे कर्तव्य काय आहे, याची रूपरेषा वाचकांपुढे ठेवली पण मुलाचे पालनपोषण पित्यापेक्षा माताच अधिक प्रेमाने करू शकते हे लक्षात आणले म्हणजे पितृपदस्थ सामान्य सुशिक्षित वर्गापेक्षा मातृपदस्थ शिक्षकांचा प्रेमळ हातच मराठीच्या अंगात उत्साह निर्माण करण्याला अधिक समर्थ आहे असे दिसून येईल.

शाळेच्या चिमुकल्या जगात काळाच्या उदरातील भावी जग बीजरूपाने वास करत असते. वॉटर्लूच्या रणांगणावरील लढाई इटनच्या क्रीडांगणावर जिंकली गेली असे जे म्हणतात त्यातील रहस्य हेच होय! मातेच्या दुधाचे रक्त बनून ते मुलाचा शारीरिक विकास करत असले तर अध्यापकाचे शिक्षणामृत ज्ञान बनून त्याचा मानसिक विकास करत असते. उत्कृष्ट कविता शिकताना द्रवून जाणाऱ्या हृदयातच काव्याचे बीज रुजत असते. पाटीवर लक्ष-दशलक्षांच्या निर्जीव रकमा मांडणारा व पुसून टाकणारा पुढे व्यवहारात तसाच वागण्याचा संभव असतो. विद्यार्थ्यांच्या बुद्धिचे समुद्राचे पाणी शिक्षकाला जरी गोड करता आले नाही तरी मंथन करून

त्यातील रत्ने कशी काढावीत याचा मार्ग त्याला दाखवता येतो. माता मुलाला नऊ महिनेच उदरात वागवते पण प्रेमळ शिक्षक विद्यार्थ्याला नऊ-नऊ वर्षे पोटाशी धरून त्याचे भावी कल्याण चिंतिण्यात व करण्यात निमग्न होतो. मातेच्या विचार-विकारांचे संस्कार जसे गर्भावर होतात, त्याप्रमाणे शिक्षकाच्या कल्पनाभावनांचे प्रतिबिंब प्रत्यक्ष देवी पवित्रतेला आदर्श वाटेल अशा बालकांच्या हृदयात पडत असते. 'राजा बोले दळ हाले' अशी म्हण आहे; पण त्या राजाला बोलायला किंबहुना विचार करायला शिकवणाऱ्या शिक्षकानेच ते दळ हालवले असे होत नाही काय? जगातल्या सर्व घडामोडी मी केल्या असे अहंकारामुळे मानवी प्राण्याला वाटते; पण त्याच्या मुळाशी पुरुषप्रकृती असतात, त्याप्रमाणे प्रत्येक पिढीच्या कर्तबगारीच्या मागे अदृश्यरूपाने शिक्षक व माताही असतात.

विद्यार्थ्यांविषयी पोटच्या मुलांप्रमाणे अगर पाठच्या भावांप्रमाणे वाटणारे प्रेम, शुद्ध शील, परिश्रमपूर्वक संपादन केलेले ज्ञानभांडार, निःसीम स्वार्थत्याग इत्यादी सद्‌गुणदेवता प्रसन्न होऊनच 'तू सर्वसमर्थ हो' असा शिक्षकाला वर देत असतात. हे सामर्थ्य प्राप्त करून घेणे व त्याचा मातृभाषेच्या सेवेसाठी विनियोग करणे हे शिक्षकांचे कर्तव्य नाही काय? वर्षातून एकदा पाटीवर काढलेल्या अगर चित्रात रेखाटलेल्या सरस्वतीची पूजा केली म्हणजे गंगेत घोडे न्हाले असे मुळीच होत नाही. सरस्वती हे जर शिक्षक-शिष्यांचे उपास्य दैवत आहे, तर मातृभाषेच्या रूपाने अवतार घेणाऱ्या या देवीची उपेक्षा करायची व तिच्या निर्जीव चित्राची षोड्शोपचार पूजा करायला धाव घ्यायची हा शुद्ध वेडगळपणा नाही काय? आईबापाला उपाशी मारावे व नंतर त्यांच्या श्राद्धांना पंचपक्वान्ने करावी, रोग्याच्या औषधासाठी कवडीही खर्च न करता त्याला जाळण्यासाठी चंदनाची लाकडे आणावी, वाण्याने गिऱ्हाइकाला ओवाळून टाकलेला माल आर्टपेपरच्या पुड्यातून द्यावा किंवा प्रजा हेच आमचे दैवत आहे, असे म्हणत एखाद्या राजाने तिच्यावर जबर कर लादावेत व ती कराच्या भाराखाली धापा टाकत असली तरी तो व्यायामाचा परिणाम आहे असे म्हणावे अशासारखाच वरील प्रकार विसंगत नाही काय? व्यापारी वर्षातून एकदा लक्ष्मीपूजन करतात, पण बाकीचे ३६४ दिवसही ते लक्ष्मीच्या भजनीच लागलेले असतात. वर्षातून एकदा सरस्वतीपूजन करणाऱ्या शिक्षकांनी त्यांचाच कित्ता गिरवायला नको का? व्यापारी तिजोरीतल्या लक्ष्मीवर जसा संतुष्ट होत नाही तसे शिक्षकानेही तुटपुंज्या व कृश सरस्वतीवर केव्हाही समाधान मानता उपयोगी नाही. प्रत्येक सरस्वतीपूजनाला मी गेल्या वर्षात किती सरस्वती मिळवली याचा त्याने आढावा घेतला पाहिजे. एवढेच नव्हे तर लक्ष्मीप्रमाणे सरस्वतीच्या बाबतीत स्वार्थाचा संबंध येत नसल्यामुळे आपण सरस्वती दिली किती, आपण विद्याप्रसाराला केवढा हातभार लावला याचा हिशेब त्याने आपल्या मनाला विचारला पाहिजे.

लेखांक- ६

साक्षरतेचा प्रसार, वाङ्मयमंडळाची स्थापना, व्याख्यानमाला अगर प्रत्यक्ष लेखन या चतुरंग दळापैकी कोणत्या प्रकारचा सैनिक व्हावे हा शिक्षकांच्या आवडीचा व सवडीचा प्रश्न आहे; पण लष्कराच्या कोणत्याही भागात त्याने दाखल केले तरी सरस्वतीचे साम्राज्य—महाराष्ट्रात याचा अर्थ मराठीचे साम्राज्य हाच होणार—वाढवण्याला त्यांचे साहाय्य होईलच होईल. परंपरेच्या दृष्टिनेही थोडेफार जय मिळवून पुढे कूच करणाऱ्या मराठीच्या सेनेची आघाडी शिक्षकांनीच सांभाळली पाहिजे. उपेक्षेच्या पंकांत रुतलेल्या मराठी कामधेनूला लीलेने आपल्या लेखणीने वर काढणारे विष्णुशास्त्री आमरण शिक्षकच नव्हते काय? कंसाप्रमाणे आपल्या आप्तेष्टांना तुरुंगात डांबून ठेवणाऱ्या व मुक्या अर्भकांचा वध करणाऱ्या राक्षसी रूढीचा वध करणारे आगरकर-महाराष्ट्राच्या गोकुळातील 'गोपाळ' यांनी शिक्षण दानातच आपले अमूल्य आयुष्य खर्च केले नाही काय? 'तुतारी' फुंकणारे केशवसुत व महाराष्ट्राच्या सह्याद्रीतूनही प्रतिभेचा जिवंत 'निर्झर' वाहतो हे दाखवणारे बालकवी हे शिक्षकच होते. लोकमान्य टिळक, हरिभाऊ आपटे व गडकरी या विख्यात मराठी लेखकांनी शिक्षकाच्या आसनाला विभूषित केले आहे. खाडिलकर, केळकर, शि.म.परांजपे इत्यादी सरस्वतीसेवकांनीही लेखणीप्रमाणे तोंडानेही शिष्यांना धडे घालून दिले आहेत. मराठी भाषेच्या सुरवंटाचे फुलपाखरू झाले, हे निबंधमालेने लोकांच्या निदर्शनाला आणले पण निबंधमालेचे संपादक त्यावेळी संपादकीय खुर्चीबरोबर शिक्षकाची खुर्चीही अलंकृत करत होते. नव्या मराठीचा जन्म अशा रीतीने शाळेच्या पाळण्यातच झाला आहे हे आढळून येईल. मराठीच्या प्रगतीला आजचा शिक्षकवर्ग जर हातभार लावणार नाही तर सिंहाच्या कुळात जन्माला आलेली मुकी मेंढरे म्हणून भावी पिढी त्यांच्याकडे बोट दाखवील.

महाराष्ट्रातील प्राथमिक शाळा, दुय्यम शाळा व उच्च शिक्षणाच्या पाठशाळा या सर्वांत मराठीची मनोभावाने सेवा करणारे काही मनुष्य आहेत हे आम्ही आदरपूर्ण अभिमानाने कबूल करतो; पण त्यांचे प्रमाण मात्र 'दर्या में खसखस' असे आहे. हातातोंडाची गाठ पडताना मारामार अशी आर्थिक स्थिती असताना हाताने लिहिणे व तोंडाने व्याख्याने देत सुटणे कठीण आहे ही गोष्ट खरी. पण काही पिढ्यांनी शंकर होऊन हालाहलाचा स्वीकार केल्याखेरीज पुढील पिढ्यांना अमृत मिळणे शक्यच नसते. शिक्षकांच्या बाबतीत आपलेच दात व आपलेच ओठ अशी स्थिती असल्यामुळे मूग गिळून गप्प बसणे, हे जरी योग्य असले तरी शिक्षकवर्गापैकी बऱ्याच लोकांकडून मराठीची उपेक्षा होत आहे ही गोष्ट सूर्यप्रकाशाइतकी स्पष्ट आहे. रडतराऊतांकडून मराठीचा जरीपटका महाराष्ट्रभर नाचवला जाण्याची आशा करणे म्हणजे धूर फार व

उजेड थोडा अशा एखाद्या दिव्याकडून अमावस्येचा अंधार उजाळेल अशी अपेक्षा करणे आहे. पण शिक्षकवर्गामध्ये कर्तव्यासाठी रक्ताचे पाणी करणारे वंदनीय पुरुषही काही थोडथोडके नाहीत. या निरलस व नि:स्वार्थ वृत्तीच्या समाजसेवकांना आमची एवढीच नम्र विनंती आहे की, त्यांच्या गावात विशेषत: त्या गावातील भावी तरुण पिढीत मराठीविषयी प्रेमादर उत्पन्न करणे ही गोष्ट केवळ त्यांच्या तळहाताचा मळ आहे. सूर्योदय होणार हे ठरलेलेच आहे; मग आरवणाऱ्या कोंबड्याला दडपून टोपलीखाली घालून काय लाभ होणार? सूर्य काही कोंबड्याच्या कंठातून जन्माला येत नाही. छत्रपतींना विरोध करणाऱ्या अगर त्यांची उपेक्षा करणाऱ्या लोकांना न जुमानता महाराष्ट्रात स्वराज्य यायचे ते आलेच, त्याचप्रमाणे महाराष्ट्रात स्वभाषेचे स्वराज्य येणारच! मग हा शुभप्रसंग उपेक्षेने लांबवून त्या पापाचे धनी होण्याऐवजी ती पर्वणी आणण्यासाठी झटणेच श्रेयस्कर नाही काय? महाराष्ट्रातील शिक्षकांनो, विद्यार्थ्यांनो, सुशिक्षितांनो, समर्थांच्या कुबडीबरोबर त्रिखंड फिरलेली व तुकोबांच्या कीर्तनात थै थै नाचलेली, चिपळूणकरांच्या सहवासात देवीची दया प्राप्त झालेली मराठी भाषा— आजच्या दोन कोटी लोकांची, त्यांच्या पराक्रमी पूर्वजांची व वंशजांची प्रेमळ आई— तुम्हाला आज्ञा करत आहे 'उत्तिष्ठत, जाग्रत, प्राप्यवरान्निबोधत' पुण्यशील मातेची पवित्र आज्ञा मोडणारा या पृथ्वीच्या पाठीवर कोणी असेल काय?

◆

(वैनतेय, २ जून ते १ सप्टेंबर, १९२५, सहा अंक, सहा लेख)

लघुकथा

शिक्षणाच्या प्रसारामुळे छापखाने, छापखान्यांच्या वाढीमुळे वृत्तपत्रे आणि मासिके व नियतकालिकांच्या वंशवृद्धीबरोबर लघुकथांची मागणी वाढत चालली आहे असे म्हणायला हरकत नाही. छापखान्यात बरेच भांडवल गुंतवावे लागते हे लक्षात घेतले म्हणजे छापखान्यामुळे साहित्यात पडणारी भर ही लक्ष्मीच्या कृपेने सरस्वतीची होणारी प्रगतीच आहे असे वाटू लागते. अशा रीतीने लक्ष्मी-सरस्वतीचे अनादिसिद्ध वैर मोडून मृगराज व मृग यांना आपल्या आश्रमात एकत्र पाणी प्यायला लावणाऱ्या ऋषींवर छापखानेवाल्यांनी ताण केली आहे यात संशय नाही. छापखान्यातल्या शाईने सरस्वतीचे शुभ्र वस्त्र काळे झाले नाही अगर खिळ्यांची तूट भरून काढण्याकरिता तिच्या वीणेच्या तारा तोडल्या गेल्या नाहीत, तर छापखान्याच्या मालकांनाही शारदामंदिरात सरस्वतीचे उपासक या नात्याने प्रवेश मिळेल.

'उत्सवप्रियः खलु मनुष्यः' या उक्तीचे मर्म ध्यानात आल्यामुळे गोष्टीला अस्पृश्य मानणारी नियतकालिके महाराष्ट्रात आता फारच थोडी उरली आहेत. दर पिढीबरोबर वृत्तपत्रांचे कार्यक्षेत्र विस्तृत होऊ लागले आहे. निव्वळ बातम्या अगर सरकारविरुद्ध राणा भीमदेवी थाटाचे अग्रलेख एवढ्यांनी आजचा वाचकवर्ग संतुष्ट राहणे शक्य नाही. वर्तमानपत्राचा वेष बावळा असला तरी अंतरी नाना कला असतील तरच ते लोकप्रिय होईल, हे त्या धंद्यात पडणारे लोक पूर्णपणे समजून चुकले आहेत. गोष्ट ही अंतरीच्या कलांपैकीच एक आहे. बहुतेक मासिकांचे जीवनच मनोरंजनावर अवलंबून असल्यामुळे 'अंको लघुकथाहीनः कांतारादातिरिच्यंते' अशी त्यांची स्थिती होते, यात आश्चर्य वाटण्यासारखे काहीच नाही.

परंतु या गोष्टीबाजपणाचा राग येणारे अनेक शास्त्राभ्यासजड आढळतात. 'धर्म बुडाला' या हाकाटीप्रमाणे 'उच्च दर्जाचे वाङ्मय बुडाले' हा आरडाओरडाही सनातन आहे. पोरापासून थोरापर्यंत सर्वांच्या हातात गोष्टीची मासिके नाचत असलेली पाहून 'अरेरे', 'हाय हाय' वगैरे सर्व केवलप्रयोगी अव्यये या कथाविरोधी लोकांच्या तोंडातून बाहेर पडतात. 'एखाद्या शामरावाच्या गोष्टी वाचत बसण्यापेक्षा भगवान श्रीकृष्णाची गीता मुखोद्गत करणे काय वाईट? सामान्य माणसांच्या लग्नाच्या,

मरणाच्या अगर रागालोभाच्या हकिकती वाचण्यापेक्षा आत्मानात्मविचारावरील ग्रंथांत मन घालणे परलोकांच्या दृष्टिने इष्ट नाही काय?' अशी या कथापराङ्मुख लोकांची विचारसरणी असते. बिचाऱ्यांना ठाऊकही नाही की इहलोकातल्या चालू घटिकेच्या पैची किंमत सामान्य मनुष्याला परलोकातल्या रुपयाहून अधिक वाटत असते.

स्त्री, संसार, धन वगैरेप्रमाणेच गोष्टीची गोष्ट झाली आहे. मायाजाळ, असार, विषतुल्य वगैरे शब्दांनी त्यांची संभावना करायची आणि आशाळभूतपणाने त्यांच्याकडे पाहायचे व त्यांच्या पाशात सापडायचे, अशी जणू काय रीतच पडून गेली आहे. स्त्री म्हणजे पायातली बेडी, हा शुष्क वेदान्त पुष्कळांच्या तोंडून बाहेर पडतो, पण ही बेडी पायात पडावी, म्हणून हे लोक वेडे होतातच की नाही? दुनियेची वस्ती दोन दिवसांची आहे, हा जप ज्या तोंडाने चालतो तेच तोंड पक्वान्ने मिटक्या मारून खाण्यात, आपल्या मनाविरुद्ध वागणाऱ्या मनुष्याला शिव्या देण्यात आणि आपल्या शेंबड्या लेंबड्या पोराचे मुके घेण्यातच हे दोन दिवस घालवते. पैसा विष आहे, हा शास्त्रीय सिद्धान्त गंभीरपणाने बोलून दाखवणारे लोकच या विषाचा आपल्याजवळील साठा शक्य तितका मोठा करण्याचा प्रयत्न करत असतात. हे विष दुसऱ्याच्या हाती लागले तर विनाकारण प्राणहानी होईल, या भीतीनेच जणू काय हलाहल स्वीकारणाऱ्या शंकराचे ते अनुकरण करत असतात! पत्नी, प्रपंच व पैसा यांची तोंडाने निंदा करणाऱ्या जगाला जसे त्यांच्यावाचून घटकाभरदेखील करमणार नाही, त्याप्रमाणे गोष्ट म्हणजे हलके वाङ्मय, गोष्टींत उच्च तत्त्वज्ञान, वेदान्त वगैरे काहीच नसल्यामुळे तिचे अस्तित्व अळवावरल्या पाण्यासारखे, मानवजातीच्या प्रगतीला लागणारे उदात्त विचार गोष्टींत सापडणे ही गोष्ट मोत्ये व रत्ने विहिरीत अगर डबक्यात सापडण्याइतकीच शक्य आहे इत्यादी चर्पटपंजरी करणाऱ्या लोकांना गोष्टीवाचून मानवजातीला वाङ्मय कधीच आकर्षक होणार नाही, हे समजू नये ही दुर्दैवाची गोष्ट आहे.

धर्म, तत्त्वज्ञान, वेदान्त वगैरे गोष्टी उच्च आहेत यात संशय नाही. पण आकाशातल्या तारकांपेक्षा पृथ्वीवरील फुले मनुष्याला जसा अधिक आनंद देऊ शकतात, त्याप्रमाणे शास्त्रीय वाङ्मयापेक्षा ललितवाङ्मयच मनुष्याला अधिक मोहक वाटते. निर्गुण, निराकार देवाची भक्ती करणारा जगात कुणीच नसेल असे नाही. पण तोच देव पुंडलिकाच्या भक्तीसाठी कटीवर हात ठेवून विटेवर उभा राहिला अगर अनन्यभावाने आपली भक्ती करणाऱ्या राधेच्या शेजारी मुरली वाजवत असलेला असा दिसला तर त्याच्याविषयी सामान्य मनुष्याला अधिक आपलेपणा वाटतो. 'मनुष्य हा समाजप्रिय प्राणी आहे,' असे ॲरिस्टॉटलने म्हटले आहे. ही उक्ती मानवजातीच्या इतिहासाइतकीच तिच्या कथाप्रधान वाङ्मयाविषयीच्या आवडीविषयीही सत्य आहे. खऱ्याखुऱ्या जगाप्रमाणे कागदावरील जगातही मनुष्याला समाज पाहिजे, आपल्यासारख्या माणसांचा व्यवहार पाहिजे, त्यांचे सुखदुःख, त्यांचे विचारविकार,

त्यांच्या आकृती व कृती पाहण्यात तो तन्मय होऊन जातो. गगनचुंबी पर्वत, प्रलयकाळाचे रुद्रस्वरूप दाखवणारा तुफान समुद्र अगर अन्य भव्य वा रम्य निसर्गदृश्यापेक्षा स्वतःचे अगर परिचित-अपरिचित मनुष्याचे छायाचित्र मनुष्याला अधिक आवडावे हे स्वाभाविकच आहे. कथापर वाङ्मयाची मोहिनी ते हृदयाचे वाङ्मय असते, हे यातच आहे. हृदयाची भरतीओहोटी, संसारातील वैचित्र्यामुळे मानवी बुद्धिला पडणारी कोडी, स्वभावभिन्नता, परिस्थिती व योगायोग यांच्या धाग्यांनी विणले जाणारे आयुष्याचे चित्रपट हे उपदेश व तत्त्वज्ञान यांच्या एकरंगी व रूक्ष देखाव्यापेक्षा मानवी मनाला अधिक आकर्षक वाटतात. चांगली कथा म्हणजे खिशातून वाटेल तिथे नेता येण्याजोगे जग असते. या खिशातील जगात मिळण्या-मिसळण्यात जगातल्या मनुष्याच्या मनाला जो आनंद होतो, तो जगापलीकडे पहा म्हणून सांगायला लावणाऱ्या ग्रंथांनी खास होणार नाही.

नाटक, कादंबरी, कथात्मक काव्ये व कथा या सर्वांचा पाया गोष्टच असते. नाटक संवादात्मक व काव्य वृत्तात्मक असल्यामुळे कथेहून त्यांचे बाह्यस्वरूप पूर्णपणे भिन्न असते. कादंबरी व कथा यांचे नाते मात्र सर्वांत जवळचे आहे व जवळच्या नातेवाइकांच्या तोंडवळ्यात आढळणारे साम्य अनेकदा त्यांच्याही स्वरूपात आढळते. कादंबरीप्रमाणे कथेचेही (१) कथानक (२) स्वभावरेखाटन (३) भाषा (४) शैली व (५) शिकवण हे पंचप्राण आहेत. प्रसंग व कृती यांच्यावाचून कुठलीही गोष्ट होणे शक्यच नसते. मनुष्य क्षणभरदेखील 'अकार्यकृत' राहू शकत नाही, ही गीतेची व्यापक उक्ती वाङ्मयातल्या जगातही अनुभवाला येते. दशरथ देवांच्या मदतीला गेला नसता तर त्याला कैकयीला वर द्यावे लागले नसते व रामाला वनवासाला पाठवण्याचे भयंकर दिव्यही करावे लागले नसते. पण जिवंत मनुष्य काहीतरी केल्यावाचून गप्प बसेल, हे सर्वथैव अशक्य आहे. मनुष्याची ही कृतीकडे असलेली प्रवृत्तीच गोष्टीला आवश्यक लागणारे कथानक देते. जगात घडणाऱ्या गोष्टी दैवाहूनही मनुष्याच्या स्वभावावर अधिक अवलंबून असतात. दशरथाने कैकेयीला वर दिले असले तरी तिच्यातल्या सवतीमत्सराने डोके वर काढले नसते तर रामाला सिंहासनाऐवजी दंडकारण्याचा रस्ता धरावा लागला नसता. बहुतेक मानवी कृतीचे मूळ स्वभावातच असते. एखादा प्रसंग अगर कृती पाहून मन थोडा वेळपर्यंत आनंदित, दु:खित अगर विस्मित होते. पण ती प्रासंगिक भावनेची जोराची लाट ओसरल्यानंतर या चमत्काराच्या मुळाशी असलेल्या स्वभावाची चिकित्सा करण्याकडे धावणे हाही त्या मनाचा धर्मच आहे. हातांपेक्षा हृदयाचे महत्त्व जसे शरीररचनेत अधिक त्याप्रमाणे प्रसंगापेक्षा स्वभावाची किंमत गोष्टीत जास्ती. कथानक व स्वभाव हे वाचकांपर्यंत नेऊन पोहोचवण्याचे लेखकाचे साधन एकच आहे व ती भाषा हे होय. इष्ट विषय लेखक स्वतः वर्णन करो वा कथेतील पात्रांच्या

मुखाने सांगो, आत्मस्वरूप व्यक्त होताना जसा शरीराचा आश्रय करते, त्याप्रमाणे त्यालाही भाषेची कास धरावी लागते. त्याच्या मनात तयार झालेले मांडे भाषा वाचकांच्या पानावर वाढते व पक्वान्न कितीही चांगले असले तरी जेवणाऱ्याला ते आवडणे, हे वाढणाऱ्या मनुष्याच्या स्वच्छता, टापटीप, व्यवस्थितपणा वगैरे गुणांवर थोडेफार अवलंबून असतेच असते यात संशय नाही. कथेचे चौथे अंग शैली हे लेखकाचे विशिष्टत्व दाखवते. जगात मूर्ती तितक्या प्रवृत्ती असतात. या भिन्नत्वावरच जगाची गोडी अवलंबून आहे. लेखकाच्या मूर्तीचा छाप त्याच्या लिखाणांच्या सर्व अंगांवर असली तरच त्यांची जनसमाजावर छाप पडते. दहा जणींसारख्या असलेल्या मुलीपेक्षा हजारात उठून दिसणाऱ्या मुलीकडे जसे पाहणाऱ्याचे लक्ष वेधते, त्याप्रमाणे आत्मवैशिष्ट्यपूर्ण लेखनही चटकन लोकांच्या डोळ्यात भरते. कथा हे कोणा ना कोणा तरी मनुष्याच्या लहान वा मोठ्या अनुभवाचे चित्र असल्यामुळे ते रंगवताना लेखक मानवी जीवितच रंगवत असतो. अर्थात, या जीविताविषयीच्या त्याच्या कल्पना त्यात येणारच. मानवी जीविताकडे पाहण्याची लेखकाची जी दृष्टी तीच त्याची शिकवण होय.

गिरणीतला मजूर व मालक, राजद्रोहाच्या खटल्यातील आरोपी व न्यायाधीश, दारावर नंदीबैल घेऊन येणारा भिकारी व सिंह-व्याघ्रांना चाबकाच्या फटकाऱ्यावर नाचायला लावून श्रीमान होणारा सर्कसवाला, डोक्यावर मासळीची पाटी घेऊन पाच पाच मैल धावत जाणारी कोळीण व वाड्यातल्या वाड्यात देवदर्शनाला जायचे असले तरी मेण्यात बसून जाणारी महाराणी, रस्त्यावर पडलेले अनाथ मूल व त्याच रस्त्याने प्रजाजनांचे मुजरे घेत जाणारा राजकुमार या सर्वांच्या आयुष्यात असे काही प्रसंग असतात की, कौशल्याने त्यांच्या पायावर कथामंदिर उभारता येते. झोपडी व राजवाडा यांच्यावरील नक्षत्रांकित आकाश ज्याप्रमाणे एकच त्याप्रमाणे राजवस्त्रे व लक्तरे यांच्या आड धडधडत असलेले मानवी हृदयही एकच असते. या हृदयाच्या भावभावना, आशाआकांक्षा, नाचजाच कितीतरी विविध कृतींच्या प्रसंगांच्या रूपाने प्रकट होत असतात. या प्रसंगांपैकी उत्कट असामान्य, नावीन्यपूर्ण अगर चटकदार प्रसंग चटकन कथालेखकाच्या हृदयाची तार हालवतो. स्वच्छ आकाशात एकदम वीज चमकली असताना मनुष्याची जी अवस्था होते, तशीच प्रसंगाच्या प्रथमदर्शनाच्या वेळीही होते. या प्रसंगाच्या मध्यबिंदूभोवती तत्त्वबोधक व रसपरिपोषक असे कथानक लेखकाने गुंफले पाहिजे. कथानक सुसंगत दिसेल, त्यातील प्रसंग स्वाभाविकपणे उत्क्रांत होतील, परिसाच्या स्पर्शाने जसे लोखंडाचे सोने होते, त्याप्रमाणे लेखकाच्या जादूने त्यातील मुख्य भाग नजरबंदी करणारा होईल आणि कथेचे पर्यवसान परिणामकारक होऊनही स्वाभाविक राहील इत्यादी गोष्टींकडे डोळ्यांत तेल घालून पाहणे जरूर आहे. नाही तर नालासाठी जसे राज्य गेले त्याप्रमाणे क्षुल्लक दुवा

दुबळा असल्यामुळे सबंध कथानकमंदिरच कृत्रिम व कागदी वाटण्याचा संभव असतो.

कथेतील प्रसंग लेखकाने प्रत्यक्ष पाहिलेला असलाच पाहिजे अगर तो सत्य ठरवण्याइतके साक्षीदार तरी त्याच्या संग्रही पाहिजेत हे म्हणणे शुद्ध वेडेपणाचे आहे. निसर्ग, वस्तुस्थिती वगैरे गोष्टींच्या अगदी विरुद्ध कोणी लिहील तर ते लेखन त्याज्य मानले जाईलच. आपल्या कादंबरीतील नायकाने चितेवर पडल्यापडल्या एक सुंदर देशभक्तीपर भाषण केले असे जर एखाद्या कादंबरीकाराने दाखवले तर त्या भाषणाच्या सौंदर्यापेक्षा लेखकाच्या अज्ञानाचाच वाचकांच्या मनावर जास्त परिणाम होईल. आपल्या अमेरिकेला गेलेल्या नायिकेचे 'ती तुळशीला दररोज लक्ष प्रदक्षिणा घालत असे, अमेरिकेच्या अध्यक्षांनी पापड, सांडगे कसे करतात हे पाहण्याकरता मुद्दाम तिची भेट घेतली,' अशा थाटाचे जर एखाद्याने वर्णन केले तर हे लिखाण वेड्याच्या इस्पितळातून बाहेर कसे पडले याचेच आपणाला आश्चर्य वाटेल. असंभाव्यतेची असली मजल शुद्धीत असलेला कोणताही लेखक मारू शकणार नाही; पण वस्तुस्थिती निदर्शनाचा (Realism) पुरस्कार करणाऱ्यांचे समाधान एवढ्या मर्यादेने होत नाही. जे दिसते तेच लेखणीने रंगवावे असे त्यांना वाटते. जे दिसू शकेल, जे दिसावे अशी इच्छा असेल, सृष्टीचे व मानवी मनाचे नियम न उल्लंघिता जे होऊ शकेल ते कल्पना रंगवते पण सोवळे वस्तुस्थितीवाले 'असंभाव्य, असंभाव्य,' म्हणून त्या चित्रांना नाके मुरडतात. वाचन, अनुभव व कल्पनाशक्ती यांच्या त्रिवेणी संगमात जे पावन होते त्याला सरस्वतीमंदिरात मज्जाव करणे सर्वस्वी गैर आहे. 'जावे त्याच्या वंशा तेव्हा कळे' हा न्याय प्रत्येक गोष्टीला अगर कवितेला लावू लागल्यास आज फुलपाखरू तर उद्या घुबड, आज चंद्र तर उद्या दगड अशा प्रकारचे जन्म घेण्याचा प्रसंग कवींवर आल्यावाचून राहणार नाही. समरस पावण्याची शक्ती, सहसंवेदना होण्याइतके नाजूक मन, मानवी हृदयाच्या सूक्ष्मभावनांचीदेखील कार्यकारणमीमांसा करता येण्याइतके ज्ञान इत्यादी गोष्टी लेखकापाशी असल्या व त्याचे कथानक सनातन, नैसर्गिक अगर मानवी नियमांविरुद्ध नसले म्हणजे बस्स आहे.

कथानक व स्वभावलेखन या दोन प्रमुख अंगातच कादंबरी अगर कादंबरीवजा कथा आणि लघुकथा यामध्ये असलेले अंतर स्पष्टपणे प्रचीत होते. सतार व एकतारी, इंद्रधनुष्य व सूर्याचा किरण, महासागर व निर्झरिणी इत्यादी उपमांच्या जोड्यांनी कादंबरी व लघुकथा यामधील भेदांचे संदिग्ध ज्ञान होईल. दोन्हीतली गोष्ट, प्रसंग व स्वभावरेखाटन पाहिले, मग त्यात तात्त्विक अगर मूलगामी भेद कोणता असा प्रश्न साहजिकच उपस्थित होतो. 'व्यापुनि विश्वा दशांगुळे उरला' व 'वटपत्रावरि सुखें प्रलयिं रमला' ही जशी एकाच विष्णूची रूपे त्याप्रमाणेच पाचशे पृष्ठांची

कादंबरी व पाच पृष्ठांची गोष्ट यांच्यातले आत्मतत्त्व एकच आहे की काय? नाही, हे या प्रश्नाचे निश्चित उत्तर आहे. 'पण लक्षात कोण घेतो' या कादंबरीची गोष्ट व 'दोन चित्रे' या त्याच लेखकाच्या गोष्टीची कादंबरी करून पाहिली म्हणजे या रूपांतराने गणपतीचा मारुती होतो हे सहज आढळून येईल.

भाषेवरून व्याकरणाचे अगर मानवी स्वभावावरून सामाजिक बंधनाचे नियम काढणे जसे श्रेयस्कर त्याप्रमाणे लघुकथांवरूनच त्यांच्या रचनेसंबंधीचे नियम काढणे इष्ट. उदाहरणार्थ, थॉमस हार्डी या लेखकाची 'थ्री स्ट्रेन्जर्स' ही प्रसंगात्मक व 'अ ट्रॅजेडी ऑफ टू ॲम्बिशन्स' ही स्वभावात्मक गोष्ट घेऊन त्याचे पृथक्करण करू या. पहिल्या गोष्टीत माळावरील एका धनगराच्या घरात अपत्यजन्माप्रीत्यर्थ आनंदाचा कल्लोळ व बाहेर भयंकर वादळ चाललेले असते. यावेळी तीन परके लोक आसऱ्याकरता तेथे येतात. पहिला मनुष्य येतो व शांत चित्ताने पाहुणचाराचा स्वीकार करून नाचरंगात तल्लीन झाल्याचे दाखवतो. थोड्या वेळाने दुसरा येतो, तो आपण यमराजाच्या दरबाराचे वाटाडे असून उद्या एका मनुष्याला फाशी द्यायचे आहे व त्या कामाकरिता आपण चाललो आहोत असे सांगतो. तो नाचरंगात सामील होतो, एवढेच नव्हे तर दुसऱ्याच्या गळ्यातून प्राण काढण्याच्या कलेबरोबर स्वत:च्या गळ्यातून गाण्याचे सूर काढण्याची कलाही स्वत:ला अवगत आहे, हे दाखवण्याकरता आपल्या उच्च धंद्याचे संगीत वर्णन करू लागतो. ध्रुवपदाच्या वेळी पहिला पाहुणा शांत चित्ताने त्याची साथ करतो. भूलोकावरील यमदूताची ही आत्मस्तुती चालली असतानाच तिसरा अपरिचित मनुष्य दारातून डोकावतो. तो या दोन पाहुण्यांकडे आळीपाळीने पाहतो व घाबरट चेहरा करून एकदम पळ काढतो. थोड्याच वेळात बंदुकीचे आवाज ऐकू येतात, त्यावरून तुरुंगांतून कुणीतरी कैदी पळाला असला पाहिजे हे उघड होते व दारातून डोकावून पाहून लगेच भयभीत मुद्रेने पळून जाणाऱ्या तिसऱ्या पाहुण्याचाच सर्वांना संशय येतो. सर्व त्याच्या शोधार्थ बाहेर पडतात व बऱ्याच वेळाने तो सापडतो. वस्तुस्थिती अशी असते की पहिला पाहुणा हाच तुरुंगातून पळून गेलेला कैदी असून तिसरा इसम हा त्याला मृत्यूपूर्वी भेटण्याकरिता चाललेला त्याचा भाऊ असतो. उद्या आपल्याला गळफास घालणाऱ्या इसमाच्या गाण्याला निर्विकार मुद्रेने साथ देत बसलेली त्याची मूर्ती पाहून हा भाऊ आश्चर्य व भय यांनी चकित होऊन तत्काळ निघून गेलेला असतो.

वादळाने झोडपल्यामुळे तिन्ही इसमांनी आश्रयाकरिता एका झोपडीत येणे व त्यातील गायनात दंग होणारे दोघे, एक कैदी व दुसरा त्याला फाशी देणारा मनुष्य असे असणे या चमत्कृतिजनक योगायोगावरच या प्रसंगात्मक गोष्टीची उभारणी केली आहे. कैदी, त्याचा भाऊ अगर चित्ररथ व यम यांचे एकाच वेळी शिष्यत्व करू पाहणारे पाशाधिकारी गायक यांच्या स्वभावाची लेखकाने या गोष्टीत मुळीच चिकित्सा

केलेली नाही. एक चमत्कृतिजनक प्रसंग स्वाभाविकपणे कसा घडून आला हे दाखवण्याकरता जेवढे वर्णन, जेवढे संभाषण रंगवावे लागले तेवढेच त्याने रंगवले आहे. तो कैदी तुरुंगात का गेला होता व अशा रीतीने फरारी झाल्यानंतर त्याची पुढे काय स्थिती झाली या भानगडीत लेखक पडला असता तर त्याची कथा कादंबरीच्या वळणावर गेली असती. लहानशी चांदणी जशी आपल्यापुरती स्वतंत्र त्याप्रमाणे लघुकथाही स्वयंभू व परिपूर्ण असते. एकच मुख्य प्रसंग चित्रित करण्याकरिता जेवढी पार्श्वभूमी पाहिजे तेवढी लघुकथालेखकाने खुशाल घ्यावी. तो प्रसंग पतंगाच्या दोरीप्रमाणे पाहिजे व त्याच्या आधारावर सर्व कथा तरंगत राहिली पाहिजे. उलट उत्कट अगर मुख्य प्रसंगांची संख्या वाढवली तर त्यांचे जाळेच बनते व ते सर्व धागेदोरे कौशल्याने सोडवण्याकरता कादंबरीसारखी रचना करावी लागते.

स्वभावप्रधान गोष्टीत (Story of character) उंच इमारतीतच चढण्याला जशा पायऱ्या असतात त्याप्रमाणे उपप्रसंग असतात. पण ते इतके सामान्य व फिक्क्या रंगांनी रंगवलेले असतात की मुख्य प्रसंगापुढे त्यांचे मुळीच तेज पडू नये. या दृष्टिने पाहिले म्हणजे लघुकथा समुद्रातील लाटेसारखी असते. ती लाट पर्वतप्राय अगर लहान मुलाच्या धनुकलीसारखी असेल. पण तिचे उद्‌भवणे व ओसरणे पूर्णपणे स्वतंत्र, समुद्राच्या भरती ओहटीपासून सर्वथैव अलिप्त असे असते. आपण बरे की आपले काम बरे, अशा स्वभावाच्या माणसाप्रमाणे लघुकथा असते, उलट सगळ्या गावाचे सोयरसुतक बाळगणाऱ्या गावमामाप्रमाणे कादंबरीचे अंतरंग असते.

'अ ट्रॅजेडी ऑफ टू ॲम्बिशन्स' ही गोष्ट क्रमाक्रमाने कशी उत्क्रांत होत गेली आहे हे पाहणे मौजेचे आहे. दोघे महत्त्वाकांक्षी भाऊ. त्यातल्या त्यात थोरल्याच्या मनाची उड्डाणे अधिक उंच. धर्मखात्यात दोघांनी उच्चाधिकारी व्हायचे व आपल्या एकुलत्या एक बहिणीला सुस्थळी द्यायचे ही त्यांची महत्त्वाकांक्षा. या आकांक्षेला अडथळा एकच होता व तो त्यांचा दारूबाज बेवकूफ बाप! पोरांचे शिक्षण पुरे होत आलेले पाहून नुकत्याच पैदा केलेल्या आपल्या चवचाल बायकोसह स्वारी त्यांच्यापुढे दत्त म्हणून उभी राहते. दुधात मिठाचा खडा पडू नये म्हणून ही ब्याद सहकुटुंब परदेशी पाठवण्याकरता दोघेही भाऊ पैसे खर्च करतात. थोरला भाऊ आपल्या व्यवसायाला लागतो. त्याच्या प्रवचनांवर खूश झालेल्या एका श्रीमंत कुटुंबाकडून त्याला व त्याच्या बहिणीला निमंत्रण येते व या ओळखीदेखीचे पर्यवसान त्याची बहीण या सधन कुटुंबाची गृहलक्ष्मी होण्यात होणार असे दिसू लागते. पण याच वेळी कॅनडात पाठवून दिलेला पितृरूपी धूमकेतू पुन्हा इंग्लंडात उद्‌भवतो. तो चोरी करून तुरुंगाची हवा खाऊन येतो व हाच आपला बाप आहे असे कळले तर आपल्या आटोक्यात आलेले सुस्थळ हातचे जाऊन बहिणीच्या जन्माचे नुकसान होणार हे थोरल्या भावाला स्पष्ट दिसू लागते. शेवटी पितृराजांचा मोर्चा मुलावर

वळतो, त्याला आणण्याकरता दोघेही जातात. पण दारूच्या धुंदीत ठरलेली खाणावळ सोडून त्याने झुकांडी दिलेली असते. तो पुढे व मुले मागे अशा रीतीने चालत असताना पाय घसरून तो पाण्यात पडतो. तो आवाज दोघेही ऐकतात. त्याच्या मदतीला जावे की न जावे हे कोडे त्यांच्यापुढे पडते. जन्म देणाऱ्या बापाचे प्राण वाचवलेच पाहिजेत असे एक मन सांगते तर त्याला जीवदान देणे म्हणजे आपले व आपल्या बहिणीचे भावी जीवित दु:खमय करणे होय, असा युक्तिवाद दुसरे मन करते. या द्विधा मनस्थितीतून बाहेर यायच्या आतच त्यांचा बाप बुडून मरतो व सदसद्विवेकबुद्धीचा जय फार उशिरा झाल्यामुळे त्याचे प्रेतदेखील त्यांच्या हाताला मिळत नाही. अशा रीतीने सर्वांच्या महत्त्वाकांक्षेच्या वाटेतला हा काटा अनायासे दूर होतो. पण ऐनवेळी आपण पितृद्रोही ठरलो ही गोष्ट त्या भावांच्या मनात डाचत राहते व बाप जिथे बुडून मेला तिथेच जलसमाधी घेतल्यावाचून जिवंतपणी जाळणारी मनातली आग विझणार नाही असे त्यांना वाटू लागते.

या गोष्टींतील मुख्य प्रसंग प्रत्यक्ष बाप बुडून मरत असतानाही त्याच्या मदतीला जावे की न जावे या विचारात मुलांनी पडणे हा होय. नैसर्गिक पितृप्रेम व तितकीच स्वाभाविक असलेली महत्त्वाकांक्षा यांच्या विरोधाने हा प्रसंग अत्यंत भेदक झाला आहे. या प्रसंगापूर्वीची भावांची संभाषणे, बापाची व त्यांची मुलाखत, बहिणीच्या बाबतीतील त्यांचे प्रयत्न या साऱ्या गोष्टी महत्त्वाकांक्षेला पोषक असे वातावरण निर्माण करण्याकरिताच आल्या आहेत. मुख्य प्रसंग हा लोहचुंबकासारखा असून पूर्वीचे अप्रधान प्रसंग लोहाप्रमाणे त्याच्याकडे आकर्षिले गेले आहेत. या दोघा भावांचा वैवाहिक इतिहास अगर त्यांच्या मेव्हण्याचा पूर्वचरित्राचा इतिहास यांचा स्पर्शदेखील या गोष्टीला झालेला नाही. साधूला ईश्वरचिंतनाखेरीज इतर सर्व विषय जसे त्याज्य त्याप्रमाणे लघुकथालेखकालाही मुख्य प्रसंग व त्याला परिपोषक उपप्रसंग यांखेरीज इतर गोतावळ्याशी काही एक कर्तव्य नसते.

टॉलस्टॉय, टागोर, गालस्वर्दी, मोपासां, चेकोव्ह, मुन्शी प्रेमचंद वगैरे रसिकमान्य कथालेखकांच्या कथाकृतींचे पृथक्करण करून वरील विवेचनावरून निघणाऱ्या नियमांना पुष्टी देणे फारसे अवघड नाही. एका घोड्याने दोन पक्षी मारण्याची कला कादंबरीशी विसंगत नाही. लघुकथालेखकाने मात्र विषय, प्रसंग, भूमिका वगैरे सर्व बाबतीत वैचित्र्यापेक्षा एकतेकडेच अधिक लक्ष दिले पाहिजे. अष्टावधानी माणसाप्रमाणे एक गोष्ट अनेक तत्त्वांच्या प्रतिपादनाकडे लक्ष देऊ लागली की परिणामाच्या दृष्टिने आपले मुख्य पात्र कोणते हे ओळखून त्याच्याच विकासावर लघुकथालेखकाने सर्व जोर दिला पाहिजे. कादंबरीतल्या मुख्य पात्राची स्थिती चांदण्यांच्या मेळ्यात वावरणाऱ्या चंद्राच्या कोरीप्रमाणे असते. लघुकथेतील मुख्य पात्र सूर्याप्रमाणे एकाकी व अधिक ठळक असणे इष्ट असते.

हॅथार्नची 'द स्कार्लेट लेटर' ही कादंबरी घेतली तर तिचे कथानक लघुकथेलाही पोषक आहे असे आढळून येईल. तिचे लघुकथेत रूपांतर करताना बाहेरून पुण्यवान दिसणाऱ्या मनुष्याची सदसद्विवेकबुद्धी भुंग्याप्रमाणे त्याला आतून कशी पोखरत असते हे मात्र कादंबरीइतके तीव्रतेने व परिणामकारक रीतीने दाखवता येणे शक्य नाही. असल्या अपवादात्मक कादंबऱ्या सोडल्या तर कादंबरी व लघुकथा यांच्या कथानकाचे सांगाडे व त्यांची मांडणी एकमेकांपासून भिन्न असते हे सहज कळून येण्याजोगे आहे. लघुकथेच्या मर्यादित स्वरूपामुळे कादंबरीप्रमाणे उपकथानक तिला कधीही पोषक होत नाही. निसर्गाची वर्णने व ग्रंथकर्त्याचे विचार हेही विषय अगर प्रसंग यांच्याशी निगडित झाले नसतील तर अनिष्टच होत. नातवाच्या आयुष्यातला प्रसंग वर्णन करण्याकरता आजच्या माहितीपासून सुरुवात करणारी गोष्ट अगर सकाळी पूर्वेचे व संध्याकाळी पश्चिमेचे सूर्याने चुंबन घेतल्याची वर्णने लघुकथेच्या रचनासौंदर्याला सर्वस्वी मारक असतात हे यावरून सहज दिसून येईल.

कथानकाप्रमाणे स्वभावरेखनातही कादंबरी व लघुकथा अत्यंत भिन्न आहेत. कादंबरीचा काल व क्षेत्र मोठे असल्यामुळे तिच्यात सावकाश होणारी स्वभावाची परिणती अगर परिवर्तन दाखवण्याला अवसर असतो. लघुकथेत सबंध स्वभाव चित्रित करायला जागाच नसते. 'काबुलीवाला' या रवींद्रांच्या गोष्टीत निर्दयी भासणाऱ्या रानवटाच्या हृदयातही पितृप्रेमाची ज्योत तेवत असते हेच स्वभाववैशिष्ट्य दाखवायचे आहे. ऋणकोला सुऱ्याने भोसकल्याबद्दल काबुलीवाल्याला पश्चात्ताप झाला की नाही हा विषय तेथे सर्वथैव अप्रस्तुत आहे. कादंबरीतील स्वभावरेखाटनात स्वभावबीजे, त्यांच्यावर परिस्थितीने अगर इतर माणसांच्या सहवासाने झालेला परिणाम, आत्मसंशोधनाच्या जाणिवेने होत असलेला परिणाम, आत्मसंशोधनाच्या जाणिवेने होत असलेला फरक वगैरे कितीतरी गोष्टींचा समावेश होतो. लघुकथेत असले स्वभावरेखाटन घुसडणे म्हणजे शिंपल्यात समुद्र कोंबण्याचा प्रयत्न करण्यासारखे आहे. लघुकथेचे कथानक जसे एखाद्याच्या आयुष्यातील एखादाच वेचक प्रसंग घेऊन त्याभोवती गुंफायचे असते त्याप्रमाणे तिच्यातील स्वभावचित्रही स्वभावातील एखाद्या विशेषानेच रंगवायचे असते. विविधतेपेक्षा एकाग्रता व विस्तृततेपेक्षा उत्कटता लघुकथांच्या पटावर उठावदार दिसतात. गालस्वर्दीच्या 'व्हर्च्यू' या लघुकथेची थोडीशी चर्चा केली म्हणजे या नियमावर अधिक प्रकाश पडेल. या गोष्टीतील नवरा मोटारच्या एका अपघातासंबंधाने कोर्टात गेला असता तिथे वाईट चालींच्या बायकांना शिक्षा अगर दंड झालेला पाहतो. त्यातील एक तरुण मुलगी पाहून त्याचे अंतःकरण कळवळते व तिला झालेला दंड देऊन तो तिची सुटका करतो. ज्या रकमेवर तो व त्याची पत्नी आपल्या एकुलत्या एका अपत्यासह सुट्टीचे चार दिवस मौजेत घालवणार होते, ती अशा रीतीने दयेच्या खाती खर्ची पडते. नवऱ्याच्या दयेचा

बायको भलताच अर्थ काढते व नाही नाही त्या शब्दांनी त्याला टोचून बोलते. घरात कोंडल्यासारखे वाटून तो बाहेर पडतो व त्या मुलीकडे जावे की काय हा प्रश्न त्याच्या मनात तेव्हा उत्पन्न होतो. आपण गेलो तर आपली मदत म्हणजे दयेचा मुलामा दिलेली काळीकुट्ट कामवासना होती असे तिला वाटेल, ही शंका मनात येऊन त्याचे पाऊल पुढे पडत नाही. घडलेल्या हकिकतीचा विचार करतच तो घरी परत जातो.

या गोष्टीत दयेने प्रेरित होऊन एका वेश्येला द्रव्यसाहाय्य करणाऱ्या मनुष्याच्या मनाचे चित्र कथालेखकाला काढायचे आहे. कोर्टात त्याचे अंत:करण द्रवून जाते, तो दंड देऊ लागलेला पाहून लोक डोळे मिचकावतात. त्यासरशी त्याला थोडी लाज वाटते, मग आपण केली ही अस्थानी दया तर नाही ना, ही शंका त्याच्या मनात उद्‌भूत होते, बायकोचे कठोर वर्तन पाहून तो घराबाहेर पडतो व जशास तसे या न्यायाने आपणही त्या पोरीकडे गेलो तर काय बिघडणार आहे, हाही विचार त्याच्या मनात येतो आणि शेवटी हा विचारकल्लोळ शांत होऊन तो परत घरी येतो. एका विशिष्ट प्रसंगाने त्याच्या स्वभावसागरात ज्या लहरी उत्पन्न केल्या त्या लेखकाने कुशलतेने या गोष्टीत रंगवल्या आहेत. ज्या मुलीला तो मदत करतो तिचा इतिहास अगर स्वभाव यांचा स्पर्शदेखील या गोष्टीला झालेला नाही. संपूर्ण चित्र व बाजूने काढलेले चित्र यात जे अंतर असते तेच कादंबरीतील स्वभाव व लघुकथेतील स्वभाव यात असते. स्वभावाच्या एकाच भागाचे चढ-उतार लघुकथेत दाखवायचे असल्यामुळे लघुकथालेखकाचे स्वभावज्ञान अत्यंत सूक्ष्म व मांडणी तितकीच नाजूक असावी लागते.

लघुकथांचे प्रसंगपर, स्वभावपर व परिणामपर असे तीन ठळक भेद करता येतील. प्रसंगपर कथात कथानकाला अतिशय महत्त्व असते. ते जितके चित्तवेधक, शेवटपर्यंत गुंतवून ठेवणारे असेल तितकी ती गोष्ट अधिक यशस्वी असे म्हणता येईल. पण प्रसंगपर कथा बुद्धिच्या चमत्कृतीवर अवलंबून असल्यामुळे त्यांच्यात स्वभावविकासाला भरपूर अवसर मिळत नाही व पुनर्वाचनाच्या वेळी त्या पूर्ववत आनंद देऊ शकत नाहीत. गुप्त पोलिसांच्या गोष्टी, रहस्यावर अवलंबून असलेल्या गोष्टी, अद्‌भुतरम्य गोष्टी व सर्वसामान्य ऐतिहासिक गोष्टी या प्रसंगप्रधानच असतात. विजेच्या चमकीप्रमाणे त्यांचा प्रकाश डोळे दीपवणारा पण अल्पकाळ टिकणारा असतो. स्वभावप्रधान गोष्टीत प्रसंग नसतात असे नाही, पण त्याच्यावरच सर्व भर दिलेला नसतो. हार्मोनियमवादन कितीही मधुर असले तरी त्यात गायकहृदयाची प्रचिती होणे शक्य नाही. प्रसंगप्रधान गोष्टी या हार्मोनियमसारख्या असतात. स्वभावप्रधान गोष्ट म्हणजे हार्मोनियमची साथ घेऊन गाणारी गायिका होय. अशा गोष्टींत स्वभावविशेषातून प्रसंग निर्माण करणे व प्रसंगांनी स्वभावाचा परिपोष करणे हीच कथालेखनाच्या कौशल्याची परिसीमा आहे. परिणामप्रधान गोष्टींतही प्रसंगापेक्षा स्वभावावरच अधिक

भर असतो. पण दोन रंगांच्या मिश्रणाने जसा तिसराच रंग निर्माण होतो त्याप्रमाणे प्रसंग व स्वभाव यांच्या संमेलनाने असल्या गोष्टींत मनावर विलक्षण परिणाम होतो. सूर्य मावळल्यानंतर पश्चिमेकडे जसा त्याच्या अस्ताचा परिणाम दिसत असतो त्याप्रमाणे प्रसंगप्रधान गोष्ट वाचून झाल्यानंतर तिच्यातील भडक प्रसंग, स्वभावप्रधान गोष्ट संपवल्यानंतर तिच्यातील स्वभावाची उत्कट व हृदयंगम छटा आणि परिणामप्रधान गोष्ट पूर्ण केल्यावर कथाविषयाची अवर्णनीय पण गडद छाया मनात घोळत राहते. शरीरावर सत्ता चालवण्यापेक्षा मन अंकित करणे जितके कठीण परंतु हितावह असते तितकेच प्रसंगप्रधान गोष्टीपेक्षा स्वभावप्रधान अगर परिणामप्रधान गोष्टी यशस्वी रीतीने लिहिणे अवघड पण इष्ट असते.

भाषेच्या बाबतीत जशी कथा तशी भाषा, हा नियम बराचसा उपयोगी पडण्याचा संभव आहे. वर्णन असो वा संभाषण असो, एकीकडे नीरस साधेपणाचा आड तर दुसरीकडे कृत्रिम अलंकारिक भाषेची विहीर अशी लेखकाची कुचंबणा होत असते. व्यवहाराप्रमाणे वाङ्मयातही साधेपणाचा उपदेश सगळे करतात. पण तो आवडून आचरणात आणणारे थोडेच असतात. चांगली कोटी, सुंदर कल्पना अगर बहारदार वर्णन यांचा मोह दूर झुगारून देणे ही गोष्ट दिसते तितकी सोपी नाही. स्त्री आपल्या मोहिनीने मोठमोठ्या ऋषींनादेखील आपल्या पायांशी लोळण घ्यायला लावते. त्याप्रमाणेच कोटी अगर कल्पना विचारवंत लेखकालादेखील भारून सोडते. कोट्या-कल्पनांचा अतिरेक रसभंगकारक होत असल्यामुळे तो केव्हाही त्याज्यच आहे. पण अलंकारिक भाषेविरुद्ध जो आरडाओरडा अनेक वेळा होत असतो त्यात विचारापेक्षा विकाराचाच भाग अधिक असतो. 'व्यवहारात कुणी कोट्या कल्पना करत बसत नाही, सामान्य माणसांच्या भाषणातील अलंकार म्हणजे त्यांच्या तोंडातून बाहेर पडणारी मुक्ताफळे, जसे आपण बोलतो तसे लिहिले पाहिजे' इत्यादी अनेक आक्षेप अलंकारिक भाषासरणीविरुद्ध घेतले जातात. या यथातथ्यवादी भाषाभक्तांनी वाङ्मय हे संसाराचे चित्र आहे, छायाचित्र नव्हे हे अवश्य लक्षात ठेवावे. कोणत्याही कलेचा पाया सौंदर्य असतो. उलट वस्तुस्थितीला सौंदर्याची मातबरी मुळीच वाटत नाही. 'जातीच्या सुंदरांना काहीही शोभते' या तत्त्वावर प्राकृत, बालबोध, अनलंकृत भाषेचा अट्टाहासाने पुरस्कार करताना जातीच्या सुंदरा जगात फार विरळा दिसतात हे विसरता कामा नये. 'जातीच्या सुंदरांना काहीही शोभते' हे दुष्यंत महाराजांचे तत्त्व अमलात आणून उद्या जर एखादा बाप आपल्या उपवर मुलीला वल्कलं नेसवून हिंडवू लागेल तर तिला पदरात घ्यायला राजा काय पण रंकदेखील तयार होणार नाही. अलंकार, कल्पना, कोट्या यांची भारुडात गणना करणाऱ्यांनी 'शाकुंतला'तील सर्व उपमांना व इतर अलंकारांना हद्दपार करून 'शाकुंतला'ची एक सोवळी प्रत तयार करावी व तिच्या वाचनापासून किती आनंद मिळतो ते पाहावे. दागिन्यांनी शरीर

मढवणे वाईट हे खरे, पण तितकेच फुटका मणीही अंगावर नसणे वाईट असते. काव्य, कथा वगैरे भावनाप्रधान वाङ्मय पुनर्वाचनाच्या कसोटीस उतरवायचे असेल तर सत्याइतकीच सौंदर्याचीही त्याने जोपासना केली पाहिजे. अर्थात, भाषादारिद्र्य हा इतर ललितवाङ्मयाप्रमाणे लघुकथेतही मोठा दोषच मानला पाहिजे. वैचित्र्य, ऐश्वर्य, सौंदर्य इत्यादी गुणांचा भाषेमध्ये कुशलतेने संगम घडवून आणल्यास लघुकथा वाङ्मयदृष्ट्या वरच्या दर्जाची ठरून तिला शाश्वतपणा येण्याचा अधिक संभव असतो.

वैयक्तिक शैली हेदेखील चांगल्या लघुकथेचे एक प्रमुख अंग आहे. विचारस्वातंत्र्य, कल्पनासामर्थ्य, भाषाप्रभुत्व इत्यादी भिन्न गुणांचा परिपाक योग्य प्रमाणात होऊन शैली बनत असते. वैशिष्ट्यदर्शक शैली दीर्घतपस्येनंतरच साध्य होते. साधूच्या मुखावर जसे तपश्चर्येचे तेज झळकते, त्याप्रमाणे परिणत लेखकाच्या एकंदर लेखनावर शैलीची प्रभा चमकत असते व त्यामुळे मोठ्या जनसंदर्भात साधू जसा ठळकपणे उठून दिसतो, त्याप्रमाणे विशिष्ट शैलीने मंडित असा लेखही इतर लिखाणापेक्षा निराळा व तेजस्वी वाटतो. लेखकाचे सर्वस्व म्हणजे त्याची शैली असेही म्हणता येईल. सर्व लेखक तेच शब्द वापरत असतात, पण निर्जीव शब्दांमधून सजीव व सुंदर मूर्ती निर्माण करण्याचे कसब एखाद्याच्याच अंगी असते. त्या मूर्तीमधील वैशिष्ट्य हीच त्या लेखकाची शैली होय.

लघुकथेची शिकवण हा प्रश्न जितका आवश्यक तितकाच नाजूक आहे. सौंदर्यदर्शन हे कोणत्याही कलेचे मुख्य ध्येय; तत्त्वशोधनाचे लोढणे कलेच्या गळ्यात अडकवणे, म्हणजे कोकिळेच्या गळ्यात नांगर बांधून तिने जीवनोपयोगी शेतीला मदत केली पाहिजे, असा अट्टाहास धरण्यासारखे आहे; असे म्हणणारा कलाविलासवादी पक्ष शिकवणीला मुळीच महत्त्व देत नाही. उलट कलेसाठी कला या मताचा धिक्कार करणारे शॉ व इतर उपयुक्ततावादी लेखक शिकवण हा उत्कृष्ट वाङ्मयाचा आत्माच आहे असे प्रतिपादन करतात. 'नास्ति मूलमनौषधम्' या सुभाषिताप्रमाणे प्रत्येक गोष्टीतून काही ना काही तरी बोध निघत असतोच. पण असा वाचकाच्या इच्छेवर अवलंबून राहणारा बोध ही काही लघुकथेची शिकवण नव्हे. लघुकथेत लेखक विशिष्ट स्वभावाचे चित्र रेखाटतो अगर अनेक प्रसंगांची सुसंबद्ध सांगड घालतो. हे पृथक्करण अगर निवड यांच्या मुळाशी काही तरी स्पष्ट अगर अस्पष्ट हेतू असतोच. हा हेतू म्हणजे त्या शिकवणीतील मध्यबिंदू होय. चांदणे जमिनीवर पडलेले तर दिसते, पण हातात उचलून घेऊन मात्र दाखवता येत नाही. त्याप्रमाणे हेतूचे वातावरण गोष्टीवर अव्वलपासून अखेरपर्यंत पसरलेले असावे, पण हेतू दिग्दर्शनार्थ मुद्दाम कोणताही भाग लिहिला जाऊ नये. लघुकथेची शिकवण म्हणजे 'इसापनीती'तील गोष्टीचे तात्पर्य अगर एखाद्या कीर्तनाचा पूर्वरंग नव्हे.

मानवी कृतीच्या मुळाशी असलेले विचार-विकार सनातन नियमांनी बांधलेले असतात व प्रत्येक मानवी मन प्रगतीच्या दिशेने धावण्याचा प्रयत्न करत असते. मानवी मनाच्या या धडपडीचे पृथक्करण व तिला उच्च वळण लावणाऱ्या प्रवृत्तींचे विवेचन जातिवंत लेखकाच्या लेखनात ओघानेच येत असते. खादी, अस्पृश्यतानिवारण अगर दारूबंदी असला एखादा विषय घेऊन त्याच्यावर गोष्ट लिहायला बसणे म्हणजे आधी कळस मग पाया, अशी कथारचनेच्या बाबतीत स्थिती करण्यासारखे आहे. प्रसंग व स्वभाव यांनी गोष्टीचा सांगाडा तयार झाल्यावर तिच्यातील तत्त्व शोधून ते ठळकपणे उठून दिसेल अशी तिची मांडणी करावी हाच कलेच्या दृष्टिने अधिक सुरक्षित मार्ग आहे.

लघुकथा लिहिण्याची जडीबुटी प्रस्तुत लेखकाला माहीत आहे, अशा समजुतीने त्याने वरील विवेचन केलेले नाही. लघुकथा लिहिताना प्रस्तुत लेखकाला आलेले काही अनुभव व त्यावरून त्याने बांधलेले थोडे नियम त्यांचे ते एक टाचण आहे. त्याच्या कथा सदरहू नियमांच्या कसाला लावल्या असता हिणकस ठरतील हे तो पूर्णपणे जाणून आहे. पण स्वसंरक्षणाकरता ध्येयाला त्याच्या उच्च स्थानावरून खाली ओढणे त्याला प्रशस्त वाटत नाही. शिवाय गायनाचे शास्त्रीय ज्ञान असले म्हणून एखाद्याचे गाणे चांगले पटतेच असा नियम नाही. हे सुज्ञ वाचक विसरणार नाहीत अशी त्याला आशा आहे. चांगले कथालेखन करणाऱ्या लेखकांचा गुणग्राही परामर्श घेतला तर प्रस्तुत लेखातील नियम असत्य नसल्याचे आढळून येईल, पण तसे करणे प्रस्तुत लेखाच्या मर्यादेबाहेरचे असल्यामुळे गालस्वर्दीचा कथालेखनाला मार्गदर्शक असा उतारा देऊन हा लेख संपविणे बरे.

As the untaught spider spins his delicate rosewindow and assures it against wind & rain by sheer adjustment— not a thread too many or too few— so let us writers of short tales try to spin out of our own instinct & vision the round & threaded marvel.

◆

(यशवंत, जून, १९२९)

पिनेरोचे नाट्यलेखन

पिनेरोचे लेखन जेव्हा सुरू नसते तेव्हा त्याच्या इतका माणूसलोभी मनुष्य उभ्या इंग्लंडात शोधून सापडणार नाही. पण नवीन नाटकाच्या रचनेला सुरुवात झाली की मोकळ्या मनाचा आणि हसऱ्या चेहऱ्याचा हा नाटककार एकदम माणसांची हाय घेतो! तो मित्रांची गाठभेट घ्यायचंसुद्धा टाळतो. लंडनला रामराम ठोकून तो कुठेतरी दूर खेड्यातल्या एकांतात जाऊन बसतो.

आपल्या नाट्यलेखनाला तो विषयापासून कधीच सुरुवात करत नाही. प्रसंगापासूनही त्याला सहसा स्फूर्ती मिळत नाही. त्याची पद्धत निराळीच आहे. ज्यांच्या जीवनाविषयी त्याच्या मनात कुतूहल निर्माण झालेले असते अशी काही नमुनेदार माणसे डोळ्यांपुढे ठेवून तो आपल्या नाट्यरचनेला सुरुवात करतो. खेड्यातल्या अनिर्बंध एकांतात या काल्पनिक व्यक्तींच्या सहवासात तो अहोरात्र रमत गमत राहतो. हळूहळू या कल्पनासृष्टीतल्या व्यक्ती हाडामांसाच्या माणसाहूनही त्याला अधिक खऱ्याखुऱ्या वाटू लागतात. लंडनमधल्या जुन्या मित्रांपेक्षा या नव्या पात्रांविषयीच त्याच्या मनात अधिक आपुलकी उत्पन्न होते. तो त्यांच्या हालचाली निरखून पाहू लागतो. त्यांच्या विचारांचे आणि भावनांचेही तो सूक्ष्म निरीक्षण करतो. कान देऊन तो त्यांचा शब्द नि:शब्द ऐकतो. ऐन जेवायच्यावेळी ही मंडळी बोलण्याच्या रंगात आली की त्यांचे संभाषण ऐकण्यात गुंग झाल्यामुळे आपल्याला चांगला उपास घडतो, असे पिनेरोने एकदा मला सांगितले होते. या सर्व कल्पित मंडळींना एकत्र आणून त्यांच्या सहवासात दोन-तीन महिने घालवले की त्यांच्या हातून घडणाऱ्या विविध गोष्टींची त्याला कल्पना येऊ लागते. भिन्न-भिन्न स्वभावांच्या त्या व्यक्तीच्या संघर्षातून व संग्रामातून नाट्यपूर्ण प्रसंग उत्पन्न होणे स्वाभाविक व अपरिहार्य असते. असे प्रसंग मिळाले की पिनेरो ते प्रसंग वेचून घेतो.

त्याच्या नाट्यरचनेचा पहिला अंक इथे संपतो. मग दुसऱ्या अंकाला सुरुवात होते. हे पुढचे काम भावनात्मक नसून निव्वळ बौद्धिक असते. एखाद्या गणिततज्ज्ञाच्या किंवा इंजिनियरच्या हिशेबी बुद्धिने ते करावे लागते. हे काम म्हणजे सुचलेल्या सर्व प्रसंगांची चतुराईने रचना करून त्यांना सुंदर आणि सुसंबद्ध असे नाट्यस्वरूप प्राप्त

करून द्यायचे. नाट्यमंदिर उभारण्याचे हे काम महिनेच्या महिने पिनेरो करत असतो. पहिल्या अंकाचा पडदा उघडल्यापासून शेवटच्या अंकाचा पडदा पडेपर्यंतचा प्रत्येक लहानसहान भागसुद्धा तो कुशलतेने रचतो. सर्व रचनेला दृष्ट लागण्याइतकी सफाई आल्याशिवाय त्याचे समाधानच होत नाही.

एवढे झाले की पिनेरो सुट्टी घेतो. तो लंडनला परत येतो, गॅरिक क्लबमध्ये जाऊ लागतो, मित्रांच्या गाठीभेटी घेतो आणि अशा रीतीनं मनावर पडलेला ताण कमी झाला की परत खेड्यातल्या एकांतात जाऊन तो आपले संवाद लेखन सुरू करतो. नाट्यरचनेच्या मानानं हे काम थोडं सोपं असतं. संवाद लिहून झाले की, पिनेरो आपल्या खाजगी उपयोगासाठी म्हणून नाटक छापून घेतो, नटनटी निवडतो, तालमी सुरू करतो आणि रंगीत तालमीच्या अगदी शेवटच्या क्षणापर्यंत त्याच्यावर अविश्रांत संस्कार करत राहतो. मग मात्र स्वारी जी नाटकगृहातून बेपत्ता होते, ती पुन्हा त्यात पाऊलसुद्धा टाकत नाही! आपल्या नाटकाचा पहिलाच काय पण कुठलाही प्रयोग ज्याने क्वचितच पाहिला असेल असा हा विलक्षण नाटककार आहे. प्रेक्षकात बसून अशी तर फारच थोडी नाटके त्याने पाहिली आहेत. याला कारणे दोन आहेत. पहिले त्याची विनयशीलता. नाटकगृहात किंवा त्याच्याबाहेर प्रेक्षकांच्या कुतूहलपूर्ण दृष्टीचा विषय होणे त्याला आवडत नाही. दुसरं कारण म्हणजे एकदा आपले सर्व कौशल्य आणि शक्ती खर्च करून नाटक हातावेगळे केले की त्यात पिनेरोचं मन रमू शकत नाही.

मात्र नवं नाटक लिहिण्याच्या कामात तो जे उणे पुरे वर्ष काढतो, ते आपले सर्व लक्ष त्या कार्यावर केंद्रित करून. त्या काळात तो हातात असलेल्या नाटकाशिवाय दुसऱ्या कुठल्याही गोष्टीचा विचार करत नाही आणि या कामाशी तद्रूप होता यावं म्हणून तो दैनंदिन जीवनाकडे पाठ फिरवून स्वत:ला एकांतात अगदी कोंडून घेतो. या कालावधीत तो कुठेही जात नाही, कुणालाही भेटत नाही. एवढेच नव्हे, तर तो आपल्याला आलेल्या पत्रांची उत्तरंसुद्धा पाठवत नाही. एकाच वेळी कलेच्या आणि व्यवहाराच्या दोन भिन्न जगात वावरण्याचा तो प्रयत्नच करत नाही. लंडनमधल्या आपल्या स्नेह्यासोबत्यांच्या सहवाससुखात दंग होणं आणि हाती घेतलेल्या 'थंडर बोल्ट' या नाटकातल्या मॉर्टिमोर कुटुंबाशी समरस होऊन जाणं या गोष्टी त्याला परस्परविरोधी वाटतात.

पिनेरोप्रमाणे आपल्या पात्रांच्या अंतरंगाशी तद्रूप होण्याकरता नेहमीच्या आयुष्यक्रमाशी काही काळ असहकारिता करण्याचे धैर्य जर आमचे नाट्यलेखक दाखवतील तर ते नि:संशय अधिक चांगली नाटके लिहू शकतील. नाट्यरचनेला सुरुवात केली की इब्सेन सर्व सामाजिक व्यवहारातून निवृत्त होत असे, हे प्रसिद्धच आहे. हातातलं नाटक मनासारखं होईपर्यंत म्हणजे जवळजवळ दोन वर्षे इब्सेन मौनव्रतच धारण

करीत असे, असं म्हटलं तरी चालेल. इब्सेनचं किंवा पिनेरोचं कुठलंही नाटक घ्या, त्याची सफाई आणि सुरेखपणा तत्काळ मनाला मोहिनी घालतात, याचे मूळ त्यांच्या या कलेच्या अव्यभिचारी भक्तींत आहे. घाई, अपूर्णता, निष्काळजीपणा यांची पुसट छायासुद्धा त्यांच्या नाटकात कुठंही आढळायची नाही!

◆

(सत्यकथा, जुलै, १९४५)

मराठी लघुकथा

'जिकडे पहावे तिकडे गोष्टी— दैनिके उघडा, साप्ताहिके वाचा, मासिके चाळा, या गोष्टींचा ससेमिरा आहेच आपला मागे!' एक सामान्य वर्तमानपत्र वाचत असताना माझे स्नेही म्हणाले, गोष्टींची कितीही पेवे फुटली तरी लोकांची ज्ञानाची क्षुधा शांत होत नाही, असाही टोमणा मारायला ते चुकले नाहीत. ज्या लेखांमुळे तोंडावर सुरकुती पडणार नाही अगर डोळ्यांत टिपूस दिसणार नाही तेच लेख काय ते ज्ञानप्रद असतात, अशी या वर्गातील लोकांची ठाम समजूत! मग झाडून साऱ्या नियतकालिकात गोष्टी छापून यायला लागलेल्या पाहून जळी, स्थळी, काष्ठी, पाषाणी कृष्ण दिसू लागल्यामुळे भिऊन गेलेल्या कंसाप्रमाणे त्यांची स्थिती व्हावी यात नवल ते काय? वाङ्मयात गोष्टींची किंमत भाताच्या टरफलापेक्षा अधिक नाही हे असल्या गंभीररावांचे आवडते मत असते. भाताचे टरफल काढून टाकून ते पेरले तर मेघराजाच्या कृपेची वृष्टी होऊनही शेतात एकसुद्धा लोंबर दिसणार नाही, ही साधी गोष्ट त्यांच्या गांभीर्याच्या पुरात कुठल्या कुठे गडप होऊन जाते!

बारा कोसांवर भाषा, त्याप्रमाणे बारा वर्षांनी वाङ्मय बदलते, असे म्हणायला हरकत नाही. 'लघुकथा' हा वाङ्मय-विशेष या सामान्य नियमाला काही अपवाद नाही. अगदी अलीकडेच गोष्ट उर्फ लघुकथा बहुजनसमाजाच्या डोळ्यात भरू लागली आहे. कानामागून येऊन तिखट होणारी ही 'चिमुरडी' निबंधाभ्यासजड अशा मूठभर लोकांच्या डोळ्यांत खुपावी हे स्वाभाविक आहे. समाजाप्रमाणे वाङ्मयातही स्थित्यंतरे होत असतात. या स्थित्यंतरांच्या वेळी नव्या गोष्टींकडे साशंक दृष्टिने पाहणारा पुराणप्रिय वर्ग सर्व देशात सर्व काळी असायचाच. मराठीच्या वृक्षावर इंग्रजीचे कलम होईपर्यंत मराठी भाषेतील कथावाङ्मय पद्यात्मक व पौराणिक होते. रामायण, महाभारत, भागवत वगैरे ग्रंथांचा वटवृक्षाप्रमाणे अफाट विस्तार होण्याचे कारण बहुजनसमाजाची कथाभक्तीच. तत्कालीन सामाजिक परिस्थितीमुळेच प्रत्येक कथामंदिराचा पाया धार्मिक भावनांनीच भरून काढावा लागे. पण कच्चा भाजीपाला खाण्याचा कंटाळा येऊन मनुष्याने त्यात मसाला घालण्याची युक्ती जशी शोधून काढली, त्याप्रमाणे पौराणिक कथा तिखटमीठ लावून वर्णन करण्याची प्रवृत्तीही

मराठी कवींमध्ये सहजच वाढली. सूक्ष्म दृष्टिने पाहिले तर 'शिवलीलामृत' हा आबालवृद्धांना प्रिय असलेला धार्मिक ग्रंथ म्हणजे एक सुंदर कथासंग्रहच आहे. शिवभक्तीचा महिमा हा त्या ग्रंथाचा आत्मा आहे पण प्रत्येक अध्यायाचे पृथक्करण केले तर त्याची गोडी आतील अद्‌भुतरम्य, भावपूर्ण व उदात्त अशा कथा प्रसंगांवरच अवलंबून आहे असे आढळून येईल. महानंदेचे चरित्र वर्णन करणाऱ्या अकराव्या अध्यायाचा आरंभ वैराग्यशील राजपुत्र व प्रधानपुत्र यांच्यापासून होतो. ते पूर्वजन्मी महानंदेने पाळलेले कुक्कुट-मर्कट होते असे त्रिकालदर्शी ऋषींकडून कळते व महानंदेची उदात्त कथा सुरू होते. लिंग जपून ठेवण्याचे तिने सौदागराला दिलेले वचन, वचनभंग होताच प्राणत्याग करण्याची तिची तयारी इत्यादी प्रसंग उदात्तरम्य आहेत.

इंग्रजी भाषेचा संबंध येऊन गद्यरचनेकडे लोकांचे लक्ष लागल्यावर 'पंचतंत्र', 'हितोपदेश', 'बालमित्र', 'इसापनीति', 'नीतिकथा', 'बोधकथा' वगैरे भाषांतरित कथा प्रथमत: मराठीत आल्या. अशा वेळी 'वेताळपंचविशी', 'सिंहासनबत्तिशी', 'शुकबहात्तरी' वगैरे अद्‌भुत गोष्टी मागे पडतील हे शक्यच नव्हते. त्याही ग्रंथरूपाने वाङ्मयात मिरवू लागल्या. १८६१ साली 'अरबी भाषेतील सुरस आणि चमत्कारिक गोष्टींचे' पहिले दोन भाग मराठी वाचकांच्या भेटीला आले. मनुष्य व वाङ्मय या दोघांच्याही बाळपणात अद्‌भुताचेच राज्य अधिक असते. याच कारणामुळे इतर भाषातील सुरस आणि चमत्कारिक 'गोष्टी' कडेच प्रथमत: मराठी लेखकांचे लक्ष वेधले. १८६१ पासून १८८९ पर्यंत जवळजवळ एका पिढीचा काळ गेला. या काळात 'मंजुघोषा', 'विचित्रपुरी' वगैरे अद्‌भुत कादंबऱ्यांनी लोकांना वाचनाची गोडी लावली. त्यानंतर 'मोचनगड', 'वाईकर भटजी' वगैरे सुंदर रूपांतरे होऊन अद्‌भुताकडे झुकलेला काटा वस्तुस्थितीचे निदर्शन करण्याकरिता स्थिर होऊ लागला. परप्रकाशित चंद्राचे तेज जसे सुंदर पण जीवसृष्टीला कार्यप्रवृत्त करण्याच्या कामी असमर्थ असते, त्याप्रमाणे आधाररचित वाङ्मयही सरस परंतु स्फूर्ती उत्पन्न करण्याच्या कामी बलहीन ठरते. कादंबरीच्या क्षेत्रात नवे चैतन्य उत्पन्न करणारा सूर्य हरिभाऊ आपट्यांच्या रूपाने लवकरच उगवला. १८८९ साली करमणुकीचा पहिला अंक 'पण लक्षात कोण घेतो'च्या पहिल्या प्रकरणाने विभूषित होऊन निघाला व कादंबरीच्या क्षेत्रात मराठीने स्वराज्य मिळवले.

कादंबरीची अशी प्रगती होत असताना कथावाङ्मय मात्र मागेच रेंगाळत पडले होते. त्या काळी घरातील मुलगे बी. ए. अथवा एम. ए. होत असताना त्यांच्या बहिणींना जसा शिक्षणाचा गंधही नसे, त्याप्रमाणे आरंभी पांगुळगाडा धरून चालणारी कादंबरी पक्ष्याप्रमाणे भराऱ्या मारू लागली तरी कथा लंगड्या मनुष्याप्रमाणे हळूहळू मार्गक्रमण करत होती. विद्वान मंडळी शास्त्रीय ग्रंथांची भाषांतरे करण्यात दंग,

मासिके हातांच्या बोटावर मोजता येण्याइतकीच व तीही गोष्टींपेक्षा निबंधांचे महत्त्व अधिक मानणारी, हौसेने लेखन करणाऱ्या मनुष्याला फुरसद व कीर्ती या दोन्ही दृष्टींनी कादंबरी लिहिणेच अधिक फायदेशीर अशी त्या वेळची परिस्थिती स्फुट गोष्टींच्या वाढीला प्रतिकूल होती. 'करमणूक' निघण्यापूर्वी पुस्तकरूपाने अगर मासिकातून ज्या स्फुट गोष्टी आल्या त्या मुख्यत: अद्‌भुतरम्य व आधाररचित आहेत असे म्हटले असता चालेल.

हरिभाऊंच्या करमणुकीने मराठी कथा वाङ्‌मयात नवे युग सुरू केले. श्री. काशीताई कानिटकर यांना लिहिलेल्या १०-१०-८८ च्या पत्रात हरिभाऊंनी करमणुकीच्या विषयांची आखणी खाली दिल्याप्रमाणे केली आहे, 'या पेपरमध्ये पुढील विषय येणार (१) मोठे नॉव्हेल (२) २-३ खेपेत संपेल अशी गोष्ट (३) नाटक (४) प्रहसन (५) चालू विषयांच्या छोट्या विनोदी नोट्स (६) मनोरंजक चुटके, विनोद, छोट्या महदाख्यायिका (७) केव्हा नवीन कविता (८) इहवृत्त व वर्तमानसार.' करमणुकीने स्फुट गोष्ट देण्याची पद्धत सुरू केली, पण या स्फुट गोष्टी दोन-तीन खेपेत संपणाऱ्या असत. पाश्चिमात्य वाङ्‌मयात सध्या जिला लघुकथा मानतात अशी या गोष्टीची रचना अर्थातच नसे. तिकडे लघुकथा शब्दांवर मोजल्या जातात. श्रीमंत मनुष्याशी वागताना काय अगर लिहिताना काय, अधिकउणा शब्द पडला तर युरोप- अमेरिकेत मुळीच चालणार नाही.

लघुकथेच्या रचनेविषयीची आधुनिक कल्पना हरिभाऊंच्या वेळी प्रचलित नव्हती. यामुळे कादंबऱ्यांप्रमाणे कथा लिहितानाही स्कॉट, डिकन्स त्यांचे समकालीन असलेले कथालेखक हेच त्या क्षेत्रातील कुशल लेखक म्हणून हरिभाऊंच्या कल्पनाचक्षूंपुढे उभे असले पाहिजेत. 'अपकाराची फेड उपकारांनीच', 'काळ तर मोठा कठीण आला' या त्यांच्या हृदयंगम गोष्टी विस्तार व रचना या दोन्ही बाबतीत लघुकथा नसून लघु (हवे तर लघुत्तम म्हणू या) कादंबऱ्याच आहेत. कादंबरी महाकाव्यासारखी तर गोष्ट खंडकाव्यासारखी, अशी त्या वेळची गोष्टीविषयी कल्पना असे. परंतु पुष्पगुच्छ कमालखानी हाराच्या मानाने कितीही लहान झाला तरी फुलदाणीत एकदोन लहान पानांच्या मांडीवर खेळत बसणाऱ्या गुलाबाच्या फुलापेक्षा फार मोठा ठरणार हे उघडच आहे. विविधता— मग ती प्रसंग, स्वभाव अथवा वर्णन यांपैकी कोणत्या प्रकारची असो— लघुकथेच्या एकरूपतेला मारक होते. लघुकथेचे कथासूत्र भूमितीतील रेषेच्या व्याख्येला जुळेल असे— ज्याला लांबी आहे परंतु रुंदी मुळीच नाही असे असले पाहिजे. कथासूत्रात साधेपणा, एकच प्रसंग अथवा एकमेकांशी अतिशय निगडित झालेले थोडे प्रसंग त्या सूत्रात गुंफण्यात कौशल्य, कथेचा आरंभ-शेवट परिणामकारक करण्यात चातुर्य, एकाच भावनेचा विकास इत्यादी पथ्ये लघुकथा लेखकाने पाळली पाहिजेत. हरिभाऊंच्या गोष्टीत कादंबरीवजा कथांप्रमाणे

लघुकथांचेही अनेक चांगले नमुने सापडतात. 'डिस्पेप्शिया' या गमतीच्या गोष्टीची रचना आधुनिक लघुकथेच्या वळणावर आहे. स्वत:ला अग्निमांद्य झाले आहे अशी भावना करून घेतलेल्या मनुष्याचे चित्र या गोष्टींत हरिभाऊंनी रेखाटले आहे. डॉक्टरांनी दुसऱ्या एका खऱ्याखुऱ्या रोग्याला लिहिलेले पत्र चुकीने या स्वारींच्या हाती येते. आधीच उल्हास आणि त्यात फाल्गुनमास असा प्रकार होऊन ते डिस्पेप्शियामहाशय स्वत:ची नाडी क्षणोक्षणी चाचपू लागतात, थर्मामीटर ताप दाखवायला तयार नसल्यामुळे त्याच्यावर रागावतात, दुसऱ्याच क्षणी आपले अंग गार पडत चालले म्हणून शेकण्याकरिता ऊन पाण्याच्या बाटल्या आणायला फर्मावतात. भावनेने आंधळ्या झालेल्या माणसाच्या चेष्टा किती म्हणून वर्णन करायच्या! शेवटी पत्रांची चुकून झालेली अदलाबदल उघडकीला येते व अग्निमांद्य झालेल्या त्या गृहस्थांच्या डोक्यात प्रकाश पडतो. या मंदाग्निबोवांचे डोळे उघडले तरी ते आपला भ्रमाचा भोपळा फोडायला तयार नाहीत असे दाखवणारा शेवटचा भाग सदरहू गोष्टीत नसता तर बरे झाले असते. गोष्टीची मध्यवर्ती कल्पना भावनेच्या भ्रमावर उभारली आहे. तो भ्रम नाहीसा करणारे डॉक्टरांचे पत्र येताच गोष्टीचा शेवट झाला पाहिजे.

'पहिलेच भांडण' ही हरिभाऊंची गोष्टही लघुकथा रचनेचेच उदाहरण आहे. लहानसहान गोष्टींवरून नवऱ्याशी भांडणाऱ्या एका नातीला तिची आजी या बाबतीत काट्याचा नायटा कसा होतो, हे एका बाईची हकिकत वर्णन करून सांगते. ती बाई म्हणजे स्वत: ही आजीच असते. नातीवर या हकिकतीचा परिणाम होऊन ती घरी परत येते व नवऱ्याची क्षमा मागते. या गोष्टीचाही शेवट फारसा परिणामकारक नाही.

स्फुट गोष्टींच्या चार संग्रहात हरिभाऊंच्या सुमारे २०-२१ गोष्टी आल्या आहेत. त्यातील 'हात लावला की सोने' व 'मराठ्याचा शब्द' या त्यांनी इंग्रजीवरून घेतल्या आहेत. 'पुरी हौस फिटली' याचे कथानक माप्साँच्या 'नेकलेस' या गोष्टीवरून सुचलेले दिसते. 'पहिले भांडण' या गोष्टीतील होरपळलेली आजीदेखील ऑस्कर वाईल्डच्या 'लेडी विंडरमीअर्स फॅन' या नाटकातील आईसारखी आहे. 'दोन चित्रे' हा हरिभाऊंनी स्फुट लेख मानला असला तरी सध्याच्या कल्पनेप्रमाणे त्याची गोष्टीत गणना करण्यास हरकत नाही.

हरिभाऊंच्या स्फुट गोष्टी ओझरत्या वाचल्या तरी त्यांची उपदेशप्रधान रचना चटकन उमगते. 'उलटीकडून सुरुवात' या गोष्टीत कथानक, स्वभावरेखन अगर दुसरा कोणताही गुण नाही. जमाखर्चाची तोंडमिळवणी न करता मनुष्य वागू लागला की व्यवहारात त्याला लवकरच गाशा गुंडाळण्याची पाळी येते हे तत्त्व या गोष्टीत ग्रंथित केले आहे. पण तत्त्वाचे सोने निराळे व त्या सोन्यापासून घडवायचा कथारूपी अलंकार निराळा! सोनाराच्या कौशल्यावाचून दागिना चांगला होत नाही. 'गरिबीचा

संसार' हिला गोष्ट न म्हणता शब्दचित्र म्हणणेच शोभेल. एक गरीब बाई सौजन्य व उद्योग यांच्या साहाय्याने सहा मुलांचा भार अंगावर पडला असतानाही संसार यशस्वी कसा करते, याचे या शब्दचित्रात दिग्दर्शन केले आहे. 'रजपुतांचा अभिमान' ही गोष्ट सोडली तर हरिभाऊंच्या इतर सर्व गोष्टी सामाजिक आहेत. समाजातील मध्यम वर्गाची, गरीब स्थितीतील पांढरपेशांची चित्रे त्यांनी या गोष्टीत सहानुभूतिने रंगवली आहेत. त्यांच्या गोष्टीतील पात्रांची नावे विष्णुपंत, लक्ष्मीबाई, दुर्गी, वारी अशीच असतात. कमल, विमल, अमल अथवा मधुकर, सुधाकर वगैरे मंडळी या गोष्टींत चुकूनही भेटत नाहीत. नावाप्रमाणे त्यांच्या गोष्टींचे विषयही व्यवहारात नित्य आढळणारेच असतात. बहिणीच्या किरकिऱ्या नवऱ्याला ताळ्यावर आणण्याकरता एक मेव्हणा सवाई किरकिरा म्हातारा होऊन त्याच्या घरी कसा गेला, आजीच्या फडताळाची किल्ली चुकून सापडली असताना मोहाला बळी पडून एका मुलाने ती आपल्याजवळ ठेवल्यामुळे, तो लहानसहान चोऱ्या कसा करू लागला इत्यादी चित्रे या गोष्टीत दिसतात. त्यांच्या गोष्टीला फारसे मोठे कथानक नसते व जे असेल त्यातील प्रसंगांची निवड करून ते परिणामकारक रीतीने मांडलेले असतात असेही नाही. सुबोध व घरगुती भाषा आणि वस्तुस्थितीदर्शक स्वभावचित्रे हेच त्यांच्या गोष्टींचे विशेष मानता येतील. 'काळ तर मोठा कठीण आला' या गोष्टीतील करुणरस, 'दुर्गाताईची ओवाळणी' या गोष्टीत केशवपनाच्या हिडिस चालीचा त्यांनी केलेला निषेध, 'हात लावला की सोने' यातील लोभाचे दुष्परिणाम त्यांच्या गोष्टींचे वाचक केव्हाही विसरणार नाहीत. मात्र उत्कृष्ट लघुकथेला लागणारे भावनांची उत्कटता व रचनेची कुशलता हे गुण त्यांच्या गोष्टींत विशेष प्रमाणात आढळून येत नाहीत.

१८८९ मध्ये निघालेल्या करमणुकीने अशा प्रकारे स्वतंत्र कथेला सुरुवात केली. सामाजिक गोष्टींप्रमाणे ऐतिहासिक गोष्टीही लिहिण्यात येऊ लागल्या. परंतु बहुतेक लेखकांची मजल रजपुत रमणीची यवनांच्या हातून सुटका करणाऱ्या व शेवटी विवाहपाशाने बद्ध होणाऱ्या नायकापलीकडे गेली नाही. असल्या शेकडो गोष्टी लोक वाचतात व सोडून देतात. वाङ्मयगुण नसल्यामुळे कालप्रवाहात त्या हा हा म्हणता बुडून जाव्यात हे स्वाभाविकच आहे.

१८९५ साली 'मासिक मनोरंजन' सुरू झाले व बंगाली पद्धतीवरील वाङ्मय मराठीत विपुल प्रमाणात प्रकाशित होऊ लागले. मनोरंजनाचे संपादक श्री. मित्र व पुढे सहसंपादक असलेले श्री.वि.सी.गुर्जर यांनी अनेक बंगाली कादंबऱ्यांची सुंदर रूपांतरे करून मराठी वाङ्मयात चांगली भर घातली आहे. मनोरंजनात पहिल्यापासूनच स्फुट गोष्टी येत असत. या गोष्टींचे विषय बहुधा सामाजिक व त्यांची रचना तत्कालीन इतर गोष्टींप्रमाणे शिथिल असे. बंगाली गोष्टींप्रमाणे इंग्रजी गोष्टींचीही

रूपांतरे मनोरंजन व त्याच्यानंतर निघालेली ललितवाङ्मयात्मक मासिके यांच्यात आली आहेत. भाषांतराकरिता गोष्टींची निवड करताना कथानकाच्या मनोरंजकतेकडे प्रामुख्याने लक्ष देण्यात येई. केवळ स्वभावप्रधान अशा गोष्टींची रूपांतरे क्वचितच केली जात असत. त्या वेळचा उच्च शिक्षणाचा मर्यादित प्रसार लक्षात घेता कथानकाच्या कसावरच गोष्टीचा सरस-नीरसपणा ठरत असे, यात नवल नाही.

एकट्या मनोरंजनातूनच आतापर्यंत दीडदोन हजार गोष्टी प्रसिद्ध झाल्या असतील. मनोरंजनाच्या वर्गात पडणाऱ्या परंतु नामशेष झालेल्या 'उद्यान', 'नवयुग', 'महाराष्ट्र-साहित्य', 'अरविंद' प्रभृति मासिकांनी प्रकाशित केलेल्या कथांची या संख्येत भर घातली तर तिची संख्या सहज दुप्पट होईल. दुर्दैवाने या गोष्टींपैकी निंवडक कथांचेदेखील संग्रह केलेले नसल्यामुळे जिज्ञासू वाचकाला एखाद्या वाचनालयाच्या कपाटात धूळ खात पडलेल्या या मासिकांच्या अंकात ज्या गोष्टी सापडतील त्यावरच आपली तहान भागवून घेतली पाहिजे.

'मनोरंजना'च्या कथालेखकात श्री.वि.सी.गुर्जर व कै.कृ.क.गोखले या दोघांचा प्रथमतःच उल्लेख केला पाहिजे. श्री. गुर्जर यांचे कथालेखन गेली दोन तपें अव्याहत चालू आहे. प्रभातकुमार मुकर्जीप्रभृति वंगकथालेखकांच्या अनेक कथांना त्यांनी सुंदर मराठी वेष चढवला आहे. शेकड्याने मोजण्याइतक्या गोष्टी त्यांच्या लेखणीतून उतरल्या असताना त्यांचा एकही कथासंग्रह अद्याप प्रसिद्ध झालेला नाही ही दुःखाची गोष्ट आहे. श्री. गुर्जर यांच्या गोष्टीत हरिभाऊंइतके स्वतंत्र कर्तृत्व नसले तरी भाषेचे लालित्य, नर्मविनोद, सुशिक्षित समाजातील स्त्रीपुरुषांची चित्रे रंगवण्याचे कौशल्य इत्यादी गुणांमुळे त्यांनी लोकप्रियता संपादन केली आहे. समाजापुढे असलेला एखादा बिकट प्रश्न सोडवण्याच्या अगर मानवी स्वभावाच्या एखाद्या गूढ छटेचे पृथक्करण करण्याच्या भानगडीत ते कधी पडत नाहीत. हरिभाऊंच्याप्रमाणे त्यांच्या कथांचे क्षेत्रही मर्यादितच आहे. सुशिक्षित पांढरपेशा समाजातून ते आपल्या गोष्टीच्या नायक—नायिका निवडतात. कथानकाला आवश्यक असणारा विरोध त्यांच्या गोष्टीत तीव्रतेने कधीही आढळत नाही. थोडासा गैरसमज, गोड कपट अगर सुटसुटीत असे रहस्य त्यांच्या कथानकाच्या मुळाशी असते. यामुळे त्यांच्या बहुतेक गोष्टी सुखान्त व वाऱ्याच्या झुळकेप्रमाणे आल्हादप्रद झाल्या आहेत. त्यांच्या गोष्टींना लघुकथा म्हणणे मात्र जवळजवळ अशक्य आहे. नारळाचे झाड फारसे वाढले नाही तरी इतर झाडांपेक्षा उंच व्हायचे हा जसा अबाधित नियम त्याप्रमाणे श्री. गुर्जर यांनी मुद्दाम लहान म्हणून गोष्ट लिहिली तरी ती लघुकथेची मर्यादा ओलांडल्याशिवाय सहसा राहत नाही. कथासूत्राची व स्वभावरेखनाची एकरूपता, कथेला परिपोषक नसलेल्या सर्व गोष्टींवर— मग त्या सुंदर असल्या तरी हरकत नाही— बहिष्कार इत्यादी लघुकथेच्या आवश्यक अंगांचा त्यांनी स्वीकार केलेला दिसत नाही.

प्रेमांकित अथवा विवाहबद्ध तरुण-तरुणींच्या मनाची चित्रे गैरसमज अगर गोड कपट यांच्या पार्श्वभूमीवर ते मोठ्या कुशलतेने काढतात. त्यांची संभाषणे पाल्हाळिक असली तरी मोराने उभारलेल्या पिसाऱ्याप्रमाणे सुंदर असल्यामुळे कंटाळवाणी होत नाहीत. सुबोध परंतु मधुर भाषा लिहिण्यात त्यांचा हातखंडा आहे. लहानशी गोष्ट आपल्या संप्रदायसुंदर भाषेने फुलवून ते ती मनोरंजक करून सोडतात. अगदी अलीकडे प्रसिद्ध झालेल्या त्यांच्या 'संजीवनी', 'योगदर्शन', 'हिंदु', 'परागंदा', 'लाजाळूचे झाड' वगैरे गोष्टी त्यांची विशिष्ट शैली दाखवणाऱ्या आहेत.

कै. कृ.के.गोखले यांनीही सुमारे पाऊणशे गोष्टी लिहिल्या असतील. 'खूप केलीत सूनबाई' या नावाने त्यांचा एक कथासंग्रहही प्रसिद्ध झाला आहे. इंग्रजी कथांचे बेमालूम रूपांतर करण्याची हातोटी त्यांना चांगली साधली होती. त्यांच्या गोष्टींपैकी स्वतंत्र किती व भाषांतरित किती हे नक्की सांगणे कठीण आहे. 'मंतरलेले पाणी', 'मैनाबाईचा राघू' वगैरे गोष्टीत त्यांचे लेखनकौशल्य उत्तम रीतीने प्रकट झाले आहे. त्यांच्या गोष्टीही नर्मविनोदात्मक, एखाद्याचा भोळेपणा गमतीने उघडकीला आणण्याच्या, लहानशा प्रसंगाभोवती कथासूत्र चातुर्याने गुंफून तयार केलेल्या अशा असतात. गुर्जरांच्या भाषेचे माधुर्य गोखल्यांच्या भाषेत नसले तरी ती सुबोध व सहजसुंदर आहे. त्यांच्या पहिल्या काही गोष्टी सामाजिक असल्या तरी विशिष्ट प्रश्नांचा समाजाला विचार करायला लावणाऱ्या कथालेखकात त्यांची गणना करता येणार नाही. कथानकाचा उलगडा रहस्यावर अवलंबून ठेवून ते मनोरंजक करण्याची कला त्यांना चांगली साधलेली आहे. कथानकाला आवश्यक तेवढाच स्वभावपरिपोष ते करतात. पण स्वभावाची चिकित्सा करण्याकडे त्यांचा मुळीच ओढा नाही. त्यांच्या गोष्टी कादंबरीवजा नसल्या तरी विस्तार, कथानकाची एकसूत्रता, वगैरे लघुकथेचे काटेकोर नियम लावले तर त्या संमिश्र स्वरूपाच्याच ठरतील.

कै.शि.म.परांजपे, श्री.कृ.कोल्हटकर, न.चिं.केळकर, वा.म.जोशी वगैरे इतर वाङ्मयतारकांचे किरण कथाक्षेत्रांतही मधूनमधून पडले आहेत. कै.परांजपे यांचे कथा हे साधन व राजकीय मतांचा प्रसार हे साध्य होते. यामुळे लघुकथेकडे कला या दृष्टिने त्यांनी फारसे पाहिलेले नाही. निर्जीव निबंधापेक्षा सजीव शब्दचित्रे वाचकांची मने हालवून सोडतील ही गोष्ट त्यांनी बरोबर ताडली व उपरोध, उपहास, भावनोत्कटता वगैरे पाणीदार शस्त्रे आपल्या कथेच्या हातात देऊन त्यांनी तिला पारतंत्र्याचे पाश तोडण्याकरता पाठवले. आकाशात चटकन चमकून जाणाऱ्या विजेची अष्टमीच्या चंद्रकोरीशी तुलना करणे जसे अयोग्य त्याप्रमाणे परांजपे यांच्या कथावजा शब्दचित्रांना लघुकथेचे नियम लावणेही अप्रशस्त होईल. त्यांच्या गोष्टी बुद्धिला खुलवणाऱ्या व हृदयाला हलवणाऱ्या आहेत. पण विशिष्ट राजकीय तत्त्वे प्रतिपादन करण्याकरताच त्या लिहिल्या गेल्या असल्यामुळे संपूर्ण व सुंदर कथासूत्र अगर मानवी स्वभावाचे

हृदयंगम चित्रण या गोष्टी त्यात प्रमुखत्वाने आढळत नाहीत. श्री.कृ.कोल्हटकर यांच्या चार गोष्टींपैकी 'गाणारे यंत्र' ही गोष्ट रचनेच्यादृष्टिने सहज लघुकथा होऊ शकली असती. 'संपादिका' मात्र एक छोटी कादंबरीच आहे. 'गरीब बिचारे पाडस' ही गोष्ट कल्पना व करुणरस या दृष्टीने चांगली आहे पण ती लघुकथा मात्र होऊ शकणार नाही. न.चिं.केळकर यांच्या गोष्टींपैकी 'माझी आगगाडी कशी चुकली' ही विनोदी लघुकथा छान असून 'कपड्यांची अदलाबदल' हीही बरी आहे. वा.म.जोशी यांच्या 'नवपुष्पकरंडका' पैकी 'चारित्र्यक्रांति' ही एकच गोष्ट साधारण बरी आहे. पण तिची रचना मात्र जुन्या पद्धतीच्या गोष्टींप्रमाणे शिथिल आहे.

कोल्हटकर, केळकर व जोशी यांनी कथालेखन केवळ हौसेने केले. सतारवादनात कुशल असलेल्या मनुष्याने मुरली तोंडाला लावून त्यातून सूर काढावे तशा त्यांच्या गोष्टी आहेत. करमणुकीतून मध्यमवर्गाविषयीच्या साध्या व सामाजिक गोष्टींचा आणि मनोरंजनातून संपन्न व सुशिक्षित वर्गाविषयीच्या वंगपद्धतीच्या कथांचा असे दोनच प्रवाह कथाक्षेत्रातून बरेच दिवस वाहत होते. पुढे मासिकांच्या वाढीबरोबर इंग्रजी गोष्टींची रूपांतरेही भराभर होऊ लागली. मात्र या इंग्रजी गोष्टी बहुधा अव्वल दर्जाच्या कलावंत कथालेखकांच्या नसून तात्पुरत्या मनोरंजनाच्या हेतूने मासिकात लिहिणाऱ्या दुय्यम दर्जाच्या लेखकांच्याच असत. गुप्तपोलिसांचे अनभिषिक्त राजे 'बाबुराव' प्रेमभंगाच्या भानगडीत पडणारे उतावळे नायक वगैरे मंडळी बहुधा इंग्लंडहूनच मराठी वाङ्मयात येत असत. सायंकालीन मेघांपासून जसे दृष्टिसुख त्याप्रमाणे असल्या गोष्टींपासून मनोरंजन होते, पण सूर्यकिरणांनी नटलेल्या व सुंदर दिसणाऱ्या मेघांच्या अंगी वर्षाकालीन मेघांचे पृथ्वी पिकवण्याचे सामर्थ्य असे नसते. त्याप्रमाणे कलेच्या दृष्टिने मराठी कथेला नवमार्ग दाखवण्याचे काम या मनोरंजन-प्रधान इंग्रजी गोष्टींकडून होणे शक्यही नव्हते व झालेही नाही.

करमणुकीचे युग १८९० ते १९०० हे दशक मानले तर मनोरंजनाचे युग १९०० ते १९१० हे होते. यानंतरच्या दशकात मात्र कथाक्षेत्रात थोड्या फुलवेली फुलू लागल्या.

'सहकारी कृष्णां'च्या कथांचा संग्रह झालेला नसला तरी त्यांचे नाव लोक अद्यापि विसरले नाहीत. एका दृष्टिने ते हरिभाऊंचेच अनुयायी होते असे म्हणता येईल. त्यांच्या गोष्टी मध्यम व गरीब वर्गाविषयी. त्यांची भाषासरणी हरिभाऊंप्रमाणेच साधी व सुबोध. मुख्य फरक एवढाच होता की हरिभाऊंनी कथाक्षेत्रात प्रवेश केला तेव्हा सुधारणेचा गाडा रूढीच्या चिखलात रुतून बसला होता व त्यामुळे त्यातून तो वर कसा निघेल याचाच त्यांना मुख्यतः विचार करावा लागला. 'सहकारी कृष्णां'ना हा गाडा रूढीच्या चिखलातून निघून मार्गाला लागला न लागला तोच आंधळ्या अनुकरणामुळे खरी वाट सोडून अधःपाताच्या दरीकडे जात असलेला दिसला.

त्यांच्या सामाजिक गोष्टीत थोडीफार सुधारणा होऊनही समाज सुखी का होत नाही, हे त्यांनी दाखवले आहे. कलेच्या दृष्टिने मात्र त्यांनी आपल्या कथांकडे मुळीच लक्ष दिले नाही. वृद्धांच्या बोलण्याप्रमाणे त्या पाल्हाळिक झाल्या असून त्यांचा घाट छोट्या कादंबरीच्या थाटाचा आहे. येनकेन प्रकारेण गोष्ट सुखपर्यवसायिकरणाची हरिभाऊंपासून चालत आलेली रूढी मोडून टाकण्याचे धैर्य त्यांनाही झाले नाही. बाहुला-बाहुलींची लग्ने जशी चिंचोक्याचा हुंडा देऊन-घेऊन होतात, त्याप्रमाणे कुठल्याही लहानसहान कारणाने दुष्ट माणसे सुष्ट व्हायची व जिकडे तिकडे आनंदीआनंद व्हायचा, असा त्या वेळी जणू काही कथासृष्टींतील अलिखित नियमच होता.

या दशकात कथालेखक म्हणून पुढे आलेल्या मंडळींत ना.ह.आपटे, प्रो.फडके, सरस्वतीकुमार वगैरे नावे प्रामुख्याने दिसतात. यांपैकी ना.ह. व प्रो.फडके हे कथालेखनापेक्षा कादंबरीलेखनाबद्दलच अधिक प्रसिद्ध आहेत. श्री. आपटे यांच्या कादंबऱ्या बहुधा उपदेशप्रधान असल्या तरी गोष्टींत कलेच्या सौंदर्याकडे ते लक्ष पुरवतात असे दिसते. 'सुमति', 'नाव असलेली गोष्ट' वगैरे त्यांच्या अलीकडच्या गोष्टी या दृष्टिने वाचनीय आहेत. कथालेखकाला लागणारी भावनेची उत्कटता त्यांच्यात मोठ्या प्रमाणात आढळत नाही. प्रो.फडके यांच्या आरंभीच्या गोष्टी जुन्या वळणाच्या असल्या तरी हल्लीच्या कथा आधुनिक पद्धतीच्या असतात. 'ईश्वर, मनुष्य व निसर्ग' ही त्यांची गतवर्षी प्रसिद्ध झालेली गोष्ट त्या दृष्टिने उत्तम आहे. भाषेचा सुंदर व वाहता ओघ, सूक्ष्म निरीक्षणशक्ती इत्यादी अनेक गुण त्यांच्या लेखनात आहेत. मात्र पात्राशी तद्रूप होण्यापेक्षा बाहेरून त्याच्याकडे पाहत बसण्याकडे त्यांच्या मनाचा कल आहे असे अनेकदा वाटते. यामुळे इष्ट रसोत्कर्षाकडे त्यांचे लक्ष जात नाही व त्यांच्या गोष्टी थोड्या फिक्या वाटतात. विषयाच्या दृष्टिने पाहिले तर ते मुंबई-पुण्याचे सुशिक्षित लोक, त्यांचा दुसऱ्या वर्गाने होणारा प्रवास, त्यांच्या मोटारी इत्यादी चुंबकांच्या आकर्षणातून अद्यापि सुटले नाहीत. कादंबरीच्या बरोबरीने ते लघुकथेकडे लक्ष देतील, तर त्यांच्या हातून मराठी वाङ्मयात चांगल्या गोष्टींची भर पडेल यात संशय नाही. श्री. सरस्वतीकुमार यांनी १९१८ पासून १९२२ पर्यंत बऱ्याच गोष्टी लिहिल्या. त्यांच्या गोष्टींची कथानके रहस्यावर उभारलेली व संमिश्र परंतु चटकदार आहेत. सामाजिक अन्यायावर कोरडे उठवण्याकडे त्यांचा कल आहे. परंतु केशवपनाचा निषेध, बालावृद्धविवाह वगैरे हरिभाऊंच्या वेळच्या प्रश्नांवरच ते गोष्टींतून झोड उठवतात असे दिसते. त्यांच्या लघुकादंबरीवजा गोष्टी गडकऱ्यांच्या अनुकरणाने अनुप्रासमय व अनेक स्थळी अकारण क्लिष्ट झालेल्या परंतु कल्पनायुक्त अशा भाषाशैलीने सजवलेल्या असतात. 'ब्रह्मविद्येचा अभ्यास' या गोष्टीतील विनोद, 'सिंहस्थ' व 'स्वार्थसंन्यास' या गोष्टींतील कथानके व बिकट सामाजिक प्रश्न त्या

गोष्टीचे वाचक अद्यापि विसरले नसतील. कथानक, स्वभावलेखन, वर्णने वगैरे कुठल्याही बाबतीत ते लघुकथारचनेचे नियम पाळत नसले तरी त्यांच्या गोष्टी चटकदार असतात. 'गाणारा ताजमहाल' ही नुकतीच प्रसिद्ध झालेली त्यांची गोष्ट हाच अनुभव दृढ करते.

या तीन दशकात ज्या स्त्रीलेखिकांनी कथालेखन केले त्यात श्री.काशीबाई कानिटकर, सौ. गिरिजाबाई केळकर व सौ. आनंदीबाई शिर्के या प्रमुख आहेत. श्री.काशीबाईंच्या 'चांदण्या'तील व 'शिळोप्या'च्या अशा दोन प्रकारच्या गप्पा आहेत. त्यांच्या एकंदर लेखनावर हरिभाऊंच्या लेखनपद्धतीचा फार परिणाम झालेला आहे. त्यांची घरगुती भाषाशैली वाखाणण्याजोगी आहे. शिळोप्याच्या गप्पात भक्ताच्या संकटनिवारणार्थ देव धावून येतो, हे सिद्ध करण्याकरता त्यांनी जे प्रसंग कल्पिले आहेत त्यावरून त्यांचा भाव व्यक्त होत असला तरी त्यात रचनाकौशल्य मात्र मुळीच दिसत नाही. सौ.गिरिजाबाईंचे 'समाजचित्रे' व 'केवळ विश्रांतीसाठी' असे दोन कथासंग्रह प्रसिद्ध आहेत. त्यांनीही हरिभाऊंच्याच पद्धतीने कथालेखन केले आहे. 'प्रेमाचे रूपांतर' ही त्यांची गोष्ट चांगली आहे. लघुकथेची विशिष्ट रचना डोळ्यांपुढे ठेवून त्यांनी गोष्टी लिहिल्याच नाहीत असे वाटते. सौ. आनंदीबाई शिर्के यांच्या गोष्टी 'कथाकुंज' या पुस्तकात संकलित केल्या आहेत. रहस्यप्रधान कथानके हा त्यांच्या गोष्टींचा विशेष आहे. १९१० ते १९२० या दशकात अनेक उदयोन्मुख लेखक-लेखिकांनी थोड्याफार गोष्टी लिहिल्या. परंतु अखंड व्यवसाय व संग्रह या दोहोंच्याही अभावी त्यांचे समालोचन करणे फारसे शक्य नाही.

१९२० ते १९३० या दशकात अनेक कथालेखक उदयाला आले, मासिके व वृत्तपत्रे यात गोष्टीला मानाचे स्थान मिळाले आणि कथासंग्रह प्रसिद्ध करण्याला प्रकाशक तयार होऊ लागले. या दशकाच्या पूर्वार्धात टागोर, मुन्शी प्रेमचंद वगैरे प्रतिभासंपन्न लेखकांच्या गोष्टींची झपाट्याने रूपांतरे होऊन कथेचे नवीन नमुने वाचकांच्या दृष्टीपुढे उभे राहिले व उत्तरार्धात मोपासां, चेकॉव्ह, वेल्सप्रभृति पाश्चिमात्य लेखकांच्या गोष्टी मराठी वेष घेऊन येऊ लागल्या. वर्षाकाळातील नदीप्रमाणे कथेचे पात्र या दशकात फुगून गेले आहे. निव्वळ संग्रहांच्याच दृष्टिने पाहिले तरी 'समाधि व इतर गोष्टी' (दिवाकर कृष्ण), 'संशयाचे जाळे व इतर गोष्टी' (चिं.वि.जोशी), 'कथाकलाप' (एक विद्यार्थी), 'मानसपूजा' (प्र.श्री.कोल्हटकर), 'शकूचा भाऊ' (कॅ.लिमये), 'सुख-स्वप्ने' (वा.ना.देशपांडे) इत्यादी वाचनीय पुस्तके या काळात प्रसिद्ध झाली. दिवाकर कृष्णांनी सातच गोष्टी लिहिल्या असल्या, तरी थोड्या कविता लिहूनही अजरामर झालेल्या ग्रेस कवीप्रमाणे त्यांची योग्यता आहे. एकच भावना सुंदर रीतीने फुलवण्यात ते कुशल आहेत. त्यांची गोष्ट कितीही मोठी झाली तरी तिचे कथानक संमिश्र नसते. त्यांची भाषाही मधुर व परिणामकारक आहे.

हार्डीप्रमाणे गोष्ट दु:खान्त करण्याचा हव्यास, एका ठरावीक क्षेत्रापलीकडे न जाण्याची प्रवृत्ती, भावनेचा अतिरेक इत्यादी वैगुण्ये दूर करून नव्या जोमाने ते कथालेखन करू लागतील तर ते उत्तम लघुकथालेखक होतील असे वाटते.

प्रो.चिं.वि.जोशी हे विनोदी लेखक म्हणून प्रसिद्ध आहेत. त्यांच्या विनोदाची मदार कोटीवर नसल्यामुळे विनोदी स्वभावचित्रे काढण्याचा त्यांना उत्तम सराव झाला आहे. विनोदरूपी हिऱ्याचा खडा कथानकाच्या कोंदणात बसवण्यातही ते कुशल आहेत. 'माझे दत्तक वडील,' 'त्याने लग्न का केले नाही?', 'आयुष्मान' वगैरे त्यांच्या गोष्टींवरून ते चांगल्या विनोदी कथा लिहितील असे वाटते. 'कथाकलापां'तील गोष्टींची रचना आधुनिक पद्धतीची आहे. भावनेची उत्कटता अगर भाषेचे सौंदर्य यांनी या कथा ओथंबलेल्या नसल्या तरी मांडणी, विषय व स्वभावरेखन या दृष्टींनी त्या वाचनीय आहेत. श्री.प्र.श्री.कोल्हटकर यांच्या गोष्टींची रचना लघुकादंबरीसारखी नसली तरी लघुकथेसारखीही नाही. 'निष्प्रेम आयुष्य' ही त्यांची गोष्ट नेहमीच चांगली गणली जाईल. कॅ.लिमये यांनी विनोदाने लोकांना हसवले असले तरी गोष्टीत ते त्यांना नेहमीच रडवतात. कथेचा प्रवाह उलटसुलट वळणांनी वाहवत नेणे, शेवटपर्यंत वाचकांची उत्सुकता वाढवणे वगैरे त्यांचे गुण 'शकूचा भाऊ' या संग्रहातील गोष्टींत दिसून येतात. ब्रेट हार्टने जसे कॅलिफोर्नियातील खाणी खणणाऱ्या लोकांमधून आपल्या गोष्टींचे साहित्य संपादन केले, त्याप्रमाणे कॅप्टनसाहेबांनी आपल्या गोष्टींचा मालमसाला महायुद्धाच्या अनुभवातूनच गोळा केला आहे. श्री.देशपांडे यांच्या गोष्टी हरिभाऊंच्या वळणाच्या असून त्यांचा विस्तार रसभंगकारक होतो. कथाक्षितिजावर नुकत्याच चमकू लागलेल्या लेखकात श्री.बोकील, श्री.मांजरेकर, सौ.शांताबाई नाशिककर वगैरे लेखकांचा उल्लेख करणे आवश्यक आहे. रचना, भाषाशैली वगैरे कथेची अंगे नवनव्या रीतींनी सजवण्याचाही कित्येक विद्यमान कथालेखक प्रयत्न करत आहेत. श्री.विठ्ठलराव घाटे यांनी शलाकेत 'स्त्री व पुरुष' आणि 'कारकून' या दोन सुंदर लघुकथा लिहिल्या आहेत. त्यांच्याप्रमाणे कथालेखनाकडे ज्यांना फारसे लक्ष देता आले नाही असेही कित्येक कुशल कथालेखक आहेत. अशा लेखकांपैकी 'गाजरपारखी जग', 'युवतिहृदय' इत्यादी गोष्टी लिहिणारे श्री. खानोलकर, श्री.रा.वा.नाडकर्णी वगैरे लेखकांची नावे वाचकांच्या स्मरणात असतीलच.

चाळीस वर्षांचा हा त्रोटक इतिहास विहंगमदृष्टिने पाहिला तर आपणाला मराठी लघुकथेची मंदगतीने का होईना वाढ होत आहे असे दिसून येईल. प्रथमत: गोष्टीला महत्त्वच नव्हते. पुढे ते आले तेव्हा तिचे स्वरूप कादंबरीवजा अगर संमिश्र व तिच्या विहाराची मर्यादा पांढरपेशातील संपन्न आणि मध्यमवर्ग अशी झाली. वंगकथांच्या अनुकरणाने तिला सुश्लिष्ट व सुंदर भाषावेष मिळाल्यानंतर तिच्या रचनेतही हळूहळू सुधारणा घडून येऊ लागल्या. मनोरंजक कथानकापेक्षा स्वभावाचे धागेदोरे उलगडण्याला

आता महत्त्व मिळू लागले आहे. कायम ठशाची अथवा फालतू वर्णने जुन्या काळच्या पागोट्याप्रमाणे नामशेष होत चालली आहेत. भडक प्रसंगावर कथेची उभारणी करण्याचा मोह पूर्वीइतका राहिलेला नाही. दारूबाजाला एका घटकेत निर्व्यसनी करून गोष्ट गोड करण्याचा कृत्रिमपणा लोप पावलाच आहे आणि गोष्टीच्या शेवटी नायक अगर नायिका यांना वाटेल त्या उपायांनी ठार मारून तो परिणामकारक करण्याचा रामबाण मार्गही लवकरच मागे पडेल अशी स्पष्ट चिन्हे दिसू लागली आहेत.

परंतु झाले हे काम काहीच नाही. लघुकथा शैशवावस्थेतून बाल्यावस्थेत आली, एवढेच फार तर म्हणता येईल. तिचे बोबडे बोल स्पष्ट झाले पाहिजेत, तिचे परकीय वाङ्मयाचे परावलंबन सुटले पाहिजे, खोपटातल्या महारापासून ते सिंहासनावरील महाराजापर्यंत प्रत्येकाच्या अंत:करणात शिरून त्यांच्या भावनांचे सुंदर वस्त्र तिला विणता आले पाहिजे. 'साध्याही विषयात आशय कधी मोठा किती आढळे' हा चरण काव्याप्रमाणे लघुकथेलाही लागू पडतो. हा आशय जाणण्याची ती कला सुंदर रीतीने व्यक्त करण्याची शक्ती मराठी लघुकथेत सध्या फार थोड्या प्रमाणात दिसते. स्वभाववैशिष्ट्याचे दिग्दर्शन, मनोवेधक प्रसंग अथवा संपूर्ण संसारचित्र हे सर्व लघुकथेचे विषय आहेत. विषय कोणताही असला तरी कमीतकमी पात्रे, प्रसंग यांच्या साहाय्याने लघुकथेचे मंदिर बांधण्याचा लेखकाने प्रयत्न केला पाहिजे. शिथिल गोष्ट व संयत लघुकथा असे गोष्टीचे दोन वर्ग नेहमी पडणारच, पण लघुकथेच्या रचनेचे वैशिष्ट्य लेखकांच्या कृतीत जसजसे उतरत जाईल तसतसे त्यांना नवे विषय मिळतील आणि बंदिवासात पडलेली ध्येये लघुकथेच्या किल्लीने बंधमुक्त करण्याची इच्छा त्यांना उत्पन्न होईल. ध्येयवाद व वस्तुस्थिती, सत्य व सौंदर्य, नियमबद्धकला आणि स्वातंत्र्य यांची एकनिष्ठेने उपासना करण्याचे व्रत जर विद्यमान कथालेखक स्वीकारतील तर समाज व वाङ्मय यांची उत्कृष्ट सेवा केल्याचे दुहेरी पुण्य त्यांना खास लाभेल.

◆

(यशवंत, एप्रिल-मे, १९३०)

कला व साहित्य

परवाच माझे एक कविमित्र फार दिवसांनी मला भेटले. मिठाशिवाय कोवळी काकडी कधी रुचकर लागते का? दोन मित्रांच्या संभाषणाचेही तसेच आहे. थट्टामस्करीशिवाय त्याला रंग चढू शकत नाही. मधल्या तीन-चार वर्षांत लठ्ठपणाच्या बाबतीत कविवर्यांनी केलेली प्रगती पाहून मी हसत त्यांना म्हणालो, "तुमच्याकडे पाहिले म्हणजे हिंदुस्थानात रेशनिंग आहे, हे खरंच वाटत नाही मला मुळी!"

"नि तुमच्याकडे पाहिले म्हणजे ते किती कसोशीने अमलात आणले जात आहे याची खात्री पटते." असा काहीतरी टोमणा ते मला मारतील अशी माझी कल्पना होती पण ती सपशेल चुकली! थोडा वेळ थांबून त्यांनी मला प्रश्न केला, "रूपककथा लिहायचं सोडून दिलं वाटतं हल्ली तुम्ही?"

मी उत्तरलो, "मधूनमधून एखादी लिहितो, पण ती लगेच प्रसिद्ध करत नाही."

"तुमची अगदी अलीकडची अप्रकाशित रूपककथा मी तुम्हाला सांगू का?" त्यांनी प्रश्न केला.

काव्यलेखनाचा दरिद्री पेशा सोडून या गृहस्थाने ज्योतिषाचा किफायतशीर धंदा अलीकडे सुरू केला आहे की काय ते मला कळेना, मी नुसता हसलो.

कवींची मुद्रा एकदम बदलली. अंधारलेल्या आभाळासारखी ती दिसू लागली. ते बोलू लागले, "त्या रूपककथेत एक प्रचंड पिंजरा आहे. त्या पिंजऱ्यात एक गरीब गोजिरवाणं पाखरू आहे. त्याचे भोळे डोळे, त्याच्या पंखांचा नाजूक रंग, त्याची लाडकी मुद्रा, पिंजऱ्याचे लोखंडी गज— या साऱ्या गोष्टी स्थितप्रज्ञतेनं पाहत असतात. त्या पिंजऱ्याचं दार उघडावं म्हणून ते पाखरू अष्टौप्रहर तडफडत असतं, पंख आपटत सुटतं, आक्रोश करत बसतं. शेवटी त्या पिंजऱ्याचा मालक ते दार किलकिलं करतो. त्या पाखराचा आनंद गगनात मावेनासा होतो. उंचउंच उडून आकाशाच्या निळ्या कुशीत आपलं श्रांत चिमुकलं मस्तक लपवण्याकरिता ते उत्सुक होतं. ते मोठ्या कष्टानं पिंजऱ्याबाहेर येऊन उडण्याचा प्रयत्न करतं. पण... पण काही केल्या त्याला उडताच येत नाही! आपले पंख अर्धवट कापले गेले आहेत असं त्याला आढळून येतं. त्या दुबळ्या पंखांकडे आणि दूरवर विस्तारलेल्या निळ्या

आकाशाकडे ते आलटूनपालटून पाहू लागतं.''

कवी मधेच थांबले. त्यांनी एक मोठा सुस्कारा सोडला. थोड्या वेळानं ते उद्‌गारले, ''आज तीन जुलै ना? बरोबर महिना झाला. तीन जूनला रेडिओवरून जवाहरलालांचं फाळणीचं भाषण ऐकल्यापासून हे एकच चित्र राहून राहून माझ्या डोळ्यांपुढे उभं राहतंय!''

इकडल्या तिकडल्या गप्पागोष्टी होऊन मग कविराज निघून गेले. पण त्या दिवशी त्यांनी रेखाटलेले ते करुण चित्र काही केल्या माझ्या डोळ्यांपुढून हालेना. तसे पाहिले तर त्या चित्रातल्या साऱ्या रेषा आणि रंग वास्तव होते. त्यांनी केलेले वर्णन हे काही केवळ कलावंताने केलेले अतिरंजन नव्हते. अखंड भारताच्या स्वातंत्र्याचे जे उज्ज्वल स्वप्न सत्य सृष्टीत उतरावे म्हणून रानड्यांपासून जयप्रकाशांपर्यंत आमचे असंख्य नेते धडपडत, झगडत, लढत आले होते. ते स्वप्न साकार होण्याचा समय आता समीप आला आहे पण ते सुंदर स्वप्न छिन्नभिन्न होऊन साकार होत आहे, या जाणिवेने गेल्या महिन्यात ज्याचे मन क्षणभरसुद्धा बेचैन झाले नसेल असा मनुष्य हिंदुस्थानात असू शकेल काय? पंधरा ऑगस्टला आपल्या पायातल्या दीडशे वर्षांच्या जुन्या गंजलेल्या शृंखला तुटून पडत आहेत. पण त्या तुटाव्यात म्हणून स्वत:च्या हातांनी अनेक नव्या बेड्या आपल्याला आपल्या पायात घालून घ्याव्या लागल्या आहेत. या नव्या बेड्या पदोपदी टोचत असताना आपल्याला हसू आणावे लागत आहे. स्वातंत्र्याच्या मंदिरात पंधरा ऑगस्टला आपण प्रवेश करणार आहोत हे खरे पण त्या मंदिराचा कळस ढळलेला आहे.

गेल्या दीडदोन वर्षांतल्या आपल्या देशातल्या अनेक घटनांकडे केवळ भावनेच्या दृष्टिने पाहणाऱ्या माझ्या कविमित्रासारख्यांच्या मनात आजकाल अशा प्रकारचे विचार येणे स्वाभाविक आहे. पण निराशा ही प्रगतीची वैरीण आहे, या कटु सत्याचा जसा या वेळी आपण स्वत:ला विसर पडू देता कामा नये, तसेच स्वातंत्र्याच्या झगड्यातल्या आपल्या यशाचे मूल्यही आपण केवळ भावनेच्या दृष्टिने निश्चित करता कामा नये. आपल्याला अखंड हिंदुस्थान हवा होता, आपल्याला स्वतंत्र भारत हवा होता, आपल्याला संपूर्ण समतेच्या पायावर उभारलेले अभंग राष्ट्र हवे होते!

काचेच्या भांड्यांचे दुकान घालून मनोराज्य करत बसणाऱ्या शेख महंमदालाही वजिराची मुलगी हवी होती!

आपणास जी क्रांती हवी होती, ती नुसत्या स्वप्नाळू इच्छेतून निर्माण होत नाही. उग्र तपस्येच्या पोटीच ती जन्माला येते. आपली आतापर्यंतची तपस्या अत्यंत अपुरी होती म्हणून आपली अनेक स्वप्ने भंग पावली. आपण उज्ज्वल भविष्याची आशा करण्यात अधिक गुंग होऊन गेलो होतो. आता त्या भविष्याचे शिल्पकार होण्याकरिता आपण नव्या जोमाने आणि नव्या इर्षेने पुढे सरसावले पाहिजे. जे झाले ते होऊन

गेले पण जे पुढे होणार आहे ते आपण घडवणार आहोत, भविष्याच्या मूर्तीला मनासारखे स्वरूप येईपर्यंत आपण परिश्रमांची पराकाष्ठा करणार आहोत या आत्मविश्वासाने प्रेरित होऊन पंधरा ऑगस्टला जन्माला येणारा हिंदुस्थान जर कार्याला लागला, आत्मपरीक्षण आणि आत्मविश्वास यांची त्याने जर विचारपूर्वक सांगड घातली, खरी क्रांती बहुजनसमाजाच्या मनात आणि जीवनात नवे प्रेरक बदल घडवून आणण्यानेच होणार आहे या गोष्टीकडे जर त्याने दुर्लक्ष केले नाही, तर आपली भंगलेली स्वप्ने पुन्हा अभंग होतील; जो दिवस उगवावा अशी इच्छा करत टिळक-आगरकरांपासून रवींद्र-मालवीयांपर्यंतच्या भारताच्या श्रेष्ठ पुरुषांनी मृत्यूशय्येवर शेवटचा श्वास घेतला असेल, तो सोन्याचा दिवस लवकर उदय पावेल. हे कार्य असामान्यांइतकेच सामान्यांचे आहे; पुरुषांइतकेच स्त्रियांचे आहे; पुढाऱ्यांइतकेच जनतेचे आहे; समाजसेवकांइतकेच कलावंतांचे आहे; तलवारबहाद्दरांइतकेच कलमबहाद्दरांचे आहे.

राष्ट्राच्या संसारातल्या आपल्या या भूमिकेची निःसंदिग्ध जाणीव अजूनही आपल्या कलावंतांना पूर्णपणे झाली आहे असे मला वाटत नाही. सौंदर्याची प्रचिती त्यांना येते; तिचा आविष्कारही ते करतात; अनेकदा तो मोठा मनोहर वाटतो पण त्यांच्या मनावर ज्या सौंदर्याचे संस्कार होतात ते बहुधा व्यक्तिजीवनातले असतात. त्यांचे कविमन फुलपाखरासारखे आत्मनिष्ठ अनुभूतीच्या पुष्पांवरून रमत गमत उद्यानविहार करत असते. पण अनंत आकाशात उड्डाण करणाऱ्या गरुडाची झेप त्याला अजून साधत नाही. विशाल जीवनातल्या विविध संग्रामात व्यक्त होणाऱ्या सामर्थ्यात आणि साधुत्वात जे सौंदर्य असते त्याचे आकलन या कविमनाला अधूनमधून होत नाही असे नाही. पण समाजनिष्ठा आणि अंतर्मुखता यांची जोड न मिळाल्यामुळे त्यांचे चित्रण आपल्या कलावंतांकडून व्हावे तितके आकर्षक आणि परिणामकारक होऊ शकत नाही. कला ही जीवनाची सहचारिणी आहे, जी क्रांती कायद्यांना असाध्य वाटते ती ललितकथा घडवून आणू शकते इत्यादी वाक्ये सभा-संमेलनातून उच्चारायला आम्ही कलावंत आणि साहित्यिक गेल्या दहा-बारा वर्षांत शिकलो हे खरे पण नुसती सुंदर सुभाषिते पाठ करून काही कुणी या जगात सज्जन होत नाही. त्याकरिता त्याने आपल्या वासनांना आळा घातला पाहिजे आणि व्यक्ती हा समाजसिंधूतला एक बिंदू आहे हे ओळखले पाहिजे; आपले उच्च विचार आचारात आणण्याकरिता अंतःकरणपूर्वक धडपडले पाहिजे. कलावंताचेही तसेच आहे. समाजनिष्ठेचे चारदोन मोहक मुखवटे संग्रही बाळगून तो राष्ट्राच्या उद्धाराला परिपोषक अशी कला निर्माण करू शकणार नाही. त्याच्या अंतःकरणात ती प्रेरणाच निर्माण झाली पाहिजे, त्याच्या रक्तात ती रसरसून भिनली पाहिजे, असे झाले तरच त्याचा जीवनविषयक दृष्टिकोन विशाल होईल आणि जीवनातले भव्य, रुद्र, उत्कट व उदात्त सौंदर्य त्याला दिसू लागेल.

या सौंदर्याचे आपल्या कलावंतांना अजून फारसे स्पष्ट दर्शन होत नाही. म्हणून ते तंत्राचा, भाषेचा आणि अशाच प्रकारच्या बहुविध बाह्यसौंदर्याचा बडिवार माजवून त्याचीच कला म्हणून पूजा करू लागतात! भावगीतापासून चित्रपटापर्यंत कुठेही पाहा, अशा निर्जीव कलेची निर्मितीच आपल्याकडे अद्यापही अधिक प्रमाणात होत आहे असे दिसून येईल. याचे एक ठळक उदाहरण म्हणून प्रख्यात दिग्दर्शक शांताराम यांच्या डॉ. कोटणीस या गाजलेल्या बोलपटाकडे मी बोट दाखवीन. केवळ विषयाच्या दृष्टिने पाहिले तर शांतारामांनी पूर्वी निर्माण केलेल्या 'कुंकू' व 'माणूस' या सरस चित्रपटांपेक्षा या कथेचा विषय अनेक पटींनी भव्य होता. एखाद्या कुमारिकेला म्हाताऱ्याच्या गळ्यात माळ घालावी लागणे किंवा केवळ पोट जाळण्याकरिता वेश्याव्यवसाय करणाऱ्या एखाद्या तरुणीला प्रामाणिकपणाने जीवन कंठण्याचा मार्ग मोकळा नसणे हे विषय सामाजिक महत्त्वाचे नाहीत असे नाही. त्यात दलितांविषयीचा आणि दु:खितांविषयीचा जिव्हाळा नि:संशय आहे. व्यक्तिजीवनाचा कोंडमारा करणाऱ्या दुष्ट रूढींविरुद्ध बंड करण्याचा संदेशही त्यातून सूचित होऊ शकतो. पण असल्या विषयांच्या परिणामकारकतेचे क्षेत्र स्वभावत:च मर्यादित असते. शिवाय कारुण्य हाच असल्या चित्रांचा आत्मा होतो. डॉ. कोटणीस या कथेचे स्वरूप या कथांपेक्षा आमूलाग्र भिन्न आहे. तिची पार्श्वभूमी अत्यंत विशाल आहे. उदात्त स्वरूपाचा वीररस हा तिचा आत्मा आहे. तिचे आवाहन समाजातल्या कुठल्याही एखाद्या वर्गाला नसून साऱ्या मानवतेला आहे. पण शांतारामांनी सर्व प्रकारच्या बाह्यसौंदर्याने नटवलेल्या या चित्रपटात नेमकी कशाची जर उणीव जाणवत असेल तर ती या भव्य, उदात्त, सात्त्विक आवाहनाची. हा चित्रपट पाहून चीनवर आक्रमण करणाऱ्या जपानच्या जुलमाची आपल्याला चीड येत नाही किंवा सर्व मोहपाश तोडून चीनसारख्या दुर्दैवी देशाला मदत करण्याकरिता धावलेल्या आणि त्याच्या मांडीवर चिरनिद्रा घेणाऱ्या भारतमातेच्या एका सुपुत्राचे उदात्त जीवन आपण पाहत आहो या भावनेने आपले अंत:करण उचंबळून जात नाही. एका सामान्य महाराष्ट्रीय कुटुंबातला एक डॉक्टर ध्येयवादाने कसा प्रेरित झाला याचे सूक्ष्म चित्रण करण्याकडे जसे दिग्दर्शकाने दुर्लक्ष केले आहे, तसेच निर्जीव रंजकता आणि मोहक सफाई यांच्यामागे लागून वास्तव, हृदयस्पर्शी आणि स्फूर्तिदायक अशा चरित्रनायकाच्या जीवनातल्या घटनांचा योग्य उपयोग करण्याचे अवधानही त्याला राहिलेले नाही.

'अॅन्ड वन हू डिड नॉट कम बॅक' या पुस्तकावरून ही कथा तयार करण्यात आली. त्या पुस्तकात डॉ. कोटणीसच्या वडिलांच्या मृत्यूविषयी जी माहिती आली आहे ती पाहा. त्या वृद्धाचा तो काही स्वाभाविक मृत्यू नव्हता; आत्महत्या होती ती त्याची. हातातोंडाशी आलेल्या सुशिक्षित मुलाला परोपकारासाठी परदेशी पाठवणारा हा पिता दुर्दैवाने कर्जबाजारी होता. त्या कर्जाने शेवटी त्याचा बळी घेतला, पण त्या

कर्जाचा त्याने आपल्या मुलाला कधीच पत्ता लागू दिला नाही. तरुणपणात टिळकांसारख्या देशभक्ताचे उग्र पण उदात्त जीवनाचे संस्कार या पित्याच्या मनावर झाले असतील; त्याची देशभक्ती प्रतिकूल परिस्थितीमुळे त्याला प्रत्यक्षात उतरवता आली नसेल, पण तो दिव्य नंदादीप त्याच्या अंत:करणाच्या गाभाऱ्यात सदैव तेवत होता यात संशय नाही. कर्ज काढून मुलाला मेडिकल कॉलेजचे महाग शिक्षण देत असताना मुलगा डॉक्टर झाल्यावर आपला भार हलका करील अशी आशा त्या प्रौढ जीवाने बाळगली असली तर त्यात अस्वाभाविक असे काय होते? पण त्याच वेळी डॉक्टर झालेला त्याचा मुलगा एका नव्या ध्येयाचा ध्वज हातात घेऊन त्याचा आशीर्वाद मागण्याकरिता आला! जवाहरलालांनी दिलेल्या नवदृष्टिने या युवकाच्या जीवनाचे क्षितिज विशाल झाले होते. आपली विद्या केवळ कुटुंबपोषणाकरिता नाही, ती संकटात सापडलेल्या दुर्दैवी मानवतेच्या सेवेकरिता आहे, याची तीव्र जाणीव त्याला झाली. दु:खी चीन आर्त स्वराने भारताला हाक मारत होता. त्या हाकेला ओ देणे, त्याच्या साहाय्याला धावून जाणे आवश्यक होते. डॉक्टर झालेला तरुण पुत्र हसतमुखाने जायला निघाला; त्याच्या वृद्ध पित्याला केवढे साकडे पडले असेल त्या वेळी! कुटुंब की देश? स्वार्थ की मानवतेचे हित? व्यवहार की ध्येयवाद? अशी अनेक प्रश्नचिन्हे त्याच्या डोळ्यांपुढे उभी राहिली असतील. पण त्या प्रश्नांची उत्तरे देताना तो तिळभर कचरला नाही; क्षणभरही आपल्या आत्म्याला विसरला नाही. संसाराचा गाडा ओढताना त्याच्या ज्या सुप्त ध्येयवादाला प्रकट व्हायला पूर्वी कधीच संधी मिळाली नसेल, तो या वेळी उसळून वर आला.

ही केवळ कविकल्पना नाही. त्या पुस्तकातला हा उताराच पाहा—

'It was later that they learnt the details of the tragedy. The elder Kotnis (whom they had all seen bidding farewell to his son at Ballard Pier) had been a clerk in a mill in Sholapur. He had sent his son to the medical college in Bombay and for five years paid for the expensive education by incurring increasingly heavy debts. The son knew nothing of the burden his father carried. And the father was secure in the hope that after graduation the son would set up practice and help to repay the debts. Dwarkanath however, decided to go to China with the Medical Mission and it speaks volumes for the old man's self-sacrificing patriotism that he did not stop his son. On the other hand, he gave him his blessings and told him that he was proud his son had been selected to go on such a great mission. After his departure the financial condition had become too desparate and unable to bear it, the poor old man had committed suiside.'

(Page 73. 'And one who did not come back.')

मुलाच्या आयुष्यातली ही अमृतवटिका थोरल्या कोटणिसांनी ओळखली. आपल्या दुःखाचा त्याला थांगपत्ताही लागू न देता, हु की चू न करता आपला विषाचा प्याला एकान्तात प्यायचे त्या शूर पित्याने ठरवले आणि मुलाला चीनला जायला संमती दिली!

वस्तुस्थितीशी प्रतारणा न करता डॉ. कोटणीसच्या व त्याच्या पित्याच्या आयुष्यातला हा नाट्यप्रसंग चित्रपटात रंगविणे अशक्य होते असे नाही पण—

हा पणच आमच्या कलावंतांच्या प्रगतीच्या आड येत आहे. दुःखांचे डोंगर, अश्रूंचे सागर, आशांची क्षितिजे आणि प्रीतिची इंद्रधनुष्ये ज्या विशाल सामाजिक संघर्षातून आणि राष्ट्रीय ध्येयवादातून निर्माण होतात, त्यांच्याशी ते अजून समरस होऊ शकत नाहीत.

ही समरसता संपादन करण्याकरिता प्रामाणिकपणे धडपडणे हे आपल्या कलावंतांपुढले आजचे प्रमुख कार्य आहे असे मी मानतो. विवेकानंदांनी अमेरिकेहून लिहिलेल्या आपल्या 'Brave boys' या पत्रात जो उपदेश केला आहे त्याची आपल्या कलावंतांना आणि साहित्यिकांनासुद्धा जरुरी आहे. ते म्हणतात— 'Feel my children, feel. Feel for the poor, the ignorant, the downtrodden. Feel till the heart stops and the brain reels and you think you will go mad.' (दलितांशी, दुःखितांशी, दरिद्र्याशी समरस व्हा. आता आपल्याला वेड लागते किंवा काय असे वाटण्याइतक्या त्यांच्याविषयीच्या तुमच्या भावना उत्कट होऊ देत).

अशा नव्या सामाजिक समरसतेतून निर्माण होणारी उद्याची कला अधिक सजीव होईल; ती भोवतालची आग भडकलेली पाहून पळून जाणार नाही. उलट आपल्या प्रतिभेचे अमृतकुंभ त्या आगीच्या धगधगत्या ज्वाळांवर ओतून त्या विझवण्याचा प्रयत्न करण्यात तिला आनंद वाटेल. ती सर्वसामान्य मनुष्याला जशी रंजवील तशीच ती त्याच्या सुप्त भावना जागृत करील, त्याच्या डोळ्यांपुढे नवी उज्ज्वल ध्येये नाचवील, प्रतिकूल परिस्थितीत जन्म घेणाऱ्या स्वतंत्र हिंदुस्थानाच्या सर्वांगीण प्रगतीच्या आड जी जी गोष्ट येत असेल तिच्याविरुद्ध त्याच्या मनात चीड निर्माण करील, हरतऱ्हेच्या अन्यायाविरुद्ध लढण्याला ती त्याला प्रोत्साहन देईल. ही कला त्याला सौंदर्याची पूजा करायला अवश्य शिकविल पण ते सौंदर्य नुसते शब्दांचे अथवा कल्पनांचे असणार नाही. ते केवळ नाजूक भावनांचे अथवा व्यक्तिजीवनांचे असणार नाही. ते जीवन पराङ्मुख राहणार नाही. विकास पावणाऱ्या सामाजिक

जीवनातले सामर्थ्य ते उत्कटतेने दर्शवील, त्यातली उदात्तता ते कल्पकतेने प्रकट करील. आर्थिक आणि सामाजिक विषमतेने विद्रूप करून सोडलेला आपला समाज कसा सुंदर दिसू लागेल, त्याची स्वप्ने पाहण्यात ही नवी कला रमून जाईल. आपल्या राष्ट्राचे आजचे भग्न मंदिर भव्य, सुंदर, अभंग व्हावे आणि त्यात मानवधर्माची अखंड पूजा केली जावी अशी शिकवण समाजाच्या तळापर्यंत पोहोचवण्यात तिला जीवनाचे साफल्य प्रतीत होऊ लागेल.

कलावंताचे कार्य प्रचाराचे नाही; ते संस्काराचे आहे. त्यांचे काम रस्ते तयार करण्याचे नाही; योग्य मार्ग दाखवण्याचे आहे. या बाबतीत 'The duty of an artist in any medium is not to persuade men to action but to draw into the open ideas that may already powerfully exist in the shadowy places of the human consciousness and perhaps to throw light upon the nature of these ideas and the nature of things; in brief, to impregnate the imagination of those by whom his work is received.' (कलेचे ध्येय लोकांना कार्यप्रवृत्त करणे हे नसून त्यांच्या अंतर्मनातल्या अंधूक आशा-आकांक्षा व्यक्त करणे, त्यांचे सुप्त विचार आणि भावना यांच्यावर प्रकाश टाकून त्यांचे सत्य स्वरूप दिग्दर्शित करणे आणि कल्पकतेने आपल्या वाचकांचे अंत:करण प्रस्फुरित करून सोडणे हे आहे) चार्ल्स मॉर्गनचे हे उद्‌गार लक्षात ठेवण्याजोगे आहेत.

या उद्‌गारांचे मर्म ज्या कलावंतांना पटेल त्यांना आपल्यापुढे आज कामाचे केवढे मोठे डोंगर उभे आहेत, याची कल्पना करणे कठीण नाही. केवळ साहित्याचाच विचार केला तरी कितीतरी महत्त्वाच्या क्षेत्रात आपण अजून नांगरणीसुद्धा केली नाही असे दिसून येईल; मग पेरणीची गोष्ट दूरच राहिली! लोकशाहीचे तत्त्वज्ञान आपण मान्य केले आहे, पण सर्वसामान्य मनुष्याची बौद्धिक पातळी उच्च झाल्याशिवाय संस्कृती आणि संयम यांच्यामुळे त्याच्या भावनांमध्ये सामाजिक पावित्र्य निर्माण झाल्याशिवाय लोकशाहीचे फायदे आपल्या पदरात पडणे शक्य नाही. एखाद्या गावात समंजस व प्रामाणिक माणसे आणि स्वार्थी व मूर्ख माणसे यांचे प्रमाण एकास दहा असे असल्यास तिथल्या लोकशाहीत कायकाय चमत्कार घडतील याचे वर्णन करायला कल्पक लेखकच कशाला हवा? आमच्या अनेक नगरपालिका आणि स्थानिक स्वराज्यसंस्था यांच्याकडे या बाबतीत नुसते बोट दाखवले तरी बस्स आहे! पण असल्या भोंगळ लोकशाहीने यापुढे आपला निभाव लागणार नाही. लोकशाही ही तत्त्वत: समतेची दूती आहे. पण व्यवहारात ती स्वार्थाची आणि जातीयतेची पाठराखीण झाल्याची ओंगळ दृश्ये पाहून आपले डोळे विटले आहेत! असल्या तकलुपी लोकशाहीवर समाधान मानण्याचे दिवस आता मागे पडले

पाहिजेत. सर्वसामान्य मनुष्यास आपल्या हक्कांची संपूर्ण जाणीव झाली पाहिजे; इतकेच नव्हे, तर हक्कांइतकेच कर्तव्यही पवित्र असते अशा श्रद्धेने त्याने समाजात वावरले पाहिजे. ही दुहेरी श्रद्धा त्याच्या अंगात बाणायला जीवनाचे खरेखुरे दर्शन त्याला व्हायला हवे. पण असले दर्शनकार आज आपल्यात कितीसे आहेत? वेल्स, हक्स्ले, जोन्स, रसेल इत्यादी विचारवंतांचे लिखाण वाचले, कोणत्याही तत्त्वाचा अथवा पक्षाचा अभिनिवेश न बाळगता कला, संसार, शिक्षण, विज्ञान, राजकारण, समाजशास्त्र इत्यादिकांच्या अंतरंगात सामान्य मनुष्याचा प्रवेश त्यांनी किती सुलभतेने करून दिला आहे हे पाहिले म्हणजे असल्या प्रकारच्या मराठी साहित्याची उणीव अत्यंत तीव्रतेने जाणवते. ब्रिटिश साम्राज्यशाहीशी टक्कर देण्याचे आणि मध्यम वर्गाची कुचंबणा करणाऱ्या जुनाट रूढींवर हल्ला करण्याचे कार्यच जोपर्यंत आपल्यापुढे होते तोपर्यंत भावनाप्रधान लिखाणाला भलता भाव येणे अपरिहार्य होते. पण आता आपल्याला सुखी, संस्कारी, स्वावलंबी आणि संरक्षणक्षम असे नवे राष्ट्र निर्माण करायचे आहे; त्या राष्ट्राला पोषक अशी समाजरचना घडवायची आहे. यापुढे भावनेइतकेच किंबहुना तिच्याहूनही अधिक विचाराला— सूक्ष्म, मूलगामी व प्रामाणिक विचाराला— महत्त्व आहे. जुनाट झालेल्या धार्मिक, आर्थिक आणि जीवनविषयक कल्पनांचा गंज आपल्या समाजमनावर फार पूर्वीपासून चढलेला आहे. प्रत्येक नवे-जुने व्यक्तिसुखाच्या, समाजविकासाच्या, राष्ट्रहिताच्या आणि मानवधर्माच्या निकषावर घासून घेण्याची सवय या मनाला लावण्याचे कार्य आता साहित्यिकांनी केलेच पाहिजे. विनोबाजी भावे, आचार्य आवडेकर, आचार्य भागवत, आचार्य कालेलकर इत्यादिकांच्या लेखन, व्याख्यानात अशा विचारप्रेरकतेचा आढळ होतो; नाही असे नाही पण पावसाच्या अभावी पिके वाळून जात असताना आभाळातून मधूनमधून चार शिंतोडे पडावेत तसे आणि तेवढेच आजकाल असले विचारप्रधान साहित्य निर्माण होत असते. चिपळूणकरांपासून सावरकरांपर्यंतच्या मराठी साहित्यिकांच्या हातात निबंध हे एक अत्यंत प्रभावी शस्त्र होते. त्या शस्त्राला आम्ही आता धार दिली पाहिजे. सर्वसामान्य मनुष्याची विचारांची भूक आहे. तिला सकस खाद्य मिळेल तर त्याच्या अंगी निर्माण होणारी बौद्धिक आणि आत्मिक शक्ती राष्ट्रसंवर्धनाच्या कामी निश्चित उपयोगी पडेल. आमच्यातल्या प्रज्ञावंतांनी यापुढे या गोष्टीची उपेक्षा करता कामा नये.

प्रज्ञा व प्रतिभा यांचे पंथ निराळे असले तरी व्यक्तीच्या आत्मिक शक्तीला आवाहन करणे आणि सामाजिक मन जागृत करणे ही कामे दोघीही आपापल्या पद्धतीने उत्कृष्ट करू शकतात. प्रतिभा प्रज्ञेसारखी प्रशांत वृत्तीने जीवन कंठू शकत नाही हे खरे, स्वच्छंदपणा हा तिचा गुणच आहे हे मलासुद्धा मान्य आहे. पण हे सर्व कबूल करूनही आपल्या प्रतिभावंतांचा थिटेपणा, संकुचितपणा आणि दुबळेपणा

शक्य तितक्या लवकर नाहीसा होणे जरूर आहे, असेच मी अट्टाहासाने म्हणेन. खाडीत होडी वल्हवत बसण्यापेक्षा खवळलेल्या समुद्रातून ती हाकारण्यात जातिवंत खलाश्याला अधिक आनंद होतो... खऱ्या कलावंताचा आत्माही असाच साहसी असतो, हे आपल्या प्रतिभावंतांनी विसरू नये. प्रो.वामनराव जोश्यांचे खालील उद्‌गार त्यांनी आता सतत आपल्या डोळ्यांपुढे ठेवणे अवश्य आहे—

'कलात्मतेच्या नावावर विचारशून्यता लपवण्यापेक्षा कलात्मकतेकडे थोडेसे दुर्लक्ष करून, संसारातली जी विविध दृश्ये सामान्य लोकांच्या नजरेला आली नसती ती दाखवणे, त्यातील खोल मर्म सुचविणे, त्यांच्या दर्शनाने सुविचारात, सद्‌भावनेत आणि सात्त्विक आनंदात भर घालणे हे अधिक श्रेयस्कर आहे.' वामनरावांच्या या अर्थपूर्ण शब्दातल्या संसाराचे स्वरूप गेल्या कित्येक वर्षांत झपाट्याने विस्तार पावत आहे. सारे जग आज एकाच कहिलीत कढत आहे. प्रेमाने, सुखाने आणि शांतीने जगायचे कसे, हा प्रश्न अखिल मानवजातीपुढे दत्त म्हणून उभा राहिला आहे. एकीकडे पुरेशा अन्नाच्या अभावी कोट्यवधी मानवी शरीरे खंगून जात आहेत, तर दुसरीकडे आपल्या लाखांचे कोटी आणि कोटींचे अब्ज कसे होतील म्हणून धडपडणारी माणसे आपले आत्मे सैतानापाशी गहाण ठेवत आहेत. मनुष्याचे शरीर आणि आत्मा या दोन्हींचा जणू काही आजच्या जगाच्या बाजारात राजरोस लिलाव पुकारला जात आहे! या लिलावातल्या अमानुष भेसूरपणाचे नागडेउघडे स्वरूप अत्यंत कलात्मक पण परिणामकारक रीतीने चव्हाट्यावर मांडण्याचे काम प्रतिभावंतांइतके दुसऱ्या कुणाला साधणार आहे? इब्सेन, टॉलस्टॉय, टोलर किंवा हरिभाऊ आपटे यांच्यासारखे या क्षेत्रातले अनेक उज्ज्वल आदर्श आपल्यापुढे उभे आहेत. पण या आदर्शांची शाब्दिक पूजा करण्यातच आपण अजूनही धन्यता मानत आहोत. मूर्तिभंजक इब्सेनच्या 'डॉल्स हाउस' या प्रभावी नाटकाचा आपण पदोपदी उल्लेख करतो पण स्त्री आणि पुरुष यांच्या जीवनात ज्या अनेक नव्या समस्या निर्माण होत आहेत त्यांचे चित्रण करताना मात्र कळत नकळत आम्ही परंपरागत श्रद्धांचा व संकेतांचा स्वीकार करत असतो. एके काळी स्त्री ही सर्व दृष्टिने दास्यात होती, त्या वेळी ललित लेखकांनी तिची वकिली केली यात गैर असे काहीच नव्हते. आता ती पिढ्यान् पिढ्या चालत आलेल्या गुलामगिरीतून हळूहळू मुक्त होत आहे. ही मुक्त स्त्री पोशाखी आणि आळशी जिणे जगू इच्छित असेल, हक्कांबरोबर येणाऱ्या कर्तव्यांची तिला जाणीव होत नसेल तर प्रतिभावंतांनी तिच्या विरुद्धही वकीलपत्र घ्यायला हवे! उलट सुशिक्षित स्त्रीला केवळ बाह्यत: समता प्राप्त झाली असून तिच्या गळ्यात पडलेल्या पुष्पमाळीत लपून बसलेले पुरुषाच्या स्वामित्वाचे व कामुकतेचे विंचू जर तिला अजूनही असह्य डंख मारत असतील तर त्यांचे चित्रणही साहित्यिकांनी तितक्याच निर्भयतेने करायला हवे. आपल्या जीवनावर जशी अजून

भ्रामक पारलौकिक ध्येयांची छाया आहे, तसेच ऐहिक लालसेने निर्माण केलेले नवेनवे मोहक दंभही त्याला आजकाल झाकोळून टाकत आहेत. त्यांच्यावर प्रतिभावंतांनी प्रखर प्रकाश पाडला पाहिजे.

आजच्या साहित्यिकांपुढे मूर्तिभंजनाचे फार मोठे कार्य आहे. त्याने उठल्यासुटल्या समाजाला मान्य असलेल्या आदर्शांवर शस्त्र उगारू नये असेच मी म्हणेन. पण ते आदर्श वास्तव जीवनाशी संबद्ध हवेत; निसर्ग आणि मनुष्य यांच्याशी सुसंवादी हवेत. पर्वताचे शिखर कितीही उंच असले तरीही त्याच्यावर उभे राहून चंद्र हस्तगत करू पाहणारा मनुष्य वेडा ठरल्याशिवाय राहत नाही याची जाणीव या आदर्शांच्या उपासकांनाही असायला हवी. व्यक्तिविकासाच्या दृष्टिने गांधीवाद आणि नवसमाजरचनेच्या दृष्टिने समाजवाद प्रभावी असले तरी या दोन्ही तत्त्वज्ञानांच्या अनुषंगाने जी ढोंगेसोंगे निर्माण झाली आहेत किंवा होण्याचा संभव दिसत आहे त्यांच्यावर प्रतिभावंतांनी प्रामाणिकपणाने पण निकराने प्रहार केले पाहिजेत. तात्पुरत्या तडजोडीतून निर्माण झालेले कुठलेही तकलुपी तत्त्वज्ञान मानवतेला यापुढे सुखी करू शकणार नाही हे उघड आहे. बुद्धी आणि भावना, व्यक्ती आणि समाज, देश आणि जग, यंत्र व मनुष्य, सुख आणि संस्कृती, कला आणि कष्ट यांच्यात आज तीव्रतेने वसत असलेले विरोध नाहीसे झाल्याशिवाय जगात सुखशांती प्रस्थापित होणे शक्य नाही. अशा सुखी जगाची कल्पना हे आज तरी मानवतेच्या आत्म्याचे एक सुंदर, विशाल स्वप्न आहे. पण असली विशाल स्वप्ने प्रतिभावंतच लीलेने पाहू शकतात इतकेच नव्हे तर आपल्या कलेने ते ती जनमनापर्यंत पोहोचवून तिथे स्थिर करू शकतात. आजच्या प्रतिभावान साहित्यिकांनी आपले हे कर्तव्य ओळखले पाहिजे.

नवजीवनाच्या निर्मितीला प्रज्ञा आणि प्रतिभा यांच्याइतकीच वैयक्तिक अथवा संघटनात्मक परिश्रमांची आवश्यकता असते. आपल्या साहित्यविषयक प्रयत्नात अशा परिश्रमांची उणीव अद्यापिही तीव्रतेने जाणवत आहे. भौतिक शास्त्रांचे, आपल्या सुशिक्षितांचे ज्ञानसुद्धा अनेकदा कीव करण्यासारखे असते. आपण नवनवी यंत्रे सर्रास वापरतो, मोठमोठ्या शोधांचे केवळ शाब्दिक कौतुक करतो पण भारतीय मनात विज्ञानाविषयी अजून खरेखुरे प्रेम निर्माण झालेले नाही. शास्त्रीयदृष्टी ही अध्यात्मविद्येची सवत आहे, अशा समजुतीने आपण अजूनही तिच्याविषयी उदासीन आहोत. पण हा उदासपणा आपल्या देशाच्या उद्याच्या स्वातंत्र्याला बाधक झाल्यावाचून राहणार नाही. आपल्या बालवाङ्मयात अजून राम, कृष्ण आणि मारुती यांच्याच कथांची गर्दी आढळते. आपल्या चित्रपटातही संतांचेच साम्राज्य पसरलेले दिसते. तिथे लुई पाश्चर किंवा मादाम क्युरी अशांसारख्यांचे सहसा दर्शन होत नाही. प्रौढ वाङ्मयाकडे वळले तर तिथेही हीच रड दिसून येईल. ज्यूलियन हक्स्लेच्या छोट्या, शास्त्रीय निबंधांसारखे आकर्षक निबंध आपल्याकडे किती विरळ आहेत! देशोदेशींच्या

घडामोडीचे आणि क्रांतीचे चटकदार इतिहास आज आपल्या वाचकांच्या हातात असणे आवश्यक नाही का? कला, शास्त्र, वैद्यक, साहित्य इत्यादी क्षेत्रात जगात जी प्रगती होत आहे, तिची पुसट पावले तरी वाङ्मयाच्या द्वाराने साक्षर भारतीय जनतेच्या मनात उमटायला नकोत काय? पण इकडे गंगा वाहत आहे आणि तिकडे आळशी झोपलेला आहे, अशी अद्यापि आपली स्थिती आहे! स्टीफान झ्वाइगच्या 'कालचे जग' (The World of Yesterday) या सुंदर उद्‌बोधक आत्मचरित्राचा आस्वाद कितीशा मराठी वाचकांनी घेतला असेल? कला आणि तत्त्वज्ञान यांच्या संगमातून निर्माण झालेल्या खलिल जिब्रानच्या प्रभावी प्रतिभेचे संस्कार कितीशा मराठी मनांवर झालेले आहेत? चार्ल्स मॉर्गनच्या 'फ्लॅशिंग स्ट्रीम' या नावीन्यपूर्ण नाटकाचा आणि तिच्या विचारप्रवर्तक प्रस्तावनेचा परिचय असलेले मराठी रसिक कितीसे निघतील? सॅरोयनचा पत्ता आम्हाला नुकता कुठे लागलेला आहे! पण तो त्याच्या किरकोळ गोष्टी आणि एक कादंबरी एवढ्यापुरताच आहे! 'द टाइम ऑफ युवर लाइफ' सारख्या त्याच्या वैशिष्ट्यपूर्ण नाटकाकडे इतक्यात कुणी वळेल असे लक्षण मुळीच दिसत नाही.

केवळ मराठी साहित्याचीच नव्हे तर महाराष्ट्रीय अस्मितेची संपन्नता वृद्धिंगत करायला आणि त्यापेक्षाही उद्याच्या भारताचे भाग्य जिच्यावर आधारले जाणार आहे, अशा नवसंस्कृतीची पूर्वतयारी करायला आम्ही परिश्रमपूर्वक बाहेर जे जे विचारधन मिळेल, ते ते आपल्या साहित्यात आणण्याचा प्रयत्न केला पाहिजे. नदी आपल्या गावाजवळून वाहत नसली म्हणून आपली जमीन नापिक ठेवण्याचे हे दिवस नाहीत! नद्यांना धरणे बांधता येतात, त्यांचे कालवे काढता येतात, अगदी साहित्याच्या क्षेत्रातही!

१५ ऑगस्टनंतर आपल्याला मिळणारे स्वातंत्र्य अपूर्ण आहे, हे कुणीच नाकारणार नाही. पण त्यामुळेच ती अपूर्णता शक्य तितक्या लवकर घालवण्याची जबाबदारी इतर क्षेत्रातल्या नेत्यांप्रमाणे सर्व प्रकारच्या कलावंतांवरही पडत आहे. त्यांनी आपल्या प्रतिभेला कुठलीही कृत्रिम बंधने लादून घेऊ नयेत; कुठल्याही पक्षाकडे आपला आत्मा गहाण ठेवू नये; कुठल्याही तत्त्वप्रणालीचे अंध पुजारी बनू नये. मात्र त्याचबरोबर आजच्या जगातल्या आणि जीवनातल्या त्यांच्या ज्या सामाजिक जबाबदाऱ्या आहेत, त्या त्यांनी हसतमुखाने स्वीकारल्या पाहिजेत. गढूळ पाण्यात तुरटी टाकली की सारा गाळ तळाला जाऊन बसतो आणि वरचे पाणी स्वच्छ होते. उद्याच्या राजकीय मतामतांच्या गलबल्यात, विविध सामाजिक संघर्षात, किंबहुना राष्ट्राच्या जीवनातल्या प्रत्येक विभागात कलावंतांनी हेच कार्य करायचे आहे. आपल्या प्रतिभेला जिव्हाळा, चिंतन, व्यासंग आणि प्रामाणिकपणा यांची जोड त्यांनी दिल्यास ते राष्ट्राचे खरेखुरे शिल्पकार होऊ शकतील. कुठलाही खरा कलावंत

हा केवळ कीर्तीचा उपाय नसतो. तो निव्वळ पैशाचा गुलाम होऊ शकत नाही. चरितार्थाकरिता त्याने खुशाल द्रव्यार्जन करावे, प्रोत्साहनापुरते कीर्तीकडे जरूर लक्ष द्यावे. पण जातिवंत कलावंत हा चिरंतन जीवनमूल्यांचा सेवक असतो, ही आपली भूमिका त्याने कधीही सोडू नये. सत्य, न्याय, सौंदर्य, आनंद, सौजन्य, स्वातंत्र्य इत्यादी जीवनमूल्यांचे संरक्षण आणि संवर्धन करण्यातच त्याच्या कलाजीवनाचे साफल्य आहे.

कलावंताच्या भूमिकेची ही उदात्तता लक्षात घेऊन महाराष्ट्रातले लहानमोठे सारे कलाकार आणि साहित्यिक मानवधर्माच्या ध्वजाभोवती या संक्रमणकाळी जर गोळा होतील, तर अनंत दुःख गांजलेल्या पण सुखाच्या वाटेकडे डोळे लावून बसलेल्या आजच्या भारताचीच नव्हे तर साऱ्या जगाचीही ते सेवा करू शकतील.

◆

(किर्लोस्कर, १५ ऑगस्ट, १९४७-स्वातंत्र्य अंक)

कांचनमृग

'हृदयाची हाक' ही पहिली कादंबरी लिहून पुरी करताना पुन्हा कादंबरीलेखनाच्या भानगडीत पडायचे नाही असे मी मनाशी ठरवले होते खरे. पण मंगेशराव कुलकर्ण्यांच्या कर्नाटक छापखान्यात सुंदर रीतीने छापलेली ती कादंबरी पाहताच माझा निश्चय डळमळू लागला. लेखनवैराग्य हे प्रसूतिवैराग्य आणि स्मशानवैराग्य यांच्यासारखेच असते अशी त्या क्षणी माझी खात्री झाली. मी नकळत दुसऱ्या कादंबरीचा विचार करू लागलो. 'साहित्यसंमेलनाची तयारी' या कोल्हटकरांच्या विनोदी लेखात पांडुतात्या व बंडूनाना ज्या पद्धतीने ग्रंथकार म्हणून मिरवतात, तिचा पगडा प्रौढ साहित्यिकांवरसुद्धा अनेकदा पडलेला दिसतो. आपण एवढा जाडा ग्रंथ लिहिला आहे किंवा आपलं हे एकशे एकावं पुस्तक आहे असं सांगण्यात मोठमोठ्या ग्रंथकारांनासुद्धा अभिमान वाटतो. मग मी तर त्या वेळी नुकता कुठं बच्चा लेखक या सदरातच जमा होऊ लागलो होतो. साहजिकच अशा सुंदर रीतीनं छापलेल्या आपल्या पाच-पंचवीस कादंबऱ्या ओळीने लावून ठेवल्या तर ते दृश्य फार सुखद होईल असं माझ्या मनाला वाटू लागलं. प्रत्येक मनुष्यात थोडासा शेख महम्मद असतोच, पण कलावंतात तो सामान्य मनुष्यापेक्षा अधिक प्रमाणात आढळतो. त्यामुळे आपण पुढली कादंबरी कुठल्या विषयावर लिहिणार आहोत याची काही कल्पनासुद्धा नसताना 'हृदयाची हाक' प्रसिद्ध होताच मराठी कादंबरीकारांच्या यादीत आपलं नाव समाविष्ट झाल्याची स्वप्नं मला पडू लागली.

लगेच मी दुसरी कादंबरी लिहायला घेतली नाही याचं कारण एकच होतं. माझ्या या सुखद स्वप्नांचा एका विचारानं वारंवार भंग होत असे. आपल्या पहिल्या कादंबरीचं मराठी वाचकांकडून कसं काय स्वागत होईल याची मला काहीच कल्पना नव्हती. शेख महम्मदाच्या लाथेनं त्याच्या हाऱ्यातली काचेची भांडी फुटून वजिराचा जावई होण्याऐवजी तो जसा एक कफल्लक मनुष्य बनला, तशीच कदाचित या बाबतीत आपली स्थिती होईल, अशी शंका मधूनच माझ्या मनाला चाटून जाई. मी अनेक मासिकांचा लेखक होतो. साहित्यिकातही माझे पाच-दहा निकटचे स्नेही होते. तेव्हा आपल्या कादंबरीवर चार-दोन तरी अनुकूल अभिप्राय आणि एखाद्या मर्मज्ञ

टीकाकारानं नि:स्पृहपणानं केलेली टीका यांच्यात जमीन-अस्मानाचं अंतर असतं. या दुसऱ्या प्रकारच्या टीकाकारांचं माझ्या कादंबरीविषयी काय मत आहे, हे जाणण्याची उत्सुकता मला बेचैन करून सोडत होती. मात्र त्या उत्सुकतेत आशेपेक्षा भीतीचाच भाग अधिक असावा!

अशा प्रकारच्या टीकेची एक ओझरती चुणूक मला लवकरच अनुभवायला मिळाली. १९३० साली मडगावला वामनराव जोश्यांच्या अध्यक्षतेखाली भरलेल्या साहित्यसंमेलनापूर्वी काही दिवस आधी 'हृदयाची हाक' प्रसिद्ध झाली होती. त्या संमेलनाला जाण्याकरता मी वेंगुर्ले बंदरात बोटीवर चढलो. त्याच बोटीनं चिंतामणराव जोशीप्रभृति बाहेरची काही साहित्यिक मंडळीही आलेली होती. पणजीला उतरल्यावर चहा पिण्याकरता आम्ही सारे एकाच ठिकाणी गेलो. बोटीच्या प्रवासाच्या त्रासामुळे असो अथवा ज्या खानावळीत आम्ही तोंड धुवून चहा घेतला तिथल्या भांड्यांना येणाऱ्या माश्यांच्या वासामुळे असो, सरस्वतीच्या या लाडक्या पुत्रांनी चहापान होईपर्यंत मौनव्रत धारण केलं होतं. पणजीहून आम्ही सारी मंडळी मोटारनं मडगावला जायला निघालो, तेव्हा एकेकाच्या तोंडाचं कुलूप हळूहळू निघू लागलं. गोष्टीवरून गोष्टी निघाल्या. कुणी तरी माझ्या नव्या कादंबरीचा उल्लेख केला. लगेच चिंतामणराव म्हणाले, 'काय बरं नाव आहे तिचं? 'गोमातेची हाक', 'मातृभूमीची हाक' अशासारखं काहीतरी आहे. होय ना?' आपल्या कादंबरीचं नाव मोठं अन्वर्थक आणि भावनापूर्ण आहे, अशी माझी त्या क्षणापर्यंत समजूत होती. पण ते गोमातेच्या पंक्तीत बसणारे आहे याची जाणीव चिंतामणरावांनी करून देताच मी क्षणभर सर्द झालो. मोटार सुरू झाल्यापासून मी एकसारखा बडबडत होतो. पण त्यांचा तो प्रश्न ऐकून मी गडबडलो, गोंधळलो, पूर्ववत वाऱ्याला तोंड देण्याइतकं मन स्थिर करायला मला मोठे प्रयास पडले. कादंबरीच्या नावापासूनच एखादा टीकाकार आपल्याला झोडपायला लागला तर दुसरी कादंबरी लिहिण्याचा प्रसंगच आपल्यावर येणार नाही असा विचार त्या वेळी माझ्या मनात चमकून गेला.

पण माझ्या मनातली ही भीती दूर व्हावी अशाच गोष्टी पुढल्या दोन-तीन महिन्यांत घडल्या. मडगावच्या संमेलनाला अनेक लहान-मोठे साहित्यिक आले होते. त्यांच्यापैकी पुष्कळांनी उगवता कादंबरीकार म्हणून माझं अभिनंदन केलं. त्या अभिनंदनात कादंबरी वाचून झालेल्या आनंदापेक्षा उपचाराचाच भाग अधिक असावा ही शंका माझ्या मनात आल्यावाचून राहिली नाही. अभिनंदकांपैकी एखादाच कथानक, स्वभावरेखन, भाषाशैली किंवा अशाच प्रकारच्या दुसऱ्या वाङ्मयीन गोष्टीविषयी बोले. इतर बहुतेकांचं अभिनंदन 'वा!', 'छान!', 'ब्रेव्हो!', 'बक अप!' अशा थाटाचं होतं. प्रीती, आशा, स्तुती या गोष्टी खोट्या असल्या तरी माणसाच्या मनात निर्माण करण्याचं सामर्थ्य त्या स्तुतिपर शब्दांत नव्हतं.

या संमेलनाला माझे लेखनगुरू श्रीपाद कृष्ण कोल्हटकर आलेले होते. त्यांनी व संमेलनाचे अध्यक्ष असलेल्या वामनराव जोश्यांनी खाजगी बैठकीत माझ्या कादंबरीविषयी जेव्हा प्रोत्साहनपर उद्‌गार काढले, तेव्हा मात्र आणखी एक कादंबरी लिहिण्याचा प्रयोग आपण करून पाहायचाच असा मी मनाशी निश्चय केला. त्या दोघांचं माझ्या पहिल्या कादंबरीनं पूर्णपणे समाधान केलं नव्हतं हे मला कळून चुकलं होतं. त्यांच्या प्रतिभेविषयी, रसिकतेविषयी आणि मार्मिकपणाविषयी मला अतिशय आदर होता. आपली पुढली कादंबरी त्या दोघांनाही अधिक आवडेल अशीच लिहायची— ती तशी साधली नाही तर हस्तलिखित फाडून टाकायचं असं उत्साहाच्या भरात मनात ठरवून मी त्या कादंबरीचा विचार करू लागलो.

मडगावचं संमेलन मे महिन्यात भरलं होतं. संमेलनाहून परत आल्यानंतर ताबडतोब मी कादंबरी लिहायला घेणार होतो. पण संमेलनाहून परत जाताना श्रीपाद कृष्ण कोल्हटकर, शिरोडे, सावंतवाडी वगैरे गावी थोडे दिवस राहून गेले. ते गेले न गेले तोच मिठाचा सत्याग्रह सुरू झाला. गावातलं सारं वातावरण हा हा म्हणता बदलून गेलं. सरकारी मदत घेणाऱ्या शाळेचा मुख्याध्यापक या नात्यानं मला सत्याग्रहात प्रत्यक्ष भाग घेणं शक्य नव्हतं. पण आप्पासाहेब पटवर्धन, आबा वालावलकर, आप्पा नाबर वगैरे लहानमोठे काँग्रेसचे कार्यकर्ते या सत्याग्रहात गुंतले होते. ही सारी मंडळी अगदी माझ्या जवळची. त्यातले कित्येक माझे दहा-दहा वर्षांचे जिव्हाळ्याचे स्नेही. माझे निकटचे मित्र, 'वैनतेया'चे संपादक मेघश्याम शिरोडकर सत्याग्रहात भाग घेण्याकरता शिरोड्यात येऊन दाखल झाले होते. त्यांनी सत्याग्रहात जावं व मी त्यांच्या गैरहजेरीत 'वैनतेय' चालवावं अशी आम्ही कामाची वाटणी करून घेतली. सत्याग्रहाच्या दिवसात 'वैनतेया'चा दररोज अंक काढून बाहेर न पोहोचणाऱ्या शिरोड्यातल्या अनेक बातम्या आम्ही योग्य रीतीनं प्रसृत केल्या. त्या अंकाकरता लिहायचं, स्वत:च्या घरी अथवा अन्यत्र उतरलेल्या ओळखीच्या सत्याग्रहींची उठबस करायची, पकडलेल्या सत्याग्रह्यांना भेटून यायचं इत्यादी गोष्टींत माझा सारा वेळ जाऊ लागला. त्या आठवड्यातलं शिरोडे अगदी निराळं झालं होतं. चुलीपाशी आळसानं शेकत बसणाऱ्या माणसानं एकदम हातात पेटती मशाल घेऊन काळोखातून बेदरकारपणानं धावत सुटावं तशी गावातल्या दैनंदिन जीवनाची कळा बदलली होती. वारा प्यालेल्या वासरासारखी लहान थोरांच्या मनाची स्थिती झाली होती. मी काही त्याला अपवाद नव्हतो. त्यामुळे मडगावहून परत येताना जे कथानक मी मनात अस्फुटपणे घोळवीत होतो ते या वावटळीत कुठल्या कुठं नाहीसं झालं. उलट डोळ्यांनी पाहिलेल्या या अपूर्व सत्याग्रहाच्या पार्श्वभूमीवरच आपली दुसरी कादंबरी लिहावी असं मला तीव्रतेनं वाटू लागलं.

पण सत्याग्रहाची लाट जितक्या वेगानं उसळली होती तितक्याच वेगानं ती

ओसरली. एक आठवडाभर देशभक्तीच्या धुंदीत गुंग झालेल्या माझ्या मनाला घडलेल्या घटनांकडे किंचित अलिप्तपणानं पाहता येऊ लागलं. त्या दृष्टीनं मी जेव्हा या सत्याग्रहाच विचार करू लागलो तेव्हा, केवळ त्याच्या पार्श्वभूमीवर एखादी प्रेमकथा चित्रित करणं व तिची रंगत लज्जतदार व्हावी म्हणून डोळ्यांनी पाहिलेल्या अनेक बारीकसारीक गोष्टींनी ती नटवणं, हा एक प्रकारचा वाङ्मयीन आणि सामाजिक गुन्हा होईल असं मला वाटू लागलं. मी सत्याग्रह पाहिला होता— अगदी भावनेनं, समरसतेनं पाहिला होता. पण तो मला पचवता आला नव्हता. त्याचं प्रामाणिक चित्रण करायचं म्हणजे टिळकांच्या वेळेपासून परक्या ब्रिटिश सत्तेला जो तीव्रतम विरोध सुरू झाला होता त्याचा विकास दिग्दर्शित करावा लागला असता, गांधीवादाच्या मूलभूत तत्त्वांची कथानकाच्या अनुषंगानं चिकित्सा करावी लागली असती. ललित लेखकाला सुलभ असणाऱ्या भावनेच्या बळावर हे काम पार पडणं शक्य नव्हतं. तिथं चिकित्सक वृत्तीची, सखोल चिंतनाची, ऐतिहासिक अभ्यासाची आणि वॉर ॲन्ड पीस सारखी कादंबरी लिहिणाऱ्या लेखकाच्या विशाल कल्पकतेची आवश्यकता होती. ही जाणीव झाल्याबरोबर, सूर्योदय होताच जसं धुकं विरून जातं तसा, सत्याग्रहाच्या पार्श्वभूमीवर उभारलेल्या व अर्ध्यामुर्ध्या गुंफलेल्या दोन-तीन कृत्रिम कथानकांनी हळूच माझ्या मनातून पळ काढला. पुढे काही काळ लोटल्यावर त्या सत्याग्रहात आलेल्या अनेक अनुभवांना मी थोडंसं कलात्मक स्वरूप देऊ शकलो. पण ते सारं स्फुट लेखन होतं. 'सहगमन' ही कविता आणि 'सागर, अगस्ति आला', 'दोन टोकं', 'आंध्र मलमल' इत्यादी गोष्टी या सत्याग्रहातूनच मला सुचल्या. या सर्वांपेक्षा अधिक महत्त्वाची गोष्ट म्हणजे 'दोन ध्रुवां'मध्ये आलेलं बाप्पाचं स्वभावचित्र होय. या स्वभावचित्राच्या अनेक रेखा १९३० च्या शिरोड्याच्या सत्याग्रहाच्या वेळीच मला प्रतीत झाल्या.

सत्याग्रहाची धामधूम संपून जून महिना उजाडला. शाळा सुरू झाली. आता आपल्याला कादंबरी लिहायला सवड मिळणं अशक्य आहे अशी माझी खात्री झाली. पण हातानं कष्टाचं काम करणारी माणसं नकळत तोंडानं जसं आवडतं गाणं गुणगुणत असतात, तसं एकीकडे शाळेचं दैनंदिन काम करत असताना दुसरीकडे माझं मन एका कथानकात रमून जात होतं. जाणूनबुजून मी या कथानकाचा कधीच विचार केला नव्हता. पण जसजसं ते माझ्या मनात साकार होऊ लागलं तसतसं आपण आपल्या आयुष्यातल्या काही उत्कट अनुभवांनाच कथारूप देत आहो असं मला जाणवू लागलं. या कादंबरीचं कथानक मनात संपूर्णपणे गुंफलं जाण्याच्या आधीच तिच्यातले अनेक प्रसंग माझ्या डोळ्यांपुढे नाचू लागले. 'कांचनमृग' कादंबरीचा प्रारंभ सांगलीला कृष्णेच्या घाटावर होतो. तिचा शेवट कोकणातल्या एका खेडेगावाजवळच्या समुद्रतीरी असलेल्या टेकडीवर होतो. ही दोन्ही दृश्ये राहून

राहून माझ्या स्वप्नात येऊ लागली. मध्यंतरीचे अनेक प्रसंग व विचारही पुन:पुन्हा अंधूक स्वरूपात मनात तरळू लागले, पण शाळेचे काम सांभाळून आपण झटकन ही कादंबरी लिहून काढू असं काही केल्या मला वाटेना. कादंबरी मनात फुलत असताना ती लिहिणं इष्ट आहे हे मला कळत होतं. पण आत्मविश्वासाच्या अभावामुळे असो, आपण रूढ विषय सोडून निराळाच विषय हाती घेत आहो, तो कादंबरीला योग्य आहे की नाही या संभ्रमामुळे निर्माण झालेल्या अस्वस्थतेमुळे असो किंवा अखंड बैठक घातल्याशिवाय आपल्याला चांगलं लिहिता येत नाही या ठाम समजुतीमुळे असो— कादंबरी-लेखनाकरता बैठक घालण्याच्या मन:स्थितीत मी नव्हतो.

पण ही दोलाचल मन:स्थिती 'हृदयाच्या हाके'च्या एका परीक्षणाने पूर्णपणे पालटली. हे परीक्षण येण्यापूर्वी त्या कादंबरीवर दहा-पंधरा लहानमोठे अभिप्राय आले होते. ते बहुतेक अनुकूल होते. पण ते माझ्या दोस्तांनी व मला ओळखणाऱ्या लोकांनी लिहिले असल्यामुळे त्यात सत्याचा भाग किती आहे, हे माझं मलाच कळत नव्हतं. त्या सर्व अभिप्रायांची कात्रणं मी मोठ्या अगत्याने कापून ठेवली होती. जाहिरातीच्या दृष्टीनं ती अत्यंत उपयुक्त झाली असती. पण माझ्या मनाचं समाधान करायला ती असमर्थ होती. सत्यालाही दोन बाजू असतात हे मला नव्यानंच कळत होतं, नव्हे ते टोचत होतं. अशा स्थितीत मी वर उल्लेखलेलं परीक्षण माझ्या हाती पडलं. सुप्रसिद्ध इतिहासतज्ज्ञ शेजवलकर यांच्या संपादकत्वाखाली निघणाऱ्या 'प्रगती' साप्ताहिकात केवळ त्या वेळीच नव्हे पण या क्षणापर्यंत मला अपरिचित असलेल्या जोगळेकर नावाच्या गृहस्थांनी ते लिहिलं होतं. परीक्षण चांगलं लांबलचक होतं. 'प्रगती'ची दोन-तीन पृष्ठं त्यानं भरली होती. त्या परीक्षणात वर्णन केलेले गुण माझ्या कादंबरीत असतील अशी मला स्वप्नातही शंका आली नव्हती. पण एका अपरिचित रसिकाने आपल्या कादंबरीचा विस्तृत परामर्श घ्यावा, प्रचलित लोकप्रिय कादंबऱ्यांपेक्षा तिचा निराळेपणा विशद करून सांगावा, तिच्यातल्या भाषेच्या आणि कल्पनेच्या सौंदर्याचं मुक्तहस्तानं रसग्रहण करावं या गोष्टीचा माझ्या मनावर फार विलक्षण परिणाम झाला. आपल्याविषयी कादंबरीक्षेत्रात रसिकांच्या काही अपेक्षा आहेत, आपल्यापाशी जे काही सांगण्यासारखं आहे, ते प्रामाणिकपणानं सांगण्याचा प्रयत्न केला, तर लघुकथेप्रमाणेच या क्षेत्रात आपल्याला यश मिळू शकेल असा विश्वास त्या टीकेनं माझ्या मनात निर्माण केला. 'कांचनमृग' ही कादंबरी मी मोठ्या उत्साहानं लिहायला घेतली.

दररोज सकाळी चहा घेऊन कादंबरी लिहायला बसायचं, शाळेच्या वेळापर्यंत लिहीत सुटायचं; संध्याकाळी कुठं तरी टेकडीवर अगर समुद्रावर एकांतात बसून दुसरे दिवशी लिहायच्या भागाचा विचार करायचा असा नित्यक्रम मी ठेवला.

चाळीस-बेचाळीस दिवसांत कुठलाही खंड न पडता ही माझी सर्वांत मोठी कादंबरी मी पुरी केली. आता त्या गोष्टीचं मला राहून राहून नवल वाटतं. पाण्याच्या संथ ओघाबरोबर नाव वाहत जावी, आत बसलेल्या माणसाला वल्हे मारण्याचेसुद्धा श्रम पडू नयेत तशी या कादंबरीलेखनाच्या वेळी माझी स्थिती होती. माझ्यातला चिरंतन संशयात्मा त्या वेळी मुळीच जागृत झाला नाही. स्वत:च्या निर्मितीवर नाही नाही त्या शंका घ्यायची आणि त्यातली एखादी शंका साधार वाटू लागली की अडून बसायची खोड मला पहिल्यापासून आहे. कादंबरीचं कथानक मनात कितीही शिजलं असलं तरी ते अजून कच्चं आहे, वाचकांच्या पानात ते घाईघाईनं वाढणं म्हणजे स्वत:चं हसं करून घेणं आहे असं मला नेहमीच वाटतं. 'उल्के'पासून 'क्रौंचवधा'पर्यंतची माझी प्रत्येक कादंबरी या कारणामुळे दीर्घकाळ भिजत पडल्याची आठवण मला आहे. त्यामुळे 'कांचनमृग' ज्या सुलभतेनं व वेगानं मी लिहिली त्यात एक प्रकारचा अभूतपूर्व सुखदपणा होता. त्याचं सारं श्रेय मी जोगळेकरांच्या त्या प्रोत्साहक टीकेलाच देतो. ती टीका त्या वेळी प्रसिद्ध झाली नसती तर—

तर ही कादंबरी बहुधा माझ्या हातून लिहून झाली नसती. ती टीका माझ्या वाचनात येण्यापूर्वी कादंबरी ऑक्टोबरच्या सुटीत स्वस्थपणानं लिहावी असा मी बेत करत होतो. त्या संकल्पाप्रमाणं ती ऑक्टोबरपर्यंत तशीच राहिली असती तर ती लिहूच नये, अशी पलट माझ्या मनानं खाल्ली असती. त्या ऑक्टोबरात 'ज्ञानप्रकाश'च्या दिवाळी अंकापासून 'हृदयाची हाक की जादूगाराचा पडसाद' या मथळ्याखाली टीका सुरू झाली. ऑक्टोबरमध्ये सुरू झालेली ही टीका हप्त्याहप्त्यानं पुढे महिना दोन महिने ज्ञानप्रकाशात येत होती असं आठवतं. कदाचित इतर मजकूर कमी पडला म्हणजे या परीक्षणाचे एकदोन स्तंभ घालायचे असं संपादकांचं धोरण असू शकेल! अधूनमधून तुकड्या तुकड्यांनी येणारी ती लांबलचक टीका किती लोकांनी सुव्यवस्थित वाचली असेल याबद्दल मी साशंकच आहे. तिच्यातला मुख्य आशय एकच होता. तो म्हणजे माझी कादंबरी फडक्यांच्या 'जादूगार' कादंबरीची सहीसही नक्कल आहे हा होय. या चोरीच्या आळानं मी चकित होऊन गेलो. माझ्या कादंबरीतल्या अनेक दोषांची मला स्पष्ट कल्पना होती. पण तिचा कच्चा मालच आपण दुसऱ्याच्या घरून लांबवला आहे हा शोध 'ज्ञानप्रकाशा'त वाचताच मी स्वत:कडे बऱ्याच साशंक दृष्टीनं पाहू लागलो. लहानपणी मुद्दाम प्रत्येक गणेश चतुर्थीला पाहिलेला चंद्र मला आठवला. 'चोरांचं संमेलन' या लेखात चोर व ग्रंथकार यांचं संयुक्त संमेलन भरवण्याचा ठराव कोल्हटकरांनी का अंतर्भूत केला आहे याचीही मला पुरेपूर कल्पना येऊन चुकली. हे परीक्षण प्रसिद्ध होण्यापूर्वीच मी 'कांचनमृग' लिहून चुकलो होतो म्हणून बरं झालं. नाही तर आपली 'हृदयाची हाक' ही कादंबरी 'जादूगारा'चा पडसाद आहे असा शोध जसा कोल्हापूरच्या एका

चव्हाणांनी लावला, तशी 'कांचनमृग' ही 'दौलत'ची नक्कल आहे अशी शंका तिथलेच कोणी जाधव अथवा भोसले उद्या घेतल्याशिवाय राहणार नाहीत अशी भीती माझ्या मनात निश्चित निर्माण झाली असती. आणि मग हात दाखवून अवलक्षण करून घेण्याचं धाडस मी सहसा केलं नसतं.

या वेळची एक गोष्ट सांगण्याजोगी आहे. माझ्यावरली ही टीका प्रसिद्ध होण्यापूर्वी मी अनेक कठोर टीका लिहिल्या होत्या. टीका करताना ज्याच्यावर आपण हत्यार चालवतो त्या मनुष्याच्या मनाला किती वेदना होत असतील याची या वेळेपर्यंत मला कल्पना नव्हती. टीकाकाराचं काम शस्त्रवैद्यांचं आहे, असं ऐटीनं मनाशी म्हणत मी इतरांच्या कृतींची चिकित्सा व चिरफाड करत असे. शस्त्रवैद्यसुद्धा गुंगीचं औषध दिल्याशिवाय रोग्याच्या शरीराला स्पर्श करत नाही, हे अशा प्रकारच्या टीकालेखनाला मिळणाऱ्या यशाच्या धुंदीत मी पार विसरून गेलो होतो. पण 'हृदयाच्या हाके'वरला तो हृदयशून्य हल्ला पाहताच काही काळ माझं मन गडबडून गेलं. त्याच्यावर एक प्रकारच्या निराशेची उदास छाया पसरली. वाङ्मयीन मूल्यांच्या दृष्टीनं आपल्यावर झालेल्या टीकेत काही अर्थ नाही हे मला कळत नव्हतं असं नाही. पण माझ्या कादंबरीची ती आचरट पण निर्दय चिरफाड पाहून मला वेदना झाल्याशिवाय राहिल्या नाहीत. 'भावबंधना'तल्या लतिकेला कठोर बोलण्याचं प्रायश्चित्त जसं शेवटी घ्यावं लागलं किंवा पृथ्वीनं रथचक्र गिळल्यावर ते बाहेर काढीपर्यंत युद्ध थांबवण्याविषयी विनंती करणाऱ्या कर्णाला 'तेव्हा गेला होता कोठे राधासुता तुझा धर्म?' असं जसं कृष्ण विचारतो, तसंच आपल्या बाबतीतही घडत आहे असं मला वाटलं. पाच वर्षं स्वतःच्या निष्ठुर टीकालेखनाकडे मी विजयाच्या दृष्टीनं पाहत आलो होतो. माझ्या डोळ्यांवरली ती धुंदी या टीकेनं उतरली. चिकित्सा आणि चिरफाड यांची मी गल्लत करत होतो याची जाणीव मला तेव्हा पहिल्यांदा झाली. चव्हाणांच्या त्या टीकेनं माझ्या कादंबरीलेखनात काडीइतकीही सुधारणा झाली नसेल, पण स्वतःच्या टीका लेखनाकडे एका निराळ्या दृष्टीनं पाहायला तिनं मला प्रवृत्त केलं.

या टीकेमुळे माझ्या मनावर पसरलेलं निराशेचं सावट एवढ्यानं दूर होण्यासारखं नव्हतं. तिचा पहिला भाग वाचून एक-दोन दिवस मी मोठ्या बेचैनीत घालवले. 'कांचनमृग' कादंबरीचं मंगेशराव कुलकर्ण्यांच्याकडे पाठविलेलं हस्तलिखित परत मागवून घ्यावं आणि लवकरच पडणाऱ्या थंडीत उबेदाखल त्याचा उपयोग करावा, असा वैतागाचा विचारही त्या दोन दिवसात पाच-दहा वेळा तरी माझ्या मनात येऊन गेला. माझी तीच मनःस्थिती कायम राहिली असती तर कदाचित 'कांचनमृग' परत पाठवून देण्याविषयी मी माझ्या प्रकाशकांना पत्रही लिहिलं असतं. पण ती टीका माझ्या हाती पडल्यापासून दोन दिवसांच्या आतच कोल्हापूरचे प्रसिद्ध कवी नागेश यांचं मला एक पत्र आलं. नागेश व फडके हे स्नेही होते. ती टीका वाचून फडके

व आपण किती संतप्त झालो हे नागेशांनी आपल्या पत्रात सूचित केलं होतं. ती टीका कोल्हापूरच्या एका गृहस्थांनी लिहिली असली तरी त्यांचं मत हे कोल्हापूरच्या किंवा इतर ठिकाणच्या असंख्य रसिकांचं किंवा हजारो वाचकांचं मत नव्हे हे ध्यानात ठेवण्याविषयी नागेशांनी मला आवर्जून लिहिलं होतं. ते कवी असल्यामुळे आपलं म्हणणं त्यांनी मोठ्या अलंकारयुक्त भाषेत मांडलं होतं. त्यांची ती वाक्यं मला आता आठवत नाहीत, पण एका वाक्यात केशर व गाढव यांचा उपयोग करून मी माझं कादंबरी लेखन सुरू ठेवावं असं त्यांनी मला आग्रहानं लिहिल्याचं स्मरतं. ती टीका फडक्यांना किती नापसंत आहे याचंही वर्णन नागेशांनी केलं होतं. त्यांचं ते पत्र वाचून मला मोठा धीर आला. फडक्यांच्यासारखा अग्रेसर कादंबरीकार त्या टीकेशी सहमत नाही हे पाहून मला बरं वाटलं. त्या वेळी नागेशांच्या पत्रांतून फडक्यांनी माझ्याविषयी जो सद्‌भाव दाखवला, तो 'कांचनमृग' प्रसिद्ध झाल्यावर तिच्याविषयी अनुकूल मत प्रदर्शित करणारं पत्र पाठवून त्यांनी वृद्धिंगत केला. त्यांना 'कांचनमृग'ची नायिका 'सुधा' हिचं स्वभावचित्रण आवडलं होतं. हरिभाऊंच्या यमूसारखंच हे स्वभावचित्र लोकांना आवडेल असं त्यांनी आपल्या त्या पत्रात लिहिलं होतं.

'हृदयाची हाके'पेक्षा 'कांचनमृगा'त जी अधिक सजीवता आली आहे तिचा उगम इतर एक-दोन गोष्टींप्रमाणे सुधेच्या चित्रणात आहे यांत शंका नाही. सांगलीसारख्या सनातनी गावात माझं बालपण गेलं. तिथं धर्माच्या नावाखाली बालविधवेवर होणारा चित्रविचित्र क्रूर जुलूम वयाच्या बाराव्या-तेराव्या वर्षांपासून मला तीव्रतेनं जाणवू लागला. माझ्याच वयाची मुंडन केलेली आणि डोक्यावरून तांबडा पदर घेणारी एक मुलगी त्या वेळी पाहिल्याचं मला आठवतं. तिला पाहून माझ्या मनाला बसलेला धक्का मोठा विचित्र होता. आपण मुलीच्या जन्माला आलो असतो आणि बाराव्या वर्षी लग्न होऊन तेराव्या वर्षी आपला नवरा मेला असता तर आज आपली हुबेहूब हीच अवस्था झाली असती, असं त्या वेळी माझ्या मनात आलं. त्या कल्पनेनं— आज मला ती कितीही हास्यास्पद वाटत असली तरी— त्या वेळी मला अगदी बेचैन करून सोडलं असावं. कारण इतकी वर्षं होऊन गेली तरी अगदी काल पाहिल्यासारखा त्या मुलीचा चेहरा अद्यापि मला आठवतो. या विचित्र धक्क्यानंतर लवकरच आगरकर, हरिभाऊ आपटे आणि श्रीपाद कृष्ण कोल्हटकर यांचं वाङ्मय माझ्या वाचनात आलं. त्या वाचनानं माझ्या मनात निर्माण झालेल्या बालविधवेविषयीच्या सहानुभूतीला अधिक उत्कट आणि रेखीव स्वरूप दिलं. पुढं तीन-चार वर्षांनी माझ्या नात्यातल्या दोन बालविधवांची जीवनं मी थोडीफार जवळून पाहिली. त्यांच्यापैकी एक माझ्याहून वयानं थोडी लहान होती, दुसरी बरीच मोठी होती. पण त्या दोघींच्याही जीवनात तेच कारुण्य, तीच अगतिकता, तोच मनाचा मुका मार मला आढळून आला. त्या अनुभवांनी माझ्या भावविश्वात बालविधवेला कायमचं स्थान

दिलं. 'आक्का'सारख्या लघुकथेत मी तिच्या जीवनाची एक बाजू रंगवू शकलो होतो, पण अगदी लहानपणापासून तिच्याविषयी माझ्या मनात जी सहानुभूती साचत आली होती तिला संपूर्ण कलात्मक स्वरूप देण्याची संधी मला 'कांचनमृग' लिहीपर्यंत मिळाली नव्हती. साहजिकच कांचनमृगातली सुधा ही 'हृदयाची हाक' या कादंबरीतल्या नायिकेपेक्षा अधिक सजीव वठली व वाचकांना थोडी फार आवडली.

'कांचनमृग' ही माझ्या पहिल्या तीन-चार कादंबऱ्यात समाविष्ट होण्याइतकी चांगली कांदबरी आहे असं मानणारे अनेक लोक अद्यापि मला भेटतात, 'उल्का', 'दोन ध्रुव' आणि 'क्रौंचवध' यांच्यापेक्षाही ती श्रेष्ठ आहे असं प्रतिपादन करणारे वाचकही मी क्वचित पाहिले आहेत. मी त्यांच्याशी सहमत होऊ शकत नाही. पण त्यांना या कादंबरीचं इतकं आकर्षण का वाटतं याची मला कल्पना करता येते. केवळ सुधा या नायिकेच्या कारुण्यपूर्ण चित्रणामुळे आलेली रंगत त्यांनाही ओढ लावत नाही. या कादंबरीचा नायक सुधाकर याचा ध्येयवाद, त्या ध्येयवादाचं आचरण करताना त्याला आलेले विविध अनुभव, शिक्षणासारख्या देशाच्या प्रगतीचा आत्मा असलेल्या विषयाविषयी सुधाकराच्या जीवनाच्याद्वारे केलेली विविध चर्चा इत्यादी गोष्टींमुळे 'कांचनमृग' अनेकांना अजून आवडते. या कादंबरीत चित्रित केलेला सुधाकर सुधेप्रमाणेच माझ्या स्वतःच्या आयुष्यातून निर्माण झाला आहे. १९२० साली एका खेड्यात जायचं आणि शिक्षणाचं काम करायचं असा मनाचा निर्धार करून मी शिरोड्याला गेलो. १९२० ते १९३० या दशकात शिक्षक या नात्यानं मी स्वतः जे अनुभव घेतले आणि जवळपासच्या शाळांचे व शिक्षकांचे जे संसार पाहिले, त्यांनी माझ्या मनात अनेक लहानमोठी वादळे निर्माण केली होती. त्या दहा वर्षांत स्वीकृत कार्यांत मी ज्या आशानिराशा अनुभवल्या, स्वतःच्या स्वप्नाळू ध्येयवादाचे जे चढउतार पाहिले, तत्त्वतः चांगली दिसणारी गोष्ट व्यवहारात उतरवताना तिला येणाऱ्या अवकळेच्या ज्या वेदना भोगल्या, त्या सर्वांचं मिश्रण सुधाकराच्या रेखनात अस्फुटपणानं का होईना प्रतिबिंबित झालं आहे. त्यामुळेच ही कादंबरी अनेकांची आवडती होऊन बसली. ती प्रसिद्ध झाल्यावर निरनिराळ्या शिक्षणसंस्थांकडून मला व्याख्यानांची आमंत्रणं येऊ लागली. मी कुणीतरी शिक्षणतज्ज्ञ आहे अशा समजुतीनं अनेक शिक्षणविषयक वादग्रस्त प्रश्नात माझं मत विचारणारी काही खाजगी पत्रंही मला आली. ती निमंत्रणं मी स्वीकारली नाहीत आणि त्या पत्रांनाही मी जुजबी उत्तरं पाठविली, हे निराळे सांगायला नकोच. आपल्या झाकल्या मुठीत काय आहे हे ज्याचे त्याला ठाऊक असतेच!

आज या कादंबरीकडे वळून पाहताना मला वाटतं, एका अतिशय चांगल्या विषयाचा मी तिच्यात उपन्यास केला होता. अनुभवाच्या मर्यादितपणामुळे, संकुचित व्यक्तिमत्त्वामुळे आणि कलेच्या तोकडेपणामुळे त्या विषयाची जितकी सखोल आणि

सुंदर मांडणी व्हायला हवी होती, तितकी त्या वेळी आपल्या हातून झाली नाही. आता पुन्हा ती कादंबरी नव्यानं लिहून काढण्याइतकी आपल्याला सवड मिळाली तर काय बहार होईल! एक सुखद स्वप्न म्हणून या विचारात मी अनेकदा रमतो. मात्र ते कधीही खरं होणारं स्वप्न नाही हे मी जाणून आहे. गत आयुष्याचं सिंहावलोकन करताना हातून होऊन गेलेल्या अनेक चुका सुधारण्याची प्रौढ मनुष्याला तीव्र इच्छा होते. पण त्या सुधारण्याची संधी या जगात कुणाला मिळाली आहे? पुस्तकंही काही या नियमाला अपवाद होत नाहीत.

◆

(साहित्य, डिसेंबर, १९४९)

साहित्य संमेलने कशी असावीत?

आडगावी राहणारे एक कथालेखक परवा मला भेटायला आले होते. जुनी लघुकथा, नवी लघुकथा, परभाषेतल्या चांगल्या लघुकथा इत्यादी गोष्टींविषयी बोलताबोलता आमच्या गप्पांचा ओघ साहित्य संमेलनांकडे वळला. "तुम्ही गतवर्षी पुण्याला गेला असालच!" मी म्हणालो. ते उत्तरले, "जाणार होतो, पण जमलं नाही." साहित्याच्या अभिवृद्धीविषयी वाटणाऱ्या खऱ्या-खोट्या प्रेमामुळे मी उद्‌गारलो, "संमेलनाला लहानमोठे लेखक जास्तीत जास्ती प्रमाणात हजर राहिल्याशिवाय साहित्य समाजाच्या सर्व थरांपर्यंत जाऊन पोहोचणं शक्य नाही. तुम्ही सवडीत सवड काढून प्रत्येक संमेलनाला जायला हवं!" वाङ्मय ही एका विशिष्ट वर्गाची मिरासदारी नाही, तुकारामाचे अभंग झोपडीपासून राजवाड्यापर्यंत सर्वत्र गुणगुणले जातात वगैरे टाळ्यांची वाक्ये माझ्या अगदी जिभेवर आली होती, पण श्रोता अवघा एकच असल्यामुळे मी त्यांना लगाम घातला.

पाहुणे हसत म्हणाले, "मात्र आमच्या गावातून पुण्याच्या संमेलनाला कुणीच गेलं नव्हतं असं नाही हं! तसं ते सुधारलेलं आहे. दोन तंबाखूचे व्यापारी गेले होते तिथून संमेलनाला! परत आल्यावर नाटकांच्या आणि करमणुकीच्या खूप गोष्टी सांगत होते ते!"

हे उद्‌गार ऐकून मी हसलो-अगदी मन:पूर्वक हसलो. त्या तंबाखूच्या व्यापाऱ्यांना नव्हे; तंबाखूने उत्पन्न होणाऱ्या रसापेक्षा अन्य रस त्यांच्यापाशी असतीलही! नाही कुणी म्हणावे? पण मला हसू आले ते माझ्या विचित्र कल्पनेचे! संन्याशांची एक परिषद भरली आहे आणि तिथे भगव्या वस्त्रापेक्षा जरीकाठी रुमाल— उपरणी आणि शेले-शालू यांचीच गर्दी दिसत आहे... असे काहीतरी चित्र एकदम माझ्या डोळ्यांपुढे उभे राहिले होते.

ते लेखक निघून गेल्यावर मी या गोष्टीचा विचार करू लागलो. पायात काटा सलावा तसं मला झालं. समाजाच्या सर्व थरांपर्यंत साहित्य पोहोचावे ही माझी इच्छा वास्तविक त्या व्यापाऱ्यांनी तृप्त केली होती. त्यांच्याविषयी कुरकुर करण्याचे मला काहीच कारण नव्हते. पण राहून राहून माझ्या मनात दोन प्रश्न दत्त म्हणून उभे राहू

लागले. साहित्य संमेलने भरतात ती मुख्यत: कुणासाठी? साहित्यिकांकरिता, साहित्यप्रेमी रसिकांकरिता की द्रव्यरूपाने मदत करणाऱ्या स्थानिक मंडळींच्या आणि बाहेरून गंमत पाहायला येणाऱ्या हौशी लोकांच्या मनोरंजनाकरिता? साहित्यप्रेमी या शब्दाची व्याख्या काय हवी तेवढी ताणता येईल. प्रेम हा शब्दच फसवा आहे! भानगडीपासून भक्तीपर्यंतची सर्व प्रकरणे त्याच्या ऐसपैस पांघरुणाखाली आश्रय घेऊ शकतात. मग त्या तंबाखूच्या व्यापाऱ्यांना साहित्यप्रेमी म्हणायला काय हरकत आहे? त्यांनी रहस्यमालांची काही पुस्तके खास वाचली असतील; नाचगाण्यांचे अनेक चित्रपट पुन:पुन्हा पाहिले असतील. हरिभाऊ आपट्यांचे नाव काढले तर 'ते शांता आपटेचे कोण लागतात?' आणि 'यशवंतराव पेंढारकरांविषयी बोलू लागले तर बाबुराव पेंढारकरांचे व त्यांचे नाते काय?' असे प्रश्न ते विचारणार नाहीत असे नाही. म्हणून काय त्यांचे साहित्यप्रेम आपण खोटे मानायचे? काशीला जाणाऱ्या प्रत्येक व्यक्तीला विश्वेश्वराचे सत्यस्वरूप थोडेच कळलेले असते!

पण या विचारांनी माझी रुखरुख थांबेना. संमेलनाहून परत आल्यावर जावडेकरांचे भाषण, प्रांतभारती व संयुक्त महाराष्ट्र यासंबंधीचे ठराव, रविकिरण मंडळाचा सत्कार अशा एखाद्या गोष्टीचा त्या तंबाखू सेवकांनी उल्लेख केला असता तर थोडे बरे झाले असते असे मला वाटू लागले. हे विषय त्यांच्या आहाराबाहेरचे होते, असे मानले तरी अत्र्यांनी उडवलेली नव्या कवींची रेवडी त्यांना थोडीफार आवडायला काहीच हरकत नव्हती. कुणाला ठाऊक यापैकी कुठल्याच कार्यक्रमाला ते अथपासून इतिपर्यंत हजर राहिले नसतील! त्यांच्या डोळ्यांत भरण्याजोगा कार्यक्रम एकच. तो म्हणजे नाटकांचा आणि करमणुकीचा. साहजिकच त्यांची तेवढी त्यांना आठवण राहिली.

त्या बिचाऱ्यांना या बाबतीत बोल लावायला माझे मन तयार होईना. संमेलनाचे चालकच जिथे अनेक वेळा साहित्यापेक्षा इतर गोष्टींना महत्त्व देत सुटतात, तिथे इतरेजनांना दोष देण्यात काय अर्थ आहे? सात-आठ वर्षांपूर्वीच्या एका संमेलनाला एक प्रसिद्ध नटी आली होती. ती नर्तिकाही होती. म्हणजे तिला नाचता येत होते म्हणे! झाले, चालकांना वाटले, आयता कपिलाषष्ठीचा योग आला आहे, तो वाया का दवडा? तिच्या नृत्याचा कार्यक्रम ठेवून संमेलनाला रंग आणण्याला काहीच हरकत नाही असा त्यांनी विचार केला. पुढे काही जबाबदार मंडळींनी त्या बेताला मोडता घातला ही गोष्ट निराळी. ते सारे मला आठवले आणि वाटले, आपली संमेलने योग्य दिशेने प्रगती करत आहेत काय? न्यायमूर्ती रानड्यांसारख्या द्रष्ट्याला ही कल्पना प्रथम सुचली, तेव्हा त्यांच्या डोळ्यांपुढे केवळ उत्सवाची, करमणुकीची चित्रे उभी राहिली होती काय? हे संमेलन पुढे कित्येक दिवस ग्रंथकारांचे संमेलन या नावाने संबोधले जात असे. त्या नावावरून या संमेलनाचा उद्देश स्पष्ट होत होता.

साहित्यिकांनी एकत्र जमावे, विचारविनिमय करावा, साहित्याच्या प्रगतीच्या काही व्यवहार्य योजना आखाव्यात, हे किंवा असेच विचार न्यायमूर्तींच्या मनात वावरत नसतील काय?

पण सध्याच्या संमेलनांची स्थिती कशी आहे? नवे-जुने प्रमुख लेखक पूर्वी इतक्या निष्ठेने तिथे मुळीच जमत नाहीत. चर्चेच्या वेळी संमेलनाचे सभागृह उन्हाळ्यातल्या नदीप्रमाणे रोडावून जाते आणि करमणुकीच्या कार्यक्रमाच्या वेळी ते पूर आलेल्या नदीप्रमाणे फुगते! अध्यक्षाचे भाषण सुरू असताना चुकून दिवे गेले तर अनेक झकपक पोशाख केलेले श्रोते विजेचे आभार मानतात. त्यांना उठून जायला आवश्यक असलेला काळोख आयता निर्माण होतो. चर्चेत भाग घेणाऱ्यांनी प्रस्तुत विषयाविषयी मी फारसे काही वाचलेले नाही, तथापि मी तुमच्यापुढे बोलणार आहे असे ठासून सांगून असंबद्ध वक्तृत्वाचा फड उभारावा आणि झालेले बहुतेक ठराव सणावारी बाहेर काढल्या जाणाऱ्या पितांबरांप्रमाणे बासनात गुंडाळून ठेवलेले असावेत, यालाच साहित्य संमेलन म्हणायचे असेल तर त्याला हजर राहण्याकरिता शे-पन्नास रुपये खर्च करून मध्यम स्थितीतले प्रामाणिक साहित्यिक अगत्याने कशाला येतील? जत्रेतल्या किंवा लग्नसमारंभातल्या गर्दीत आणि लहानसहान गमतीत लहान मुलांचे मन रमते पण मोठ्या माणसाला त्या गोष्टीत गुंग होऊन जाता येत नाही. आपल्या सध्याच्या साहित्य संमेलनांची थोडीफार अशीच स्थिती झालेली आहे. खासगी बैठकीत जो तो या परिस्थितीविषयी कुरकुर करतो असे दिसून येईल. माझे एक मित्र तर— 'एकीकडून राजकारण आणि दुसरीकडून मनोरंजन यांनी साहित्याच्या व्यासपीठावर आपले हातपाय पसरायला सुरुवात केल्यापासून त्याच्या मालकाची स्थिती इंदुबिंदुंच्या तावडीत सापडलेल्या महेश्वरासारखी झाली आहे!' असे नेहमी म्हणत असतात.

ही स्थिती पालटण्याकरिता काहीच करता येणार नाही काय? निश्चित येईल. मुंबईच्या आगामी संमेलनाने काव्यगायन, करमणूक वगैरे गोष्टींत त्या दिशेने पाऊल टाकले आहे. त्याशिवाय अनेक सुधारणा सहज सुचण्याजोग्या आहेत. अध्यक्षांच्या भाषणाचीच गोष्ट आपण घेऊ. संमेलनाचा पहिला अर्धा दिवस त्यात मोडतो. एक लांबलचक, विद्वत्ताप्रचुर भाषण लिहायचे व श्रोत्यांच्या जांभयांकडे आणि कुजबुजीकडे दुर्लक्ष करून ते त्यांना साग्रसंगीत वाचून दाखवायचे, असा या बाबतीतला आतापर्यंतचा परंपरागत संकेत आहे. क्वचित एखाद्यानेच तो मोडला असेल. साहित्याची उपासना ही किती कठीण गोष्ट आहे हे श्रोत्यांना पटविण्याकरिताच अध्यक्षमहाशय त्यांच्या सहनशीलतेचा असा अंत पाहत असतील तर गोष्ट निराळी. पण पट्टीचा वक्ता असलेला साहित्यिकसुद्धा भाषण वाचून दाखवू लागला की, त्याच्या व्याख्यानाची स्थिती निवून गेलेल्या चहासारखी होते.

प्रा.माटे महाराष्ट्रातले पहिल्या पंक्तीतले मोठे ढंगदार वक्ते आहेत. पण सांगलीच्या संमेलनात अध्यक्ष म्हणून भाषण वाचून दाखवण्याचा त्यांच्यावर प्रसंग आला आणि— आणि काय सांगायचे? मेलगाडीची मालगाडी झाल्याचा अनुभव श्रोत्यांना आला! छापलेल्या भाषणाच्या प्रती प्रतिनिधींना वाटल्या जाणार हे निश्चित असता ते शब्दश:— कित्येकदा मधूनमधून नवी मल्लीनाथी करत— वाचून दाखवण्यात वेळेच्या व्ययाखेरीज दुसरा कुठला फायदा आहे? अध्यक्षाने पाचपन्नास पानांचा प्रबंध अवश्य लिहावा; रसिक आणि अभ्यासक तो जरूर वाचतील. पुढे त्याच्याविषयी टीकाकार नियतकालिकातून मनसोक्त चर्चाही करतील. पण प्रत्यक्ष संमेलनात त्या प्रबंधाचा सारांश सुमारे अर्ध्या तासात चटकदार भाषेत सांगून पुढल्या कामाला सुरुवात व्हावी अशी प्रथा पडली तर सध्या अध्यक्षीय भाषणात खर्ची पडणारा अर्धा दिवस इतर महत्त्वाच्या कामाला उपयोगी पडू शकेल. अध्यक्षाचे समारोपाचे उत्स्फूर्त भाषण विस्तृत झाले म्हणजे या काटकसरीची भरपाईही होऊ शकेल.

चर्चेचा प्रश्न अध्यक्षीय भाषणाइतकाच महत्त्वाचा आहे. आतापर्यंतची बहुतेक संमेलने त्याच्याकडे अक्षम्य दुर्लक्ष करत आली आहेत. जमलेल्या लोकांना माशा मारीत बसावे लागू नये म्हणून कुठली तरी एक चर्चा नेहमी ठेवण्यात येते. कला विरुद्ध नीती, कला विरुद्ध जीवन इत्यादी वाद पहिली काही वर्षे संमेलनांना पुरले. मग संमेलनांचे चालक चित्रपटाच्या किंवा तसल्याच बाह्यत: लोकप्रिय दिसणाऱ्या पण विचारमंथनाच्या दृष्टिने निष्फळ असणाऱ्या विषयांच्या मागे लागले. असल्या चर्चेकरिता जे वक्ते मारून मुटकून उभे करण्यात येतात, ते आयत्या वेळी पकडून आणलेले असतात. त्यांच्यापैकी बहुधा कुणाचीच विषयाची पूर्वतयारी नसते. मग 'मुखमस्तीति वक्तव्य' अशा थाटाचे वक्तृत्व लोकांना ऐकायला मिळाले तर त्यात नवल कसले? १९४६ साली बेळगावला तर चर्चेचा मामला जुळेना म्हणून अत्र्यांना व मला संमेलन-मंडपात सुचतील त्या विषयावर— अर्थात ते शिळे होतेच— व्याख्याने ठोकावी लागली.

हा सारा गोंधळ होण्याचे कारण एकच आहे. ते म्हणजे संमेलनाचे बौद्धिक अंग विविध व भरदार असले पाहिजे या जाणिवेचा अभाव! संमेलनाच्या वर्षीचा वाङ्मयातला अत्यंत वादग्रस्त प्रश्न चर्चेसाठी निवडला, त्या विषयावरले चार अधिकारी वक्ते निदान महिन्याची पूर्वसूचना (आणि त्याचबरोबर दुसऱ्या वर्गाचे जाता-येताचे भाडे व इतर खर्च) देऊन बोलावले तर ती चर्चा साहित्यप्रेमी लोकांना बौद्धिक मेजवानीसारखी वाटेल. पुस्तिकेच्या रूपाने ती प्रसिद्ध केली तर टीकात्मक वाङ्मयात महत्त्वाची भर पडेल. गतवर्षी रविकिरण मंडळाच्या काव्याची चर्चा अशा पद्धतीने व्हायला हवी होती; चार गोड शब्द आणि चार पुष्पहार एवढ्यावर बोळवण करण्यासारखा तो सन्मान-प्रसंग नव्हता. यंदा नव्या मराठी कवितेविषयी अशी चर्चा ठेवली तर तिचा

साहित्यप्रेमी लोकांना नि:संशय उपयोग होईल. जो तो साहित्यिक आपल्या स्वत:च्या कुवतीप्रमाणे साहित्यनिर्मिती करत असतो हे तर खरेच; त्याचे सामर्थ्य संमेलने वाढवू शकणार नाहीत. पण सर्वसामान्य साहित्यप्रेमी मनुष्याची रसिकता ती नि:संशय वृद्धिंगत करू शकतील.

चर्चेच्या जोडीने संमेलनाच्या पूर्वीच्या वर्षांत निर्माण झालेल्या चांगल्या वाङ्मयाचा— विशेषत: उदयोन्मुख आणि क्षितिजावर आलेल्या तरुण लेखकांच्या वाङ्मयाचा परिचय श्रोत्यांना अवश्य व्हायला हवा. जरूर तर एखाद्या जबाबदार अभ्यासकांचे व्याख्यान या विषयावर ठेवले पाहिजे. अशी पुस्तके सर्व प्रमुख टीकाकारांच्या संमतीने दोन-तीन महिने आधी निश्चित करावीत. पूर्वी अध्यक्षीय भाषणात वाङ्मयाचा आढावा घेण्याची पद्धती होती. त्या वेळी ही गोष्ट साहजिकच घडत असे. पण भाषणाची ती पद्धत जुनीपुराणी वाटल्यामुळे असो, नियुक्त अध्यक्षांचा वाङ्मयाच्या अनेक प्रकारांशी संबंध नसल्यामुळे असो अथवा आपल्या आवडत्या विषयावरले पांडित्यपूर्ण प्रवचन म्हणजेच अध्यक्षीय भाषण अशी समजूत झाल्यामुळे असो, अलीकडे ती प्रथा नामशेष झाली आहे. त्यामुळे कुसुमावती देशपांड्यांसारख्या मर्मज्ञ टीकाकारांनी पुन:पुन्हा वाखाणलेल्या बिवलकरांच्या सुनीतेसारख्या कादंबरीचा साहित्य संमेलनाच्या व्यासपीठावरून आतापर्यंत एकदाही उल्लेख झालेला नाही. नवीन लेखकांच्या बाबतीत अशा गोष्टी प्रोत्साहक व म्हणूनच आवश्यक असतात.

साहित्य संमेलनांवर गेली अनेक वर्षे राजकारणाचे आक्रमण होत आहे अशी हाकाटी अलीकडे पूर्वीपेक्षा जोराने ऐकू येऊ लागली आहे. ती खरी आहे व खोटीही आहे. खोटी अशा दृष्टिने की ती करणाऱ्यांपैकी कित्येकांनी एके काळी साहित्य संमेलनात राजकारण पद्धतशीर रीतीने घुसडवण्याचा प्रयत्न केलेला आहे. आता त्या पंडितांची मते बदलली असावीत. टोप्या, मते आणि पक्ष कुणी केव्हा बदलावेत आणि तो बदल रास्त आहे की नाही हे कसे ठरवावे याविषयी काही नियम नाही. मात्र साहित्य संमेलनावर राजकारणाचा पगडा असू नये हे म्हणणे बरोबर असले तरी यापुढे त्याला राजकारणापासून दूर राहता येणार नाही. संयुक्त महाराष्ट्राच्या किंवा डांग प्रांताच्या भाषेच्या प्रश्नाकडे साहित्यविषयक संस्थांनी दुर्लक्ष करणे म्हणजे एक प्रकारची आत्महत्या होईल. कुठल्याही भाषेच्या प्रगतीकरिता अनेक व्यावहारिक गोष्टी नित्य कराव्या लागतात. आपल्या दैनंदिन सुखदु:खांशी राजकारण आता इतके निगडित झाले आहे की, त्याचे पडसाद वाङ्मयात उठणे अपरिहार्य होऊन बसले आहे. साखरेच्या दुर्मीळतेमुळे का होईना, राजकारण चुलीपर्यंत आले हे खरे आहे ना? साहित्याचे निवासस्थान काय चुलीपलीकडल्या कुठल्यातरी बिळात आहे? उठल्यासुटल्या प्रत्येकाने उठावे आणि 'राजकारण आलं रे आलं; साहित्य बुडालं! पार बुडालं!' अशी आरोळी ठोकावी यात काही अर्थ नाही. साहित्याच्या स्वाराला

मुलुखगिरी करायला राजकारणाचा घोडा अवश्य हवा. फक्त घोडा स्वार होणार नाही एवढी दक्षता संमेलनांनी अगत्य घ्यायला हवी. आपण लिंबाच्या सरबतात मीठ घालतो तसे आता राजकारण या नाही त्या रूपाने साहित्यसंमेलनात प्रवेश करणारच; मात्र अध्यक्षापासून संमेलनाच्या रसिक श्रोत्यापर्यंत प्रत्येकाने एका गोष्टीकडे केव्हाही आपले दुर्लक्ष होऊ देता कामा नये. पेलाभर लिंबाच्या पाण्यात अर्धा चमचा मीठ टाकून सरबत तयार करायचे असते. मिठाच्या बरणीत लिंबाचे पाणी ओतून जे पेय (खरे सांगायचे म्हणजे अपेयच) तयार होईल, त्याचा आस्वाद घेणारा रसिक स्थितप्रज्ञच असला पाहिजे!

'साहित्यात राजकारणाची लुडबुड नको' असे म्हणणारे लोक साहित्य संमेलन हे साहित्यिकांचे व साहित्यप्रेमी मंडळींचे स्नेहसंमेलन आहे, निदान असावे, असे प्रतिपादन करत असतात. कलावंत हे इतके स्नेहाला उत्सुक व म्हणून सौजन्याने पूर्ण असतात की काय, आजपर्यंतच्या साहित्य संमेलनात किती लेखकांचे स्नेह जमले आणि कितीकांचे तुटले, हे प्रश्न वादग्रस्त म्हणून आपण सोडून देऊ. पण सर्व नव्या-जुन्या लेखकांच्या प्रत्यक्ष परिचयाला संमेलनाइतके उचित स्थळ दुसरे नाही हे खरे आहे. १९२७ साली पुण्याला भरलेल्या संमेलनात लहान-मोठ्या लेखकांना एकत्र जमवून त्यांचा परिचय करून देण्याचा एक छोटासा कार्यक्रम समाविष्ट झाला होता. पण ती पद्धत पुढे चालू राहिली नाही. अशा स्थितीत नव्या लेखकांचा जुन्या लेखकांशी कोण परिचय करून देणार? रसिक चाहत्यांना त्यांचे आवडते लेखक कसे भेटणार? पांडुरंग आणि पुंडलिक हे दोघेही एके ठिकाणी असून त्यांची भेट होऊ नये तसे सध्या घडते. आधी संमेलनाला साहित्यिक थोडे येतात. जे येतात ते आपल्याला चिरपरिचित वर्तुळात वावरतात. त्यामुळे संमेलनाचा हा मूळचा व महत्त्वाचा हेतू मुळीच साध्य होत नाही. फडके, माडखोलकर, विभावरी शिरूरकर (आपण कोण आहोत हे कळू नये म्हणून या बाई कदाचित संमेलनाला येत नसतील व आल्या तरी आपण विभावरी आहोत हे कबूल करत नसतील. तेव्हा त्यांचा उपयोग कसा करून घ्यायचा ते चालकांनी पाहावे.) दिघे प्रभृति कादंबरीकारांच्या बैठकीत 'सुनीता' लिहिणारे बिवलकर आणि 'एल्गार' लिहिणारे पेंडसे यांच्यासारखे लेखक तास-दोन तास मोकळेपणाने आणि बरोबरीच्या नात्याने गप्पा मारू शकले तर ते वाङ्मयाला हितकारक ठरणार नाही काय? यशवंत, बोरकर, कुसुमाग्रज आणि शरच्चंद्र मुक्तिबोध, विंदा करंदीकर व य.द.भावे एकत्र आले किंवा दिवाकर कृष्ण, य.गो.जोशी, चोरघडे, माटे, लक्ष्मणराव सरदेसाई या कथाकारांशी भावे, गोखले, गाडगीळ, व्यंकटेश माडगूळकर, शांताराम यांची मनमोकळी चर्चा होऊ शकली तर ती स्नेहसंवर्धनाच्या आणि लघुकथेच्या दृष्टिने निश्चित उपकारक ठरेल.

अशा कितीतरी लहानमोठ्या सुधारणा आपल्या संमेलनांना करता येण्यासारख्या आहेत. मात्र ज्यांची साहित्याच्या पवित्र शक्तीवर श्रद्धा असेल त्यांनाच त्या करता येतील. दोन घटकांची करमणूक एवढीच ज्यांची साहित्याकडे पाहायची दृष्टी असेल त्यांना ते जमणार नाही. ज्याला कशाविषयी आशा असत नाही, 'ज्याला कुठल्याही गोष्टीची भीती वाटत नाही, तो कलावंत होऊ शकत नाही,' असे चेकॉव्हने म्हटले आहे. खरा साहित्यिक असाच असला पाहिजे. साहित्य संमेलनात त्याच्याच विचारांचे आणि भावनांचे प्रतिबिंब पडायला हवे. जीवनातल्या मांगल्याची आशा आणि अमंगलाची भीती यांचे त्याच्या हृदयातले पडसाद संमेलनाला येणाऱ्या प्रत्येकाच्या अंत:करणात उमटले पाहिजेत. ते उमटतील अशा कार्यक्रमात संमेलनाचा क्षण नि क्षण खर्च झाला पाहिजे.

◆

(मनोहर, एप्रिल, १९५०)

एका कथेची कहाणी

(१)

जीवनाप्रमाणे वाङ्मयाचेही सिंहावलोकन करण्यात मोठी मौज असते. आयुष्यात सुखदु:खांच्या अनेक गोष्टी घडतात, तेव्हा आपल्याला त्या किती महत्त्वाच्या वाटतात! अनुभूतीच्या उंच उंच लाटांवर त्या वेळी आपले मन हेलकावे खात असते. त्यामुळे त्या प्रसंगातील फक्त उत्कटता आपल्याला जाणवते. पण हे अनुभव स्मृतिरूप झाले की ती उत्कटता निवते. या प्रसंगातले धुंदी आणणारे काव्य नाहीसे होते. थोड्या फार अलिप्तपणाने आपण त्या अनुभवांचा विचार करू लागतो. मॅट्रिकच्या परीक्षेत मी आठवा आलो त्या दिवशीच्या माझ्या मन:स्थितीची आठवण झाली म्हणजे आता माझे मलाच हसू येते. त्या दिवशी माझे हात गगनाला लागले होते. जणू काही वाऱ्यावर तरंगत होतो मी! आज तीन तपांनंतर वाटते, दर वर्षी या परीक्षेत कुणीतरी आठवा येतोच. आणि प्रत्येक वर्षी त्याच्या वर आलेले सात विद्यार्थी असतातच! पण त्या वेळी आपल्या हाताला लागलेले आकाश पूर्वीइतकेच आपल्यापासून दूर आहे आणि वाऱ्यावर तरंगण्याची कला साध्य झाली असूनही गेली सदतीस वर्षे आपल्या पायांना खडे-काटे बोचायचे ते बोचतच आहेत.

वाङ्मयाच्या बाबतीतही माणसाला असाच अनुभव येतो. लेखक लिहितो त्या क्षणी आपल्या लिखाणाविषयी त्याला विलक्षण आपुलकी वाटते. स्वत:च्या निर्मितीतले गुणदोष पारखण्याच्या शक्तीला त्या वेळी तो जवळजवळ पारखा झालेला असतो. कालावधीनेच त्याची ही शक्ती जागृत होते. तैलचित्र दुरूनच पाहावे लागते ना? तशी स्वत:च्या लिखाणाची खरी किंमत ही लेखकाला कालांतरानेच कळू लागते.

१९२० ते १९४० च्या दरम्यान मी जे लेखन केले त्याच्याकडे आता मी या अलिप्तपणाच्या किंबहुना टीकाकाराच्या दृष्टिने पाहू शकतो. त्याच्यावर घेण्यात येणारे अनेक आक्षेप— अंशत: का होईना— मला पटतात. मात्र माझ्या वाङ्मयावर सतत घेण्यात येणारा एक आक्षेप मला पूर्वी कधी पटला नाही, अद्यापिही तो पटत नाही, तो म्हणजे मी एक कल्पनेच्या राज्यात स्वैर भ्रमण करणारा लेखक आहे हा

होय. माझ्या लेखनात अगणित दोष असतील. पण पंचवीस वर्षांनी मागे वळून पाहिले तरी मी त्यात माझे अनुभवच चित्रित केले आहेत असे मला वाटते. किंबहुना माझ्या वाङ्मयात वाजवीपेक्षा अधिक वास्तवता आहे, असा आक्षेपच त्याच्यावर घेणे योग्य होईल. जे जीवन मी जगलो म्हणा— अथवा मला जगावे लागले म्हणा— त्याची प्रतिबिंबे माझ्या लिखाणात सर्वत्र पडली आहेत. कलेच्या दृष्टिने हा गुण आहे की दोष आहे, याची चर्चा मी इथे करत नाही. मला फक्त वस्तुस्थिती वाचकांच्या व टीकाकारांच्या निदर्शनाला आणून द्यायची आहे. ते जिला माझी स्वप्नसृष्टी समजतात ती सत्यसृष्टी आहे, एवढेच सूचित करायचे आहे. त्यासाठी 'शिष्याची शिकवण' या कथेचा इतिहासच मी सांगतो.

१९२७ साली ही कथा मी लिहिली. विनायकराव नावाचा शिक्षक त्या कथेचा नायक आहे. फर्ग्युसन कॉलेजात शिकलेला, अप्रत्यक्ष रीतीने टिळक-आगरकरांच्या ध्येयवादापासून स्फूर्ती घेतलेला हा शिक्षक एका खेड्यात येऊन इंग्रजी शाळा चालवू लागतो. खेड्यात निसर्गाच्या सौंदर्याच्या जोडीने मानवी मनाची कुरूपताही नांदत असते, या कटु सत्याचा त्याला तिथे लवकरच प्रत्यय येतो. त्याच्यामध्ये आणि गावकऱ्यांमध्ये तेढ निर्माण होते. आपले विरोधक शाळेला आग लावणार या बातमीने तो अस्वस्थ होतो. पण शाळेवर त्याचे पोटच्या पोराप्रमाणे प्रेम असते. शाळेची राखरांगोळी झालेली पाहण्यापेक्षा आपण पदरी पराभव बांधून घेऊन त्या गावातून निघून जाणे हा श्रेयस्कर मार्ग होय असे तो मनाशी ठरवतो. पण तो शाळा सोडून जाऊ शकत नाही. स्वधर्म म्हणून आपण इथेच राहिले पाहिजे, हाती घेतलेले कार्य प्रामाणिकपणाने करत राहिले पाहिजे, हे त्याला अंती पटते. त्याच्या जीवनश्रद्धेला जाऊ लागलेला तडा सांधला जातो, त्याची ही ढासळू लागलेली श्रद्धा अचल होते, ती भ्रमात बडबडणाऱ्या त्याच्या एका आजारी विद्यार्थ्याच्या उद्‌गारांनी.

'शिष्याची शिकवण' या कथेचे मध्यवर्ती सूत्र असे आहे. ही कथा 'कालची स्वप्ने' या माझ्या कथासंग्रहात आली आहे. एका शालेय पुस्तकातही ती समाविष्ट झाली असल्यामुळे विद्यार्थ्यांनाही तिचा परिचय आहे.

आता माझ्या आयुष्याशी तिचा काय संबंध आहे ते थोडे सविस्तर सांगतो.

(२)

१९२० सालची गोष्ट.

खेड्यापाड्यातली जनता सज्ञान झाली पाहिजे, समाजाच्या खालच्या थरांपर्यंत ज्ञानाची गंगा पोहोचली पाहिजे, या भावनेने प्रेरित होऊन वयाची विशी उलटली न उलटली तोच मी कोकणाच्या कोपऱ्यातल्या एका खेडेगावात जाऊन तिथल्या

इंग्रजी शाळेत काम करू लागलो. शाळेच्या पगारात कुटुंबातल्या इनमीन तीन माणसांचे पोट भरणेसुद्धा मला शक्य नव्हते. पहिल्यापासून लेखनावर चार पैसे मिळू लागले म्हणूनच मी त्या काळात दोन्ही वेळा जेवू शकलो. पण पदोपदी हस्तांदोलन करणाऱ्या या भेसूर दारिद्र्याची त्या काळात मला कधी क्षणभरही भीती वाटली नाही. ध्येयवाद बहुधा आंधळा असतो. त्यामुळेच त्याला दारिद्र्याचे भयानक स्वरूप भेडसावत नसावे!

पण कुठल्याही अडचणीची पर्वा न करता हाती घेतलेल्या खेड्यातल्या या कामाला चिकटून राहण्याचा माझा निश्चय डळमळू लागावा अशी परिस्थिती पुढे पाच सहा वर्षांनी निर्माण झाली. साऱ्या सुट्ट्या प्रवासात खर्च करून फिरून आम्ही शाळेच्या इमारतीकरिता पैसा जमवला. गावाच्या मध्यभागी सरस्वतीचे सुंदर मंदिर उभे राहिले. पण त्याच वेळी गावातल्या काही मंडळींनी शाळेशी भांडण सुरू केले.

आपल्या सर्वच खेड्यात आढळणारी ही एक सनातन कहाणी आहे. आधी एखादी नवी चांगली गोष्ट तिथे होणे कठीण आणि ती चुकून झालीच तर जातीच्या किंवा पक्षाच्या रस्सीखेचीत, प्रतिष्ठेच्या ओढाताणीत, संकुचित पण सत्तालोलूप महत्त्वाकाक्षांच्या कात्रीत तिचे तुकडे तुकडे उडायला काही फारसा वेळ लागत नाही. सहकारी जीवनाचे पाठ घेण्याची जी नैसर्गिक जागा तिथेच पिढ्यान्‌पिढ्या कलिपुरुषाचा अनिरुद्ध संचार सतत सुरू आहे.

हा संचार आमच्या शाळेलाही बाधणार असे दिसू लागले. आम्ही शाळा चालवत होतो ती शिक्षण प्रसाराकरिता; गोरगरिबांच्या मुलांपर्यंत, समाजाच्या खालच्या थरापर्यंत ज्ञान पोहोचावे म्हणून; परक्या इंग्रजी राज्यात जे इष्ट संस्कार सरकार आपणहून जनतेवर करणार नाही, ते करण्याचे एक साधन म्हणून केवळ आत्मप्रतिष्ठेसाठी संस्था आपल्या पंखांखाली घालू पाहणाऱ्या लोकांच्या हातात— ते श्रीमंत आणि त्याचमुळे खेडेगावात सत्ताधारी असले तरी— हे साधन देणे कसे शक्य होते?

त्या चिमुकल्या गावात एक विचित्र शीतयुद्ध सुरू झाले. या शीतयुद्धातून अग्नीच्या ज्वाला लवकरच भडकणार असा रंग दिसू लागला. खेडेगावात रोमहर्षक प्रसंगांपेक्षा तशा प्रकारच्या अफवांचे पीक नेहमीच अधिक पिकते. दररोज कुणी ना कुणी तरी येऊन मला सांगे, 'शाळेचे विरोधक पाताळयंत्री आहेत. तुम्ही संध्याकाळी एकटेच फिरायला जाता, अंधार पडल्यावर तिथून परतता, अशा वेळी तुम्हाला गाठणे आणि चांगला चोप देण्याची व्यवस्था करणं काही त्यांना अशक्य नाही. मुकाट्यानं त्यांच्याशी मिळतं घ्या. म्हणतात ना, अडला हरि अन्‌-'

'अडला हरि अन्‌ गाढवाचे पाय धरी' ही म्हण मी लहानपणापासून ऐकत आलो होतो. त्या म्हणीतले सत्य मला कळत होते. आज पंचवीस वर्षांनी तेव्हापेक्षाही

अधिक तीव्रतेने ते जाणवते. पण अजूनही मला वाटते— या म्हणीतले सत्य हे अंती अर्धसत्य आहे. ते पूर्ण सत्य मानून चालणे म्हणजे माणसाने चिरंतन जीवनमूल्याशी विद्रोह करण्यासारखे आहे. प्रत्येक अडलेला हरि जर गाढवाचे पाय धरू लागला तर जगात गर्दभराज्यच सुरू होईल! मग तिथे 'हरि'ला कुठे शोधायचे? प्रगतीच्या दिशेने पावले टाकू इच्छिणाऱ्या जगाने पूजा कुणाची करायची? आपल्यापुढे आदर्श कुठला ठेवायचा?

लहानपणी वडीलमाणसांकडून किंवा मास्तरांकडून मी फारसा मार खाल्लेला नाही. त्यामुळे विरोधकांकडून चोप खाण्याच्या कल्पनेत माझ्या दृष्टिने नावीन्य होते. (हा खुराक माझ्या प्रकृतीला कितपत मानवला असता हा भाग निराळा!) शिवाय अंधारात कुणी तरी माणसे आपल्या मागून दबकत दबकत येत आहेत, ती आपल्या अंगावर तुटून पडत आहेत, एखाद्या पौराणिक किंवा ऐतिहासिक वीराप्रमाणे आपण त्यांना तोंड देत आहोत, हे चित्रसुद्धा— जन्माला येऊन कुठलाच शारीरिक पराक्रम मी कधी केला नसल्यामुळे असेल कदाचित— मला मोठे आकर्षक वाटले.

मी नेहमीप्रमाणे समुद्रावर फिरायला जाण्याचा क्रम सुरू ठेवला. मात्र शाळेच्या नव्या इमारतीला आग लावून देण्याचा विचार विरोधकांच्या मनात घोळत आहे, हे कळले, तेव्हा मात्र मी अतिशय अस्वस्थ झालो. चिमणीचे घरटे विसकटून टाकायला वात्रट पोराला घटकाभरसुद्धा वेळ लागत नाही, पण ते तिने बिचारीने किती कष्टाने बांधलेले असते. त्यातली काडी काडी गोळा करण्याकरिता तिने आपले दिवसच्या दिवस दवडलेले असतात. त्या घरट्यातल्या कापसाच्या धाग्याधाग्यावर तिची चिमणी स्वप्ने अवलंबून असतात. माझी स्थिती त्या चिमणीसारखीच होती. शिक्षण अर्धवट सोडून, घरादाराकडे पाठ फिरवून, आयुष्यभर आपल्याला अनेक सामान्य सुखेसुद्धा मिळण्याचा संभव नाही, हे पदोपदी जाणवत असून, मी आपले एक चिमुकले आवडते स्वप्न साकार करण्याकरिता एका खेड्यात स्वत:ला डांबून घेतले होते. त्याचा शेवट हाच होणार होता काय? सुंदर स्वप्नामागे धावणारा मनुष्य शेवटी हताश आणि पराभूत व्हावा, असाच नियतीचा संकेत असतो का? की ध्येयवाद ही एक दीपज्योती आहे— जितकी मोहक तितकीच दाहक— सुंदर चिमण्या फुलपाखरांना भुरळ पाडणारी, त्यांना हसत हसत आपल्याजवळ बोलावणारी आणि ती जवळ येताच क्षणार्धात त्यांना यमसदनाला पाठवणारी—

माझे मन गोंधळून गेले. इतक्या कष्टाने बांधलेली शाळेची इमारत आततायी विरोधकांनी खरोखरीच उद्या धुळीला मिळविली तर? ती कल्पनासुद्धा मला सहन होईना. एकुलत्या एक अपत्याच्या मृत्युइतकी ती मला भयंकर वाटू लागली. (त्या वेळी माझे लग्न झाले नव्हते तरीसुद्धा ही कल्पना माझ्या मनात येऊन गेली.) ही आपत्ती ओढवायला नको असेल तर मला दोनच मार्ग मोकळे होते. पहिला,

विरोधकांना शरण जाणे— पाण्यात राहून माशांशी वैर करता येत नाही, हे तत्त्व अनुभवाने शिकणे! केवळ वैयक्तिक अभिमानाचा किंवा अहंकाराचा प्रश्न असता तर या मार्गाचा अवलंब मी कदाचित केला असता! पण तसे करणे म्हणजे केवळ जगालाच नव्हे तर स्वत:लाही फसवण्यासारखे होते. या साऱ्या खटाटोपात ज्या हेतूने मी पडलो होतो, त्याच्या मुळावरच कुऱ्हाड चालवण्यासारखे होते ते!

खेडेगावातल्या विशिष्ट परिस्थितीमुळे तिथे अनेक सामान्य माणसे लब्धप्रतिष्ठित बनलेली असतात. कुणी जमीनदार म्हणून लोकांवर वजन मारून बसतो, कुणी सावकार म्हणून अनभिषिक्त राजाप्रमाणे वावरतो, कुणाच्या ताब्यात गावातला देव असतो, कुणाच्या ताब्यात गावातले गुंड असतात! सत्ता गाजवायची हौस ही तहान, भूक आणि कामवासना यांच्याइतकीच माणसाची उपजत प्रेरणा आहे, यात शंका नाही. त्यामुळे प्रत्येक गावातली अशा प्रकारची मंडळी सर्व उलाढालीत भाग घ्यायला नेहमीच उत्सुक असतात. पण यापैकी बहुतेकांचे त्यागाशी, ध्येयवादाशी किंवा सामाजिक सुधारणेशी दूरचेसुद्धा नाते नसते. खेडेगावातल्या सार्वजनिक संस्थांच्या हातून जर काही खरीखुरी कामगिरी व्हायची असेल तर त्या नेहमी त्यागी, स्वतंत्र व प्रामाणिक अशा लोकांच्या— मग ते संख्येने कितीही थोडे असेनात— ताब्यातच राहिल्या पाहिजेत. हा पुस्तकी तत्त्वांचा प्रश्न नाही. लोकशाहीची तत्त्वे कागदावर सुंदर वाटतात, पण इतर सुभाषितांप्रमाणे तीही आचरणात आणण्याला अत्यंत कठीण असतात. लोकशाहीच्या यशस्वी अवताराला लागणारी तपश्चर्याच आपण अद्यापि केलेली नाही. घरीदारी, प्रवासात, व्यवहारात, सामाजिक जीवनात कुठेही आपणाला लोकशाहीची आठवण होत नाही. आपल्या रक्तातच तिची बीजे नाहीत. दैववादावर पोसलेल्या आणि भेदभावांनी ग्रासलेल्या समाजावर फक्त सार्वजनिक जीवनातली कृत्रिम लोकशाही लादून काय उपयोग होणार आहे? लोकशाहीचे धिंडवडे म्युनिसिपालिट्यांसारख्या सार्वजनिक संस्थातून कसे निघत आहेत, हे आज स्वराज्य मिळाल्यावरसुद्धा आपण हरघडी पाहत आहोत.

पंचवीस वर्षांपूर्वी तर ही परिस्थिती अधिकच भयंकर होती! गावातल्या लब्धप्रतिष्ठितांच्या लहरीखातर कष्टाने बांधलेली शाळा धुळीला मिळालेली पाहणे मला शक्य नव्हते. ती मुकाट्याने त्यांच्या हवाली करणे तितकेच कठीण होते. गाव सोडून निघून जाणं हा एकच मार्ग आपल्याला मोकळा आहे, असे मला वाटू लागले. तो एक प्रकारचा पळपुटेपणा होईल, हे मला कळत होते पण—

दररोज संध्याकाळी मी समुद्रतीरावर जाऊन विचार करत बसू लागलो. मोठमोठे कवी आणि कथालेखक प्रेमभंगांची वर्णने करण्यातच आपली प्रतिभा का खर्च करतात हे मला कळेना. प्रेमभंगाचा फारसा मोठा अनुभव नसल्यामुळे असेल, पण मला वाटू लागले, प्रेमभंगापेक्षा भग्न ध्येयाचे दु:ख अधिक मोठे आहे. ते मृगजळामागे

धावणाऱ्या आणि धावता धावता उरी फुटून मरणाऱ्या हरिणाशिवाय दुसऱ्या कुणाला नीट सांगता येणार नाही!

त्या मन:स्थितीत मी शाळा सोडून कदाचित कुठेतरी निघून गेलो असतो. पण माझ्या दुबळ्या झालेल्या मनाचा तोल सावरला तो एका लहान प्रसंगाने! एका तीन शब्दांच्या प्रश्नाने म्हटले तरी चालेल. माझा एक आवडता विद्यार्थी मॅट्रिक होऊन कॉलेज शिक्षणाकरता सांगलीला गेला होता. तिथे तो विषमज्वराने आजारी पडला. त्याचे वडील, भाऊ वगैरे मंडळी त्याच्या शुश्रूषेसाठी गेली. त्याच्या दुखण्याला काही केल्या उतार पडेना. एके दिवशी त्याच्या आईला 'ताबडतोब निघून ये' अशी तार आली. ती तत्काळ गेली. त्या तारेचा अर्थ उघड होता. चार दिवसांनी ती सर्व मंडळी अश्रू गाळत परत आली. आई मुलाच्या अंथरुणापाशी गेली तेव्हाची गोष्ट मला त्यांच्यापैकी कुणीतरी सहज सांगितली. आई येऊन पोहोचण्यापूर्वीच त्याला भ्रम झाला होता. मधूनमधून तो शुद्धीवर येई, भोवतालच्या लोकांकडे भिरिभिरि पाही आणि निराशेने डोळे मिटून घेई. आई आल्यावर त्याने तिच्याकडे डोळे भरून पाहिले आणि एकदम तिला प्रश्न केला, 'मास्तर आले का?' आईबरोबरच तो माझी वाट पाहत होता हे उघड होते. भ्रमामध्येही माझ्याविषयी त्याच्या मनात विचार चालले होते हे कळताच मी गहिवरून गेलो. त्याच्या त्या तीन शब्दांत त्रिभुवनातले सामर्थ्य साठले आहे असा मला भास झाला. ज्या शाळेत मी विद्यार्थ्यांच्या इतका जवळ येऊ शकलो होतो, त्यांचे प्रेम संपादन करू शकत होतो, ती सोडून निघून जायचे? आणि ते कशासाठी? तर खोट्या जीवनमूल्यांच्या मागे लागलेल्या चार लब्धप्रतिष्ठित लोकांच्या लहरीसाठी?

छे! हा शुद्ध भ्याडपणा होईल. झगडत राहणे हाच ध्येयवादाचा धर्म असला पाहिजे. विजय मिळो वा पराभव होवो, आपली जागा सोडायची नाही, हातातले निशाण खाली टाकायचे नाही, हीच त्याची वृत्ती असली पाहिजे.

या छोट्या प्रसंगाने— माझ्या त्या आवडत्या विद्यार्थ्याने मृत्यूशय्येवरून विचारलेल्या एका प्रेमळ प्रश्नाने माझे मन स्थिर केले. मी गाव सोडून गेलो नाही, माझी तत्त्वे गुंडाळून ठेवली नाहीत, माझ्या कार्यपद्धतीला मुरड घातली नाही. काही केले नाही.

शाळेविरुद्ध उठलेले ते वादळ काही दिवस घोंगावत राहिले. मग आपोआप हळूहळू शांत झाले. त्या वेळी सार्वजनिक जीवनात मी नवखा होतो. त्यामुळे एक गोष्ट फार उशिरा माझ्या लक्षात आली— सार्वजनिक जीवन हा आपण महासागर मानतो. पण तो समुद्र नाही, तो पेला आहे— फार मोठा चहाचा पेला आहे. त्यामुळे आपण जी समुद्रातली भयंकर वादळे समजतो ती बहुधा चहाच्या पेल्यातली वादळेच ठरतात!

(३)

'शिष्याची शिकवण' ही कथा ज्या अनुभवातून निर्माण झाली तो वर वर्णन केल्याप्रमाणे आहे. हा अनुभव वाचून त्या कथेकडे वळणाऱ्या एखाद्या वाचकाने 'ही कल्पित गोष्टच नव्हे, ही तर सत्यकथा आहे,' असे म्हटले तर मला ते मुकाट्याने मान्य करावे लागेल. स्वत:चे अनुभव असे जवळजवळ जसेच्या तसे चित्रित करण्याने चांगले वाङ्मय निर्माण होते काय, असा प्रश्न कोणी उपस्थित केला तर त्याचे उत्तर देताना मला जरा विचारच करावा लागेल.

पण या कथेच्या वाङ्मयीन गुणावगुणाची चर्चा करण्यासाठी मी तिची ही कहाणी दिलेली नाही. दोन तपांपूर्वीच्या 'कवडा पोर' या अद्‌भुतरम्य गोष्टीपासून 'बाहुली' किंवा 'सोन्याची गाडी' या अगदी अलीकडच्या कथांपर्यंत अनेक गोष्टीत माझ्या अनुभूती मी चित्रित करत गेलो आहे. किंबहुना त्या त्या कथाबीजांनी व्यक्तिश: मला अगदी अस्वस्थ करून सोडले, म्हणूनच त्या गोष्टी मी लिहिल्या अशी वस्तुस्थिती आहे. असे असून माझ्या गोष्टीत कल्पनारम्यतेचा भाग अधिक असतो असे टीकाकारांना का वाटावे?

या प्रश्नाचे उत्तर शोधण्याचा मी प्रयत्न करत आहे. टीकाकारांच्या प्रामाणिकपणाविषयी मला शंका नाही. पण केवळ प्रामाणिकपणाने सत्याचे यथार्थ ज्ञान होऊ शकते काय? पायलटने 'सत्य म्हणजे काय?' असा जो प्रश्न विचारला होता, त्यात आपल्याला वाटतो त्यापेक्षा फार खोल अर्थ भरलेला आहे. वाङ्मयात तर हे सत्य जाणणे अधिकच कठीण काम आहे! लेखकाच्या कलेत सर्वस्पर्शित्वाची उणीव असते म्हणा किंवा टीकाकाराच्या रसग्रहणाच्या शक्तीत ती उणीव असते म्हणा, पण हा 'सत्याचा शोध' मोठा अवघड आहे, यात शंका नाही आणि मग माझ्या मनात येते, वाङ्मयात मी आतापर्यंत अनेकांवर टीका केल्या, कोरडे ओढले, कित्येकांची स्तुतिपुष्पांनी पूजा केली, पण त्यांच्यापैकी एकाला तरी मी न्याय देऊ शकलो असेन काय?

◆

(सह्याद्रि, नोव्हेंबर, १९५१)

आपली ऐतिहासिक कादंबरी

परवा नागपूरला काही वाङ्मयप्रेमी मंडळींशी मी गप्पागोष्टी करत बसलो होतो. बोलता बोलता त्यातले एक रसिक म्हणाले, 'हल्ली पूर्वीसारखे चांगले लघुनिबंध फारसे वाचायला मिळत नाहीत. असं का व्हावं?' त्यांच्या या प्रश्नाचे उत्तर देण्याचा मी प्रयत्न केला. पण त्या उत्तराने माझे स्वत:चेसुद्धा समाधान झाले नाही.

साहजिकच माझे मन विचार करू लागले, 'असे का व्हावे?' फडके आणि काणेकर यांच्यासारख्या कुशल लेखकांनी अवघ्या दीड-दोन तपापूर्वी लोकप्रिय केलेला हा वाङ्मयप्रकार, इतक्यात त्याला ओहोटी का लागावी? काव्याचे सुंदर माध्यम हाती असूनही बोरकर आणि कुसुमाग्रज या श्रेष्ठ दर्जाच्या कवींनी हा वाङ्मय प्रकार किती हौसेने हाताळला होता. असे असून एखादी नाजूक वेल भरभर फुलावी आणि हा हा म्हणता कोमेजून जावी तशी या वाङ्मय प्रकाराची स्थिती का व्हावी?

लघुनिबंधाविषयी विचार करता करता नाट्यछटेची मला आठवण झाली. दिवाकरांसारख्या लेखकांनी केवळ स्वत:च्या बळावर हा वाङ्मयप्रकार रूढ व लोकप्रिय केला. नाट्यछटेत काव्यात्मता, नाट्यपूर्णता, सामाजिकता इत्यादी गुणांच्या विलासाला अवसर असतो. असे असून या वाङ्मयप्रकाराची आज इतकी दुर्दशा झाली आहे की त्याचे दर्शन फक्त हौशी मुलांच्या हस्तलिखित मासिकातच होते आणि तेही फारसे सुसह्य असते असे नाही.

काही काही वाङ्मयप्रकार व्यक्तिनिष्ठ किंवा कालनिष्ठ असतात अशी मनाची समजूत घालण्याचा मी प्रयत्न केला. पण तो सफल झाला नाही. ऐतिहासिक कादंबरीचे गेल्या पंचवीस वर्षांतले आपले दुर्भिक्ष माझ्या मनाला टोचू लागले. १८९०-१९१५ या काळात हरिभाऊ आपट्यांनी 'गड आला पण सिंह गेला', 'उष:काल', 'रूपनगरची राजकन्या', 'वज्राघात' अशा अनेक प्रभावी व सुरस ऐतिहासिक कादंबऱ्या लिहून या वाङ्मय प्रकाराला प्रतिष्ठा व लोकप्रियता मिळवून दिली. त्यांच्या पावलावर पावले टाकून ना.ह.आपटे व नाथमाधव यांनी अशा प्रकारचे कादंबरीलेखन केले. नाथमाधवांच्या ऐतिहासिक कादंबऱ्यात हरिभाऊंच्या मानाने अभिजात वाङ्मयगुण कमी असले तरी १९२० नंतरच्या कुमारमनाचे पोषण

त्यांनी चांगल्या प्रकारे केले. अजूनही त्यांच्या या कादंबऱ्या मुले मोठ्या हौसेने पुन:पुन्हा वाचतात. शिवशाही, पेशवाई व आंग्लाई या सर्व कालखंडांचा परामर्श हडपांच्या लेखणीने घेतला आहे. त्यांच्या ऐतिहासिक कादंबऱ्यात नाथमाधवांसारखी आकर्षक शक्ती नाही, पण त्यांनी ऐतिहासिक कादंबरीची परंपरा चालू ठेवली. या सर्व काळात ऐतिहासिक कादंबरी ही सामाजिक कादंबरी इतकीच लोकप्रिय होती. तिच्या लोकप्रियतेमुळेच प्रो.भानूंसारखे गीतेचे अभ्यासक 'शृंगेरेची लक्ष्मी' सारखी चटकदार ऐतिहासिक कादंबरी हौसेने लिहून गेले. कवी साधुदास यांचेही नाव या संदर्भात उल्लेखनीय आहे.

हे सारे खरे असले तरी अलीकडे वर्षाकाठी राहू द्या; पण चार-दोन वर्षांत तरी एखादी चांगली ऐतिहासिक कादंबरी आपल्याला वाचायला मिळते का? गेल्या दहा वर्षांतली त्यातल्या त्यात बरी अशी ऐतिहासिक कादंबरी कोणती? 'उष:काल' किंवा 'गड आला पण सिंह गेला' या कादंबऱ्या रात्ररात्रभर जागून वाचणाऱ्या माझ्या पिढीतल्या विद्यार्थ्यांना आनंद, स्फूर्ती व संस्कार यांचा जो लाभ होई, त्याला आजची पिढी मुकत आहे असे म्हटले तर ते चूक होईल काय? मेरी कॉरलीच्या एका कादंबरीला ऐतिहासिक वेष चढवूनच फडक्यांनी कादंबरीच्या प्रांगणात पाऊल टाकलं, पण गेल्या तीस वर्षांत तिसाहून अधिक कादंबऱ्या त्यांनी लिहिल्या असल्या तरी त्यात ऐतिहासिक अशी एकही कलाकृती नाही. प्रचलित राजकारणातल्या नाट्यपूर्ण घटनांचा आपल्या कादंबऱ्या सजवण्याकडे ते उपयोग करून घेतात. पण अशा घटनांपेक्षा अधिक रम्यता आणि भव्यता ज्या प्राचीन प्रसंगात आहे, ते रंगवावे असे त्यांना कधीच वाटले नाही. ऐतिहासिक कादंबरी लिहायला फडक्यांच्यापेक्षाही ज्यांची मनोवृत्ती व लेखनशैली अधिक अनुकूल आहे असे म्हणता येईल ते लेखक म्हणजे सावरकर व माडखोलकर. या दोघांनीही वाङ्मयाचे विविध प्रकार हाताळले आहेत, अधूनमधून प्रभावी कलाकृती निर्माण केली आहे. पण दोघांचीही लेखणी ऐतिहासिक कादंबरी लिहिण्याकडे कधीच वळली नाही असे का व्हावे? गेल्या तीस वर्षांत 'जादूगार' लिहिणाऱ्या फडक्यांपासून 'हद्दपार' लिहिणाऱ्या पेंडश्यांपर्यंत सारे वरच्या दर्जाचे कादंबरीकार सामाजिक चित्रणातच आपला प्रतिभाविलास मर्यादित करत आहेत याची कारणे काय असावीत?

ऐतिहासिक कादंबरीत अद्‌भुतरम्यता अधिक असते. वाढत्या सामाजिक मनाला ती रुचेनाशी होते हे त्याचे कारण असेल का? स्वराज्यसंपादन हा टिळकांच्या वेळच्या राजकारणाचा ध्रुवतारा होता. तोच शिवकालीन घडामोडींचा आत्मा होता. त्यामुळे हरिभाऊंचे किंवा नाथमाधवांचे मन त्या काळात रंगू शकले. १९२० नंतरचे गांधींचे राजकारण व महाराष्ट्राचा इतिहास यांचा मेळ घालणे ललित लेखकांना अवघड वाटू लागले. म्हणून त्यांनी ऐतिहासिक कादंबरीचा मार्ग सोडून दिला असे

कुणी म्हटले तर त्यात सत्यांश सापडण्याचा संभव आहे काय? व्यक्तिमनाचे व समाजजीवनाचे सूक्ष्म चित्रण हा कादंबरीचा दिवसेंदिवस आत्मा होऊ पाहत आहे. ऐतिहासिक विषयात हा आत्मा गुदमरला जाईल, अशी भीती आमच्या आघाडीच्या कादंबरीकारांना वाटत आहे काय?

असे आणखी पुष्कळ प्रश्न विचारता येतील. त्यांची अर्धवट उत्तरेही देता येतील. स्वराज्यप्राप्तीनंतर इतिहासाकडे व त्यातल्या अनेक व्यक्तींकडे आणि प्रसंगांकडे पाहण्याचा सर्वसामान्य जनतेचा दृष्टिकोन बदलत आहे, यापुढे अधिक अधिक बदलत जाणार आहे, हे उघड आहे. पूर्वी शिवछत्रपतींच्या वेळी अवेळी उल्लेख करून टाळ्या घेणे कुणाही वक्त्याला जमत असे. स्वराज्यपूर्व काळात अनेक मराठी नाटके व चित्रपट यांना लोकांच्या अशा प्रकारच्या भक्तिभावनेचा आधार मिळाला म्हणूनच ती मंडळी तगू शकली. पण हा सारा मामला आता जुना झाला. असल्या तुटपुंज्या बळावर ऐतिहासिक कादंबरी आता जगू शकणार नाही.

पण एक गोष्ट उघड आहे. ऐतिहासिक कादंबरी हा कोणत्याही दृष्टिने व्यक्तिनिष्ठ अथवा कालनिष्ठ असा वाङ्मय प्रकार नाही. उलट कादंबरीकाराच्या प्रतिभेला आवाहन देण्याची शक्ती त्याच्या अंगी आहे. सामाजिक जीवनात सहसा न आढळणारे नाट्य, काव्य व जीवनविषयक तत्त्वज्ञान अशा प्रकारच्या कादंबरीत साकार होऊ शकते. हरिभाऊंची 'वज्राघात' या दृष्टिने नव्या पिढीच्या लेखकांनी अवश्य अभ्यासली पाहिजे.

१९२५-५० या काळातील सर्व मोठ्या कादंबरीकारांचे ऐतिहासिक कादंबरीकडे दुर्लक्ष झाले याचे एक महत्त्वाचे कारण 'स्कॉट' हा हरिभाऊंचा आदर्श त्यांना जुना वाटू लागला असावा हे होय. तसे होणे स्वाभाविक होते. पण स्कॉटमधल्या अद्‌भुतरम्यतेपेक्षा प्रगतीकरता धडपडणाऱ्या मानवी मनाच्या धडपडीवर भर देणारी नवी ऐतिहासिक स्वरूपाची कादंबरी पाश्चिमात्य वाङ्मयात सध्या लिहिली जात आहे. हॉवर्ड फॉस्टचे लिखाण या दृष्टिने नव्या लेखकांना प्रेरक ठरू शकेल. unrenquished पासून spartacus पर्यंतच्या त्याच्या अनेक कादंबऱ्यातून नवीन पद्धतीने ऐतिहासिक चित्रण केलेले आढळून येईल. चित्रणाकरता घेतलेल्या काळातली भव्यता, उग्रता व रम्यता यांचे दर्शन फॉस्ट कलात्मक रीतीने करून देतो. एवढेच नव्हे तर त्या काळातील जीवनाच्याद्वारे तो आजच्या जीवनावर आणि समस्यांवर प्रखर प्रकाश पाडू शकतो.

लेखकाने नवनवीन क्षेत्रे जिंकण्याइतकीच जुन्या क्षेत्रात काहीतरी विशेष निर्मिती करून दाखवण्यानेही वाङ्मयाची प्रगती होते. भारताचा व महाराष्ट्राचा १९४७ पर्यंतचा इतिहास फास्टच्या पद्धतीच्या नव्या ऐतिहासिक कादंबरीच्या निर्मितीला पोषक असाच आहे. आपल्या समाजात न संभवणाऱ्या प्रेमकथांचे तेच तेच दळण

दळण्यापेक्षा मानवी जीवनाची आणि ह्रदयाची उंची व खोली दर्शवणाऱ्या आणि त्यांच्याद्वारे आमच्या सामाजिक प्रश्नावर अप्रत्यक्ष प्रकाश टाकणाऱ्या अशा ऐतिहासिक कादंबऱ्यांकडे नव्या प्रतिभावंत लेखकांपैकी काही वळतील तर मराठी कादंबरीच्या एका महत्त्वाच्या दालनाला लागलेले कुलूप हा हा म्हणता उघडेल.

◆

(गर्जना, बाबुराव पेंटर विशेषांक, १९५४)

कवितेसारखी जिवलग मैत्रीण नाही

प्रिय नंदा,

सप्रेम आशीर्वाद,

तुझं पत्र पोहोचलं, त्यातलं तू सहज लिहिलेलं एक वाक्य वाचून मी चकित होऊन गेलो. 'डॉ. झाल्यापासून मी मराठी कविता वाचलेली नाही' असं तू लिहिलं आहेस. हे वाचताच माझ्या डोळ्यांपुढे तुझं बाळपण उभं राहिलं. त्या वेळी तुला गाणी खूपखूप आवडायची! पुढे पुढे कविताही तुला फार आवडू लागल्या. एके दिवशी तर—

तो दिवस तू विसरली असशील! पण शाळेतून संध्याकाळी परत आलेली रडवेल्या डोळ्यांची चौदा-पंधरा वर्षांची नंदा अजून माझ्या डोळ्यांसमोर आहे. त्या दिवशी दारात मला पाहताच तुझे डोळे पाणावले. तुझ्या शाळेत काय झालं असावं याचा मला तर्क करता येईना. तुला कुणी उगीच बोललं, कुणी अकारण शिक्षा केली, की तुझ्याच हातून काही आगळीक घडली हे कळेना! मी तुझ्याजवळ येऊन पाठीवरून हात फिरवला. त्यासरशी तू ओक्साबोक्शी रडू लागलीस. कितीतरी वेळ मी तुला जवळ घेऊन नि मस्तक थोपटून तुझं सांत्वन करत होतो!

शब्दापेक्षा स्पर्शातली माया अधिक उत्कट असते की काय कुणाला ठाऊक! तुझं मन हळूहळू स्थिर झालं आणि तुझ्या त्या स्थितीचं कारण मला कळलं. त्या दिवशी तुमच्या शाळेत कवी यशवंत यांचं काव्यगायन झालं होतं. त्यांनी शेवटी आपली 'आई' ही कविता म्हटली होती. लहानपणीच आईच्या मायेला मुकलेल्या तुझ्या मनाला त्या करुण कवितेतील ओळ न् ओळ एखाद्या धारदार सुरीप्रमाणे कापत गेली होती— तुझ्या अंतर्मनातल्या ओल्या जखमेला त्या कवितेनं धक्का दिला होता, तुझी आसवं ही आसवं नव्हती; ते त्या जखमेतून वाहणारं रक्त होतं!

नंदा, ती कविता विलक्षण भावपूर्ण आहे यात शंका नाही. ती ऐकताना डॉ. भडकमकरांसारखे अत्यंत शांत आणि विवेक वृत्तीचे प्रौढ पुरुषसुद्धा सद्‌गदित झाल्याचं मी पाहिलं आहे. त्यांची आईही तुझ्या आईसारखीच लहानपणी देवाघरी गेली होती!

जे अंत:करणाला जाऊन भिडत नाही ते काव्य कसलं? असा प्रश्न एका संस्कृत कवीने केला आहे. या विशिष्ट गुणात 'आई' ही कविता फार श्रेष्ठ आहे. गेल्या चाळीस वर्षांत शेकडो सभा-संमेलनांतून आणि शाळा-कॉलेजातून यशवंतांनी ती म्हटली असेल आणि हजारो आबालवृद्ध श्रोते ती ऐकून गहिवरून गेले असतील.

यशवंतांच्या 'आई' या कवितेमुळे तू लगेच काव्याची भक्त झालीस. 'यशोधन' हे पुस्तक मी मुद्दाम तुला यावेळी विकत आणून दिलं होतं. त्यामधल्या कितीतरी कविता पुढे एक-दोन वर्षं तू रात्रंदिवस गुणगुणायचीस. आठवले का हे तुला?

पण आज तुझ्या पत्रातलं ते वाक्य वाचलं आणि निसर्गात जशी सुरवंटाची फुलपाखरं होतात, तसे माणसात फुलपाखराचे सुरवंट होते की काय अशी कल्पना माझ्या मनात आली.

खरंच, नंदा, ती तुझी काव्याची आवड कुठे गेली? एखादी नदी वाळवंटात गुप्त होते ना तशी तू डॉक्टरीण व्हायला गेल्याबरोबर तुझ्या मनातले काव्यप्रेम नाहीसे झाले की काय? उग्र दर्पाच्या औषधांचे सुवासिक फुलांशी पटायचे नाही, अशी कदाचित तू आपली समजूत करून घेतली असशील!

ते काही असो! तू पुन्हा मराठी कविता वाचायला लाग. 'ग्रंथ हे मनुष्याचे मित्र आहेत' वगैरे सुभाषिते तू शाळेत असताना पाठ केली असशीलच. पण मला विचारशील तर साहित्याच्या सर्व प्रकारात माणसाच्या अगदी अंतरंगात शिरून त्याला फुलवणारी, त्याचे सर्व प्रकारचे अश्रू पुसणारी, त्याच्या भोवतालचा काळोख कितीही गडद असला तरी त्यात शुक्राच्या चांदणीप्रमाणे लखलखणारी कवितेसारखी मैत्रीण दुसरी कुणी नाही. माझीच गोष्ट पहा. मिल्टनचे 'On blindness' हे सुनीत मी कॉलेजात इंटरमध्ये असताना प्रथम वाचलं. आंधळेपणामुळे मिल्टनच्या कर्तृत्वाची कुचंबणा होत होती. त्या कुचंबणेचं दुःख आणि त्या दुःखातून त्याला झालेलं जीवनदर्शन या दोन्ही गोष्टी अवघ्या चौदा ओळींत त्या महाकवीनं किती प्रभावी रीतीनं व्यक्त केल्या आहेत!

त्या सुनीताशी माझी ओळख होऊन आता चार तपं होत आली. पण या चार तपातल्या अनेक अनपेक्षित व असह्य दुःखाच्या प्रसंगी या सुनीतामध्ये त्या कवीचं जे धीरगंभीर व्यक्तित्व आणि तत्त्वज्ञान प्रकट झालं आहे, त्यानं माझ्या मनाला आधार दिला आहे. पण त्या सुनीताची शेवटची ओळ They also serve, who only stand and wait. (जे केवळ तिष्ठत आणि वाट पाहत उभे असतात, तेही सेवा करतातच!) ही ओळ आषाढातल्या अमावस्येच्या अंधारात चमकणाऱ्या विजेप्रमाणे मला वाटते.

या जगात माणसाचा काहीही दोष नसताना त्याला अनेक दुःखं भोगावी लागतात. जीवन हे बोलूनचालून चित्रविचित्र प्रसंगांनी भरलेलं, कार्यकारणभावाची

पावलोपावली पायमल्ली करणारं नाटक आहे. शेक्सपीअर त्याला पागल मनुष्यानं सांगितलेली कहाणी म्हणतो ते काय उगीच? या नाटकात नियतीचे निर्दय घाव सोसत निश्चल मनानं माणसाला आपलं कर्तव्य करणं प्राप्त असतं. त्याला लागणारा धीर मिल्टनच्या या सुनीतात निश्चित आहे.

नंदा, तुझ्या मागच्या अनेक पत्रात आपल्या सध्याच्या सामाजिक परिस्थितीविषयी तू तक्रारी केल्या आहेस. तुझ्या तक्रारी खोट्या नाहीत. पण परिस्थितीविषयी तक्रार करणं निराळं आणि तिनं पराभूत होऊन कुरकुर करत बसणं निराळं! परिस्थिती कितीही प्रतिकूल असली तरी प्रत्येकानं तिच्याशी झुंज घेतलीच पाहिजे. माणसाचं मोठेपण झुंजीतच आहे. शक्तीनं, युक्तीनं, भक्तीनं तो अधूनमधून परिस्थितीवर मात करू शकतो. या दृष्टीनं यशवंतांची 'अन्य नको वरदान' ही कविता तू वाचली नसशील तर जरूर वाच. स्वातंत्र्यापूर्वी आमच्यासारख्यांना तिच्यात जो अर्थ जाणवत होता, तो चालू घटकेलाही तितक्याच उत्कटतेनं पटेल असंच तिचं अंतरंग आहे.

आणि दुसरी गोष्ट म्हणजे ती एक कविता वाचून थांबू नकोस. त्याच मुहूर्तावर पुन्हा काव्याचं वाचन सुरू कर. प्रथमत: यशवंतांची कविता वाच. कारण याच महिन्यात त्यांना साठ वर्षे पुरी होत आहेत. गेली चाळीस वर्षे प्रतिकूल परिस्थितीतही त्यांनी मराठी काव्याची अखंड सेवा केली आहे. अवीट आनंदाचे आणि सात्त्विक धीराचे अनेक क्षण माझ्यासारख्या हजारो वाचकांना त्यांनी दिले आहेत.

'बंदिशाळा' हे त्यांचं खंडकाव्य. कदाचित विद्यार्थीदशेत तू वाचलं असशील. ते पुन्हा वाच. काव्याच्या दृष्टीनं त्यात अनेक रसपूर्ण स्थळं तर आहेतच; पण त्याशिवाय उच्छृंखल किंवा वाट चुकलेल्या मुलांचा जो प्रश्न आता आपल्यापुढे दत्त म्हणून उभा आहे, त्याचं चित्रण पंचवीस वर्षांपूर्वी यशवंतांनी किती कल्पकतेनं आणि सहृदयतेनं केलं आहे ते पाहण्याजोगं आहे. नकळत वाहवत गेलेल्या अशा एका मुलीविषयी तू मागं लिहिलंही होतंस. यशवंतांच्या या काव्यकथेवर एक चित्रपट काढायची प्रख्यात दिग्दर्शक विनायक यांची फार इच्छा होती. ते घडलं असतं तर फार बरं झालं असतं. अजूनही कुणी ध्येयवादी दिग्दर्शक ही कथा हाताळील तर—

पण चित्रपटांच्या आजच्या जमान्यात ध्येयवाद फक्त बंगालपाशीच शिल्लक राहिला आहे असे वाटते. बाकीचे लोक 'इना मिना डिका'चा नगारा बडवत आहेत, 'सी ए टी कॅट, कॅट माने बिल्ली' या मधुर संगीतात मश्गूल आहेत किंवा सामाजिक प्रश्नांच्या नावाखाली गल्लाभरू मालमसाल्यानं भरलेली नाटकं, कथानकं सादर करत आहेत.

यशवंतांच्या अनेक निवडक कविता 'पाणपोई' या संग्रहात तुला वाचायला मिळतील, त्यात तुझी शाळेतली आवडती 'आई' तर आहेच; पण गेल्या वीस

वर्षातल्या त्यांच्या अनेक चांगल्या कविताही आहेत. तुला त्यातल्या कितीतरी अपरिचित असतील. 'दैवते मायतात', 'गृहिणी मी नच देवी', 'युगंधराचे पालुपद', 'तूच रमणी', 'गोलघुमटात' या कविता जरूर वाचून पाहा. या सर्व कवितांविषयी पुष्कळ लिहावंसं वाटतंय मला. पण आज मुद्दामच लिहीत नाही. वाङ्मयाचा आस्वाद ऊस दातांनी सोलून खाल्ल्यासारखा वाचकानं घ्यावा असं माझं मत आहे. कुणीतरी काढलेला रस घटाघटा पिण्यात आस्वादाचा खरा आनंद कधीच मिळत नाही! पटतंय का हे तुला?

तुझा,
भाऊ

◆

(श्री दीपलक्ष्मी, मार्च, १९५९)

माझ्या कादंबरी विश्वातील आवडती मानसकन्या : उल्का

माझ्या कादंबऱ्यांच्या नायिकात 'उल्का' (उल्का), 'वत्सला' (दोन ध्रुव), 'सुलोचना' (क्रौंचवध), 'उमा' (अश्रू) आणि 'शर्मिष्ठा' (ययाति) या मला आवडतात. मात्र प्रत्येकीच्या बाबतीत आवडीनिवडीची कारणे निरनिराळी आहेत. 'पांढरे ढग' मधील 'प्रमिले'चे नावही मी या मालिकेत घातले असते. पण त्या कादंबरीचा उत्तरार्ध मी कधीच लिहिला नाही. साहजिकच, 'प्रमिला' ही अपुऱ्या राहिलेल्या चित्रासारखी वाटली तर त्यात नवल नाही.

वर उल्लेखलेल्या पाच नायिकात माझ्या विशेष आवडीची कोण, हा प्रश्न दिसतो तितका सोपा नाही. प्रत्येकीच्या जन्माच्या वेळी तीच माझी अधिक लाडकी होती. पण मुले मोठी झाली की आईबापाचे आंधळे वात्सल्य ओसरू लागते. त्यांची माया थोडी डोळस बनते आणि कारणपरत्वे ती कमी-अधिक होते, हे संसाराइतकेच साहित्यातही अनुभवाला येणारे सत्य आहे. हे सारे लक्षात घेऊनही 'उल्का' माझी आवडती मानसकन्या आहे, असे म्हणण्यात मी इतरांवर अन्याय करत नाही, असे मला वाटते. खराखुरा कादंबरीकार होण्याचा आनंद पहिल्यांदा तिने मला दिला, हे कदाचित माझ्या या निवडीचे एक कारण असेल.

मी 'उल्का' निर्माण केली नाही, ती निर्माण झाली. ते १९३०-३१ साल असावे. 'कांचनमृग' हातावेगळी करून मी पुढील लेखनाचा विचार करत होतो. अशावेळी एके दिवशी माझ्या एका प्रौढ स्नेह्यांनी हातरुमालात गुंडाळलेले एक छोटेसे पुडके माझ्या हवाली केले. मी ते सोडून पाहिले. आत काही पत्रे, केसांत घालायचे आकडे आणि अशाच काही नाजूक वस्तू होत्या. ती पत्रे प्रेमपत्रे होती. एका कवी म्हणवून घेणाऱ्या तरुणाने माझ्या स्नेह्यांच्या मुलीला ती लिहिली होती.

त्या पत्रात जसा एका आधुनिक प्रेमकथेचा काव्यपूर्ण प्रारंभ होता तसाच तिचा अत्यंत दुःखद शेवटही होता. शोकान्ताला देव कारणीभूत नव्हते. दुसरे कुणी मनुष्यही या प्रेमविवाहाच्या आड आले नव्हते! त्या प्रेमिकानेच आपल्या प्रेयसीच्या

हृदयाशी ही क्रूर क्रीडा केली होती. त्याच्या चिंधड्या होतील असे शब्द लिहिले होते.

मुलीच्या वडिलांनी मोठ्या आनंदाने या लग्नाला संमती दिली होती. ते आणि त्यांची लाडकी कन्या या विवाहाची सुखस्वप्ने पाहत होती. पण त्यांच्या दुर्दैवाने या कविमहाराजांना अधिक सुंदर दिसणारी एक मुलगी भेटली! लगेच त्यांचे प्रेम या मुलीवरून उडाले आणि त्या मुलीवर जाऊन बसले! आपल्या शेवटच्या पत्रात या गृहस्थाने लिहिले होते, 'तुमच्या मुलीवर माझं प्रेम आहे, असं काही दिवस मला वाटत होतं. पण तो भ्रम होता. माझे प्रेम दुसऱ्याच मुलीवर बसलं आहे. ती माझ्याकरिता आणि मी तिच्याकरिता जन्माला आलो आहो, हे अगदी आंधळ्यालासुद्धा दिसण्याजोगं आहे.' वगैरे वगैरे!

हे पत्र मी वाचले. क्षणभर चमकून जाणाऱ्या विजेने भोवतालच्या गडद अंधाराची भीतिप्रद जाणीव व्हावी, तशी माझी स्थिती झाली. १९३० सालीही, स्त्रीजीवन किती परवश आहे, याचे चित्र माझ्या डोळ्यांपुढे उभे राहिले. कितीतरी दिवस हे चित्र विसरून जाण्याचा मी प्रयत्न करत होतो. पण मला न जुमानता या करुण कथेतल्या नायिकेने माझ्या मनामध्ये घर केले होते. वास्तवातून आणि कल्पनेतून 'उल्के'च्या जीवनाचे अनेक धागेदोरे माझ्या अंतर्मनात येऊन पडत होते. तिथें ते जुळवले जात होते. वर्गात शिकवत असताना, संध्याकाळी समुद्रावर बसून सूर्यास्त पाहताना, पहाटे जाग आल्यावर अंगणातील माडांवर चालणारे पर्जन्यनृत्य ऐकताना माझे मन 'उल्के'भोवती फिरत होते.

एका मनात कादंबरी स्वच्छंदाने फुलत होती. दुसरे मन या कथेने मला असे का झपाटून टाकावे याचा विचार करत होते. लवकरच एकेक गोष्ट स्पष्ट होऊ लागली. माझ्या मनात जी नायिका साकार होत होती तिचे नाते वामनराव जोश्यांच्या 'रागिणी'शी किंवा फडक्यांच्या 'निर्मले'शी नव्हते. ती कनिष्ठ मध्यमवर्गाच्या मुलींची प्रतिनिधी होती. गरीब आईबापांच्या पोटी जन्माला आलेली आणि अर्धवट शिक्षण झालेली ती एक हळुवार मनाची मुग्ध मुलगी होती. तिच्या भोवतालचे जग हरिभाऊंच्या 'यमुने'चे नव्हते. १८९० चे ते कौटुंबिक जग ४० वर्षांत पार बदलून गेले होते. मुली शिकू लागल्या होत्या, घराबाहेर डोकावून पाहू लागल्या होत्या. निरनिराळ्या कारणांनी त्यांच्या लग्नाचे वय वाढत चालले होते. कल्पनारम्य कादंबऱ्यात श्रीमंत सुशिक्षित मुलींचे प्रेमविवाह साजरे होत होते. हे सारे खरे असले तरी बदललेल्या परिस्थितीमुळे स्त्रीच्या जीवनात काही नवी दुःखे प्रवेश करत होती. मी पाहिलेल्या त्या पत्रातील शब्द नि शब्द तिच्या नव्या दुःखांवर प्रकाश टाकत होता.

१८९०-१९३० या तीन तपात काळाने समाजाला फरपटत पुढे नेले होते. पण हा समाज मनाने भूतकाळातच वावरत होता. त्याच्या पायातील काही बेड्या तुटल्या होत्या. पण बहुतेक मानसिक शृंखला कायम होत्या. प्रौढ विवाहाच्या

पाठोपाठ प्रेमविवाह समाजात रूढ होणे आवश्यक होते. पण खऱ्याखुऱ्या प्रेमविवाहाला लागणारे निर्मळ, मोकळे आणि विश्वासपूर्ण वातावरण अस्तित्वात होते कुठे? कथा-कादंबऱ्यातील प्रेम व्यवहारात उतरवण्याकरिता लागणारे नीतिधैर्य तरुणांनी कधीच कमावले नव्हते. साहजिकच, एक प्रकारची नवी भ्रमरवृत्ती समाजात निर्माण होत होती. माझ्या स्नेह्यांच्या मुलीच्या मनाचा जो चोळामोळा झाला त्यात या भ्रमरवृत्तीचा भाग निःसंशय होता.

स्त्रीच्या वाट्याला येणारे हे नवे दुःख होते. पूर्वी भातुकली खेळताखेळताच ती बोहल्यावर चढे, तेव्हा असले दुःख तिला स्वप्नातसुद्धा दिसणे शक्य नव्हते. पण सभोवतालच्या जागृतीमुळे, सहशिक्षणामुळे, तरुण स्त्री-पुरुष एकत्रित येण्याचे प्रसंग वाढल्यामुळे आणि आर्थिक परिस्थितीचा विवाहाच्या वयावर परिणाम होऊ लागल्यामुळे स्त्रीमनाची नव्या रीतीने ससेहोलपट होणार याची पूर्वचिन्हे दिसू लागली होती. प्रेमविवाह ही प्रौढ विवाहाच्या पुढची क्रमप्राप्त पायरी आहे. पण समाजात या दोन पायऱ्यांमध्ये एक रुंद दरी पसरली होती. अजूनही ती तशीच आहे. म्हणून तर पुढारलेल्या शहरातील व्याख्यानमालात प्रेमविवाह इष्ट की अनिष्ट याची अद्यापि तावातावाने चर्चा केली जात आहे आणि टाळ्या मिळवण्याच्या मोहाने का होईना, प्रेम व लग्न या अगदी भिन्न गोष्टी आहेत; अ, ब, क, पैकी कुणावरही प्रेम करावे, पण लग्न मात्र 'ड' शीच करावे, अशा अर्थाची वक्तव्ये व्यासपीठावरून ऐकू येत आहेत.

'उल्के'च्या जीवनाची परवड व्हायला या सामाजिक परिस्थितीप्रमाणेच तिच्या वडिलांची गरिबीही (ध्येयवादातून निर्माण होणारे दारिद्र्यसुद्धा दाहकच असते) कारणीभूत आहे. तिचे काळवंडलेले जीवन अधूनमधून उजळते ते भाऊंच्या आणि चंद्रकांताच्या संस्कारांमुळे.

प्रेमविवाहाच्या दृष्टिने काय, श्रीमंती आणि गरिबी यातील अमानुष अंतराच्या दृष्टिने काय, पुरुषमनाच्या दृष्टिने काय किंवा समाजाने आपल्या मानसिक बेड्या तोडून टाकण्याच्या दृष्टिने काय, १९३० पेक्षा १९६० साल फार पुढे आहे, असे मला वाटत नाही. त्या वेळी पेंढारकर शर्ट घालणारा सुशिक्षित तरुण बुशकोट वापरत असला तरी हुंडा मागायला अनेकदा वडीलमाणसांच्या आड लपून तो उकळायला त्याला लाज वाटत नाही! आता हुंडाबंदीचा कायदा येत आहे. त्यामुळे पुन्हा एकदा आमचे मुखवटे बदलतील, घोषणा बदलतील, सुधारणेची घोडी गंगेत न्हाल्याच्या बातम्या छापल्या जातील. या सर्वांचा अर्थ वधूपक्षाकडून पैसे काढण्याचे मार्ग बदलतील एवढाच आहे! पण हा प्रश्न मार्गाचा नाही, वृत्तीचा आहे, आमूलाग्र मानसिक परिवर्तनाचा आहे. शेकडो वर्षे ज्या कटू सत्यांना आम्ही हात लावला नाही, ती गोडीने चाखून पचवण्याचा आहे.

आमची ही बधिर सामाजिक वृत्ती जोपर्यंत बदलत नाही, तोपर्यंत 'उल्के'चे चित्रण इतिहासजमा होणार नाही. चार-पाच वर्षांपूर्वी एका गुजराती भगिनीने मला प्रश्न केला होता, 'नव्या पिढीची 'उल्का' तुम्ही आम्हाला केव्हा देणार?'

मी उत्तर दिले होते, 'आपल्या सर्व मानसिक शृंखला तोडून टाकणारी नवी पिढी निर्माण होईल तेव्हा!'

◆

(किर्लोस्कर दिवाळी, नोव्हेंबर, १९६१)

मराठी रंगभूमी : काही यक्षप्रश्न

मराठी रंगभूमीला प्राप्त झालेली अवकळा दूर करण्याचे प्रयत्न १९४३ साली जोराने सुरू झाले. गेली वीस वर्षे हे प्रयत्न अखंड सुरू आहेत. आभाळातले मळभ दूर व्हावे आणि स्वच्छ सूर्यप्रकाश पडावा तसा मराठी रंगभूमीचा कायापालट होत असल्याचा आणि तिच्यातले चैतन्य चढत्या वाढत्या लहरींनी उसळत असल्याचा भास गेल्या पाच-सात वर्षांत होत आहे. पुण्या-मुंबईसारख्या शहरी नव्या नाट्यप्रयोगांची झुंबड उडत आहे. नाट्यलेखन कशाशी खातात याची कल्पना नसलेल्या सामान्य हौशी माणसापासून प्रतिभेचे देणे लाभलेल्या आणि नव्या नव्या प्रयोगांनी मराठी रंगभूमी अधिक समर्थ आणि समृद्ध करू इच्छिणाऱ्या अनेक नाटककारांपर्यंत विविध प्रवृत्तींची माणसे रंगभूमीच्या सेवेसाठी बद्धपरिकर झालेली आहेत. हिवाळ्यात निष्पर्ण झालेल्या वृक्षावर पुन्हा तांबूस कोवळी पालवी दिसू लागावी, शुष्क झालेल्या वेलीवर कलिकांनी पानाआडून डोकावून पाहू लागावे आणि शिशिरातल्या थंड, उदास शांततेचा भंग कोकिळेच्या मधुर स्वराने व्हावा, तशी आजची रंगभूमी वाटत आहे.

गेल्या वीस वर्षांत मराठी रंगभूमीच्या पुनरुज्जीवनाकरिता या नाही त्या प्रकारे खर्ची पडलेल्या सर्वांचे ऋण मान्य करूनही काही प्रश्न मनाला स्पर्श करून जातात - मराठी रंगभूमीची सर्वांगीण प्रगती होत आहे काय? बदलता काळ व समाज लक्षात घेऊन ती प्रगतीची पावले टाकत आहे काय? तिचे रूपसौंदर्य जसे वृद्धिंगत झाले आहे, तशी तिच्या आत्मिक सामर्थ्यात काही भर पडली आहे काय? समाजाची आर्थिक, कौटुंबिक, सामाजिक व राजकीय घडी झपाट्याने बदलत आहे. या सर्व बदलांचे तिला आकलन झाले आहे काय?

या किंवा अशा प्रकारच्या विवाद्य प्रश्नांची चर्चा करण्याचा या छोट्या लेखाचा हेतू नाही. पण जुन्या मराठी रंगभूमीचे सौंदर्य व सामर्थ्य यांचा ज्याने आपल्या पूर्ववयात आस्वाद घेतला आहे, अशा माझ्यासारख्या मनुष्याच्या मनात हे प्रश्न का उत्पन्न होतात ते थोडक्यात सांगतो —

(१) जुनी मराठी रंगभूमी व्यावसायिक नाटकमंडळींनी टिकवली व वाढवली.

जिथे जिथे मराठी भाषा बोलली जात असे तिथे तिथे ही नाटकमंडळीं पोहोचत असत. धंद्याच्या गरजेमुळे का होईना, चांगल्या नाटकांच्या प्रसाराचे काम त्यांच्या हातून अव्याहत झाले. खेड्यापाड्यांतला निरक्षर समाजही 'शारदा' किंवा 'हाच मुलाचा बाप' या सामाजिक नाटकांनी आपल्या झोपेतून त्या काळी खडबडून जागा झाला. खाडिलकर आणि वीर वामनराव जोशी यांच्या तेजस्वी नाटकातील प्रेरक आशय शहरापासून फार दूर असलेल्या जनसमाजापर्यंत त्या काळी पोहोचला. पण आजची चांगली नाटके पूर्वीच्या चांगल्या नाटकांप्रमाणे समाजाच्या सर्व थरांना परिणामकारक रीतीने स्पर्श करू शकत नाहीत. मोठमोठ्या शहरातून आजकाल घडणारे प्रयोगशील रंगभूमीचे दर्शन जितके मनोज्ञ तितकेच स्वागतार्ह आहे. पण प्रयोगशील रंगभूमी हे प्रगतीच्या रथाचे एक चक्र आहे. या रथाचे व्यावसायिक रंगभूमी हे दुसरे चक्र जवळजवळ मोडून पडल्याला दोन तपे होऊन गेली. गेल्या दहा-बारा वर्षांत या दुसऱ्या चक्राच्या दुरुस्तीसंबंधी पुष्कळ चर्चा झाली आहे. पण व्यावसायिक रंगभूमी उभी राहील अशी चिन्हे आज तरी दिसत नाहीत. सरकारपासून समाजापर्यंत सर्वांकडून रंगभूमीविषयीच्या प्रेमाने अनेक गोष्टी केल्या जात आहेत; पण व्यावसायिक रंगभूमी उभी राहण्याच्या दृष्टिने विशेष काही घडत आहे असे वाटत नाही. नाटकगृहांची साखळी निर्माण झाल्याशिवाय व्यावसायिक रंगभूमीचे पुनरुज्जीवन होणे अशक्य आहे. तिची पूर्वपरंपरा तुटल्यासारखी झाली आहे. किंबहुना व्यावसायिक रंगभूमी ही एक ऐतिहासिक गोष्ट आहे असे मानूनच आपण नाट्यकलेच्या प्रगतीविषयी विचार करू लागलो आहोत की काय, अशी शंका अनेकदा मनात येते.

व्यावसायिक रंगभूमीच्या मर्यादांची मला पूर्ण जाणीव आहे. असे असूनही तिचे पुनरुज्जीवन झाले नाही तर मराठी रंगभूमीची यापुढील प्रगती एकांगी होईल, अशी मला भीती वाटते. शहरी जीवनातल्या अनेक सुखसोयींप्रमाणे रंगभूमीही नागरी आयुष्यातली मिरास बनेल. मराठी जीवनाला तळापासून ढवळून काढण्याचे तिने एके काळी प्रकट केलेले सामर्थ्य तिला परत मिळणे दुरापास्त होईल. हौशी किंवा प्रयोगशील रंगभूमीचे कुठले चांगले नाटक समर्थपणे महाराष्ट्राच्या कानाकोपऱ्यापर्यंत पोहोचू शकले आहे? पूर्वीच्या काळी असे प्रभावी नाटक हाताला लागले की, वर्षानुवर्षे त्याचे प्रयोग महाराष्ट्रातल्या लहान-मोठ्या गावी होत असत. वारंवार होणाऱ्या त्या प्रयोगांच्या द्वारे सामाजिक मन संस्कारित केले जाई. त्या नाटकातले सौंदर्य सुगंधाप्रमाणे सर्वत्र पसरत असे! त्या नाटकातले सामर्थ्य सूर्यकिरणांप्रमाणे संचार करून चैतन्य निर्माण करी! १८८० ते १९२० या कालखंडात मराठी रंगभूमी केवळ जनमनाच्या करमणुकीचे केंद्र नव्हते. ते त्याच्या सांस्कृतिक आणि सामाजिक पुनर्जन्माचे एक महत्त्वाचे अंग होते. प्रयोगशील रंगभूमी स्वभावतःच ते काम करण्याला असमर्थ आहे.

व्यावसायिक रंगभूमीमुळे अंगी काही गुण असलेल्या नटाला - मग तो कुठेही जन्माला आलेला असो अथवा त्याच्यापाशी कुठलेही प्रशस्तिपत्र नसो - पुढे येण्याची संधी मिळण्याचा संभव अधिक होता. मुख्यत: शहरी प्रेक्षकांकरिता लिहिल्या गेलेल्या प्रयोगशील रंगभूमीच्या नाटकांना समाजातल्या विविध व विषम थरांतल्या प्रेक्षकांचे समाधान करणे अवघड आहे. व्यावसायिक रंगभूमीची उणीव ही रंगभूमी कितीही समर्थ झाली तरी भरून काढू शकणार नाही, हे लक्षात घेऊन व्यावसायिक रंगभूमीच्या पुनर्जीवनाचा प्रश्न आपण हाताळत आहोत काय? 'सर्वे भद्राणि पश्यन्तु' हा मंत्र केवळ जपून काही समाजाला सुखी करता येत नाही. त्याच्या हरतऱ्हेच्या लहानमोठ्या दु:खांची कारणे शोधून काढून आणि बुद्धिवादी दृष्टिने व सेवाशील वृत्तीने त्या कारणांचे निर्मूलन करूनच हे काम करता येईल. व्यावसायिक रंगभूमीच्या बाबतीतही कृतीची जोड नसलेली उक्ती अशीच निष्फळ ठरेल.

(२) गेल्या वीस वर्षांतल्या रंगभूमीने अनेक चांगले नाटककार आपणाला दिले आहेत. पण पूर्वीच्या नाटककारांप्रमाणे सामाजिक मनाशी त्यांचा जिव्हाळ्याचा संवाद होत आहे काय? होत नसल्यास त्याची कारणे कोणती? श्री. विजय तेंडुलकर यांच्यासारख्या गुणी नाटककारांचे 'माणूस नावाचे बेट' हे नाटक आपण उदाहरणाकरता घेऊ. आमूलाग्र बदललेल्या आर्थिक परिस्थितीत आणि 'जगायचे कसे?' या विवंचनेत सूर्योदयापासून सूर्यास्तापर्यंत धावपळ करणाऱ्या शहरी जीवनात नकळत मनुष्य किती एकाकी आणि असहाय होतो, या दाहक अनुभूतीतून हे नाटक लिहिले गेले आहे. पण अनुभूतीची ती दाहकता या नाटकाच्या वाचक-प्रेक्षकांपर्यंत पोहोचू शकते काय? पोहोचू शकत नसल्यास त्यात कोणाचा किती दोष आहे? डॉ.पु.ग.सहस्रबुद्धे यांच्या मनाच्या तारा का जुळत नाहीत? मला याचे कारण एकच दिसते. प्रयोगशील रंगभूमीला परंपरेशी जुळते-मिळते घेऊनच पुढे पावले टाकावी लागतात. चेकॉव्हच्या नाटकात प्रक्षोभकारक घटना नाहीत, अलंकारिक भाषणे नाहीत. शेक्सपीअरपासून खाडिलकरांपर्यंतच्या नाटकात ज्या गोष्टींना आपण 'नाट्य' म्हणत आलो, त्यांचा चेकॉव्हच्या नाटकात पूर्ण अभाव आहे. असे असूनही चेकॉव्हची नाटके पाश्चात्त्य रंगभूमीवर कलापूर्ण नाट्याचे नवे नमुने म्हणून गौरवली जातात. मग आपल्या रंगभूमीवर त्या पद्धतीचा अवलंब केला तर तो का यशस्वी होऊ नये? हा प्रश्न प्रथमदर्शनी बिनतोड वाटतो पण तसा तो नाही. सारे ललित साहित्य - त्यातल्या त्यात नाट्यवाङ्मय - परंपरेच्या आत्म्याशी एका बाजूने निगडित असते. अत्यंत संयमित अशा नाट्याची आणि सूचकतेने नटलेल्या अखंड काव्यात्मतेची आपल्या वाचक-प्रेक्षकांना अजून फारशी सवय नाही. म्हणून प्रयोगशीलतेनेसुद्धा परंपरा व प्रयोग यांचा कलापूर्ण संगम घडवण्याकडे लक्ष

पुरविले तरच ती लवकर यशस्वी होऊ शकेल. असे आज घडत आहे काय?

(३) १९२० पूर्वीची रंगभूमी पुष्कळ अंशी कल्पनारम्यतेत गुरफटली होती, आदर्शवादाच्या भजनी लागली होती. ऐतिहासिकदृष्ट्या तसे घडणे अपरिहार्य होते. पण दुसऱ्या महायुद्धापासून सर्व आदर्शांची घिसाडघाईने मोडतोड सुरू झाली असून ते काम आता मनासारखे पूर्ण झाले आहे असे अनेकांना वाटत आहे! हे खरे मानले तर मराठी रंगभूमीवर आज अत्यंत दाहक अशा वास्तवतेचे, मन अस्वस्थ करून सोडणारे दर्शन व्हायला हवे होते. पण ते तसे होत असलेले दिसत नाही. 'वेड्याचे घर उन्हात' या नाटकामध्ये बासरीच्या छंदाचे भय वाटून दादा ज्याला आंधळ्या वात्सल्यापोटी निर्माण होणाऱ्या क्रूरपणाने वागवतात, तो दामू नाटकाच्या शेवटी परत येतो तो एक कफल्लक कलावंत म्हणून नव्हे किंवा वेड्या नादाने वाहून जाऊन आयुष्य उद्ध्वस्त करून घेणारा मृगजळाचा एक बळी म्हणूनही नव्हे, तर व्यापारात यशस्वी झालेला एक धनाढ्य गृहस्थ म्हणून! मूळच्या संघर्षांतले स्वाभाविक नाट्य व या प्रसंगांतले कृत्रिम नाट्य यांचा सांधा काही केल्या बेमालूम जुळत नाही. 'तुझे आहे तुजपाशी' मधल्या आचार्यांच्या बाबतीत वास्तवतेच्या दृष्टिने असेच काहीतरी मनाला खटकते. पहिल्या अडीच अंकातले आचार्य पाहून ते लवकरच चीनला जाणाऱ्या शांतियात्रेत सामील होतील, असे आजच्या प्रेक्षकाला वाटले तर त्यात काही नवल नाही. पण नाटकाच्या शेवटच्या अर्ध्या अंकात हे आचार्य बदलतात. त्यांच्यातल्या कट्टर आंधळ्या गांधीवाद्यांशी विरोधक असा एक माणूस त्यांच्यातून अचानक उत्पन्न होतो! त्या माणसाची कहाणी करुण आहे. पण ती पहिल्या अडीच अंकातल्या माणसाची क्रमप्राप्त आत्मकथा आहे असे वाटत नाही. 'तो मी नव्हेच' या अगदी अलीकडच्या नाटकात नायकाचा भाऊ न्यायालयात सुरा खुपसून त्याचा खून करतो हा प्रसंगही असाच वास्तवतेला मारक आहे. या तीन लोकप्रिय नाटककारांप्रमाणे अनेक लहानमोठ्या नाटककारांच्या कृतींची उदाहरणे घेऊन आपण अजून प्रखर वास्तवाला व त्यातून निघणाऱ्या जीवनदर्शनाच्या भयानक विसंगतीला भीत आहोत असेच दिसून येईल. आदर्श आणि वास्तव या दोन्ही डगरींवर एकाच वेळी पाय ठेवून उभे राहण्याची कसरत जशी जीवनात असते, तशी वाङ्मयात फारशी यशस्वी होत नाही.

आज-उद्याच्या रंगभूमीचा विचार करताना वरील प्रश्नांसारखे अनेक लहानमोठे प्रश्न डोळ्यांपुढे उभे राहतात. प्रयोगशील रंगभूमी कलानिष्ठा व आधुनिकता ही दोन मूल्ये प्रमाण मानून जी नाटके सादर करत आहे, त्यांच्यातली कलात्मकता प्रेक्षकांपर्यंत जाऊन पोहोचते का? त्यामुळे प्रेक्षकांच्या संकुचित सौंदर्यदृष्टीचे क्षितिज थोडेतरी विशाल झाले आहे काय? विनोदाच्या नावाखाली महत्त्वाचे कोणतेही मूल्य नसलेली नाटकें जी विलक्षण लोकप्रियता मिळवत आहेत, तिचे मूळ कलेविषयींच्या काही

बदललेल्या कल्पनात आहे की शहरी जीवनातल्या कंटाळवाण्या आयुष्यक्रमाचा उबग येऊन नाटकगृहांचा आश्रय करण्याच्या वृत्तीत आहे? 'ससा आणि कासव' हे नाटक ज्यांनी वाचले आहे व पाहिले आहे अशा नव्या पिढीतल्या एका रसिक विद्वानांनी 'नाटकाचा प्रयोग चांगला होतो, पण ते वाचताना मात्र काही विशेष वाटत नाही' असे उद्‌गार का काढावेत? 'Death of a Salesman' सारखे जिव्हाळ्याने भरलेले आणि तंत्रकौशल्याने नटलेले नाटकसुद्धा अमेरिकन टीकाकार शोकान्तिकेच्या पंक्तीत बसवायला तयार नाहीत. ती एक 'Case history' (विशिष्ट व्यक्तिजीवनाची हकिकत) आहे असे ते म्हणतात. पण आपल्याकडे शोकान्तिकांना आधारभूत होऊ शकतील, अशा समस्यांचे चित्रण वर्तमानपत्रातली एखादी 'Case history' घेऊन का केले जात आहे?

या व यांच्यासारख्या अनेक प्रश्नांची उत्तरे देणे सोपे नाही, हे मी जाणतो. पण उत्तरे टाळून काही कुठलेही प्रश्न सुटत नाहीत. जीवनात काय किंवा साहित्यात काय, मती कुंठित करणाऱ्या समस्या सोडवण्याच्या ईर्ष्येतूनच पराक्रम प्रकट होतो. काही तरी चांगले निर्माण होते. जुन्या रंगभूमीने एके काळी मराठी मनावर जसे अधिराज्य गाजवले तसे ते पुन्हा गाजवण्याची संधी नव्या रंगभूमीला आलेली आहे. मात्र, कलेपासून व्यवहारापर्यंत सर्व क्षेत्रात तिच्याभोवती ज्या समस्या पसरल्या आहेत, त्यांना सामोरे जाऊन सामना देण्यानेच हे यश तिला मिळण्याचा संभव आहे; हे प्रश्न टाळून नव्हे.

◆

(रूपकम, अंक पहिला, १९६३)

‘तरुण भारत’ची साहित्यिक कामगिरी

खाण्यापिण्याप्रमाणे वाचनाच्या बाबतीतही माणसाच्या आवडी-निवडी बनून जातात हेच खरे!

पंचवीस वर्षांपूर्वी नागपूरला दैनिक ‘तरुण भारत’ सुरू झाल्यापासून त्याचा साप्ताहिक अंक मी मोठ्या आवडीने चाळत आलो आहे. त्यातले अनेक लेख मी गोडीने वाचले आहेत. श्री. माडखोलकर यांच्या स्नेहभावामुळे हा अंक माझ्याकडे येतो. मात्र या स्नेहभावाची कदर करावी म्हणून मी काही तो आवर्जून पाहत नाही. असल्या गोष्टी केवळ शिष्टाचारापोटी होत नाहीत. तिथे अंतरंगीची ओढच असावी लागते.

तशी अनेक आहूत-अनाहूत नियतकालिके माझ्याकडे येतात. पूर्वी मी ती थोडीफार चाळत असे— कोठे काही आकर्षक वाटले तर इतर कामे बाजूला ठेवून ते वाचण्याची कोशिश करत असे. पण गेली दहा-बारा वर्षे दृष्टिमांद्य आणि प्रकृतीचे अस्वास्थ्य यांच्या कात्रीत सापडल्यामुळे साध्या वाचनाच्या कामीही मी परावलंबी झालो आहे. दरिद्री माणसाला आपला प्रपंच कसा मर्यादित मिळकतीच्या चौकटीत बसवावा लागतो, तसे काय वाचायचे, केव्हा वाचायचे, किती वाचायचे अशा चाळण्यातून जे शिल्लक राहील तेवढेच मी वाचू— म्हणजे ऐकू— शकतो. अशा स्थितीतही एखाद्या आठवड्याचा ‘तरुण भारत’ चुकला अथवा वाचून घ्यायचा राहून गेला तर मनाला चुटपुट लागते. एखाद्या नवीन गावात गेल्यावर तिथले पाहण्यासारखे काही राहून गेले तर जी हुरहुर वाटते तिचा अनुभव अशा वेळी येतो.

चोखंदळ साहित्यप्रेम

असे होण्याचे कारण साप्ताहिक ‘तरुण भारता’च्या अंतरंगात आहे. माडखोलकरांसारखा अग्रेसर साहित्यिक ज्याचा संपादक आहे, त्या वृत्तपत्राच्या साप्ताहिक आवृत्तीत साहित्याला आणि साहित्यविषयक प्रश्नांना प्रमुख स्थान मिळावे, हे स्वाभाविकच आहे. मृग व आर्द्रा यांचा पाऊस न पडल्यामुळे विदर्भातला शेतकरी पुर्नवसूकडे डोळे लावून बसला आहे, हे सांगताना ‘कोकणचा राजा बाई झिम्मा

खेळतो' अशा शीर्षकाचा अग्रलेख ज्या दैनिकात वाचायला मिळतो आणि ज्या अग्रलेखात इंद्र-वरुणच्या पर्जन्याशी असलेल्या वैदिक संबंधाचे विवेचन केले जाते, त्याच्या साहित्यप्रेमाविषयी काही अधिक सांगायला हवे असे नाही. अलीकडेच 'खुर्ची बोलते आहे' या सदरात 'तरुण भारता'त आलेला 'नटराज आणि गुलमोहोर' हा ललित लेख ज्यांनी वाचला असेल, त्यांना या दैनिकाच्या चोखंदळ साहित्यप्रेमाची भलावण करण्याचे काही कारण नाही.

पण संपादकवर्गाच्या लेखणीतला साहित्यसुगंध निराळा आणि साप्ताहिक अंकातील साहित्याच्या परडीतला संमिश्र गंध वेगळा!

तसे पाहिले तर, मराठी वृत्तपत्रांची परंपरा ही मूलत: श्रेष्ठ दर्जाच्या साहित्यिकांची परंपरा आहे. टिळक, आगरकर, शि.म.परांजपे, न.चिं.केळकर, अ.ब.कोल्हटकर इत्यादिकांनी मराठी निबंध घडवला-वाढवला. मात्र त्या सर्वांनी संपादिलेली वृत्तपत्रे पाहिली तर त्यांत साहित्याच्या विकासासाठी काही विशेष प्रयत्न त्या काळी झालेला आढळला नाही. तो काळ अशा गोष्टींना फारसा पोषक नव्हता हे खरे आहे. पराक्रमी सैनिक कितीही कुशल रसास्वादक असला तरी युद्धकाळात त्याला आपली कला गवसणीत गुंडाळून ठेवावी लागते, तसे काहीसे हे होते.

काव्यशास्त्रविनोदाचा निर्जीव साचा

१९२० नंतर ही परिस्थिती हळूहळू पालटू लागली. एकीकडे शिक्षणाच्या प्रसारामुळे वाचक वर्ग वाढू लागला; दुसरीकडे समाजाच्या विविध थरात लेखनाच्या प्रेरणा अंकुरित होऊ लागल्या. साहित्य हा संस्कृतीचा केवळ एक भाग नाही, संस्कृतीची जडणघडण करणारे ते एक प्रभावी साधन आहे, या जाणिवेने त्याच्या प्रसाराचे प्रयत्न सुरू झाले. चाळीस वर्षांपूर्वी माडखोलकरांनी साप्ताहिक 'ज्ञानप्रकाशा'ला 'काव्य शास्त्र-विनोदा'ची जी जोड दिली ती याच हेतूने! कालांतराने सर्वच दैनिकांनी, रुचिपालट म्हणून का होईना, आपले साप्ताहिक अंक विविध विषयांनी सजवण्याचे धोरण स्वीकारले. आज साप्ताहिक अंकाचा हाच साचा महाराष्ट्रात प्रचलित आहे. पंचपाळ्यात फोडणीला लागणारे सर्व जिन्नस जसे थोडे थोडे ठेवावेत, तसा हा लहान मुलांसाठी, हा बायकांसाठी, हा गोष्टी वाचणाऱ्यांसाठी असा विविध मजकूर या अंकात असतो. मात्र त्या मजकुराच्या दर्जाची चिकित्सा करण्याच्या भानगडीत सहसा कोणी पडत नाही— पडू नये हेच बरे!

नवोदितांना प्रकाशात आणले

या निर्जीव साच्यापासून साप्ताहिक 'तरुण भारत' बराचसा अलिप्त राहिला

आहे. दोन सुस्पष्ट हेतूंनी त्याच्या अंकाची मांडणी झालेली आढळते. पहिला उद्देश उदयोन्मुख लेखकांना प्रकाशात आणणे हा आहे. 'तरुण भारत' निघाले तेव्हाच्या स्थितीत या गोष्टीचे महत्त्व फार होते. विदर्भ, कोकण, मराठवाडा अशा पुण्या-मुंबईपासून दूर दूर असलेल्या ठिकाणच्या नवशिक्या लेखकांच्या लेखनशक्तीचे अंकुर प्रकाशाच्या अभावी जागच्या जागी सुकून जाण्याचा संभव त्या काळी फार मोठा होता. साहित्यप्रसाराचे मुख्य माध्यम असलेल्या मासिकांचे केंद्रीकरण पुण्या-मुंबईसारख्या शहरात झालेले. अशा मासिकाचे संपादक नवशिक्या लेखकांना पुढे येण्याची संधी देण्याला नाखूश असतात. नवथर लेखकांपेक्षा लोकांपुढे आलेला आणि त्यांना थोडाफार आवडू लागलेला लेखक त्यांना फायदेशीर ठरतो. साहजिकच दूरदूरच्या लहान लहान गावात ज्यांच्या मनात साहित्यनिर्मितीच्या ऊर्मी उचंबळत असतात अशा लेखकांना प्रोत्साहन मिळणे कठीण होऊन बसते. आजही ही भीती निराधार नाही. मग पंचवीस वर्षांपूर्वी परिस्थिती कशी असेल याची कुणालाही कल्पना करता येईल.

कोणत्याही कलेतील प्रावीण्य हा जरी अंती निसर्गदत्त प्रतिभेच्या सामर्थ्याचा भाग असला तरी एखाद्याच्या ठिकाणी त्या प्रतिभेचा लहान मोठा अंकुर आहे की नाही हे सिद्ध करण्याची संधी तरी त्याला मिळाली पाहिजे ना? कॉलेजात जाणारे आणि पदव्या पटकावणारे सारेच पंडित होतात असे थोडेच आहे. पण शिक्षणाची ही संधीच ज्यांना लाभली नाही, त्यांच्यापासून पांडित्याची अपेक्षा करणे अन्यायाचे होईल. कसोटी सामन्यात खेळण्याची पात्रता असलेला एक खेळाडू उपलब्ध व्हायला अनेक शाळा-कॉलेजात क्रिकेट सतत खेळले जावे लागते. साहित्यक्षेत्रातही हाच नियम लागू आहे.

संस्मरणीय कामगिरी

गेली पंचवीस वर्षे विदर्भातल्या नवशिक्या लेखकांना प्रकाशात आणण्याची 'तरुण भारत'ने केलेली धडपड ही माझ्या दृष्टिने त्याची संस्मरणीय कामगिरी आहे. संस्कृतीची उंची आणि खोली वाढवण्याच्या दृष्टिने साहित्याइतके दुसरे समर्थ साधन नाही हे जेवढे खरे, तेवढेच साहित्यनिर्मिती व साहित्यप्रचार यांचे केंद्रीकरण- मग ते कोणत्याही कारणाने होवो— संस्कृतीच्या विकासाला मारक ठरते हेही खरे आहे. निबंधमालेच्या जन्माला शंभर वर्षे होत आली तरी अभिजात मराठी वाङ्मयाचा वाचकवर्ग किती तुटपुंजा राहिला आहे, चांगल्या सुखवस्तू लोकांच्या घरीही पाच अव्वल दर्जाची मराठी पुस्तके सापडणे किती मुश्कील आहे, वाचकांची साहित्यविषयक अभिरुची सुसंस्कारित करण्याचे प्रयत्न किती अल्प प्रमाणात होत आहेत आणि

मराठी साहित्यात जे जे सुंदर व प्रेरक आहे ते ते अजून सत्तर-ऐंशी टक्के मराठी भाषिकांपासून किती दूर राहिले आहे, हे लक्षात घेतले म्हणजे साहित्याच्या विकेंद्रीकरणाचे आपले प्रयत्न अद्यापही तोकडे आहेत हे चटकन लक्षात येते. अशा स्थितीत 'तरुण भारत'ने विदर्भापुरते हे विकेंद्रीकरणाचे काम यथाशक्ती सतत पंचवीस वर्षे केले याचे कौतुक कोणीही करील. विदर्भातल्या कितीतरी लेखकांची नावे मला 'तरुण भारत'च्या द्वारेच परिचित झाली आहेत. त्यातल्या अनेक लेखकांची लेखनशक्ती हळूहळू विकास पावेल आणि या यांत्रिक युगातील सामाजिक मनाच्या रंजनासाठी व उद्‌बोधनासाठी लेखकांचे जे मोठे सैन्य यापुढे सतत खडे ठेवावे लागणार आहे, त्यात या लेखकांचा सन्मानपूर्वक समावेश होईल असा मला विश्वास वाटतो.

'तरुण भारत'चा साप्ताहिक अंक

'तरुण भारत'च्या साप्ताहिक अंकामुळे विदर्भाच्या कानाकोपऱ्यातल्या लेखकांना पुढे येण्याची संधी मिळाली; साहित्य-प्रसाराच्या दृष्टिने हे काम महत्त्वाचे असले तरी नव्या लेखकांच्या लेखनात बराच कच्चेपणा असण्याचा संभव असतो. त्याचा आस्वाद घ्यायचा तो कैरीच्या लोणच्यासारखा; गोड आमरस म्हणून नव्हे! केवळ अशा प्रकारच्या लिखाणाने साप्ताहिक 'तरुण भारत' सजवला गेला असता तर उन्हाने तापलेल्या प्रवाश्याला क्षणभर विरळ सावली देणाऱ्या झाडाइतकेच त्याचे मोल ठरले असते. पण हा वृक्ष तसा नाही; सावलीच्या जोडीने तो अधूनमधून फळेफुलेही देतो.

एका भाषणाचे ते संस्मरणीय वृत्त

त्याच्या या दुसऱ्या विशेषामुळेच तो आवर्जून पाहिल्याशिवाय मला राहवत नाही. माझी स्मरणशक्ती तशी तल्लख नाही. तथापि, सहज आठवू लागलो तरी 'तरुण भारत'मधले अनेक लेख स्मृतिफलकावर, पुसटपणे का होईना उमटू लागतात. अनेक वर्षांपूर्वी तर्कतीर्थ लक्ष्मणशास्त्री जोशी यांनी नागपूरच्या आपल्या एका व्याख्यानात 'एकच प्याला'तल्या सिंधूची मार्मिक मीमांसा केली होती. सिंधू ही परंपरागत पतिव्रता-धर्म पाळणारी आंधळी, दुबळी आर्य स्त्री आहे; संशयग्रस्त क्रोधाला बळी पडणाऱ्या डेस्डिमोनाप्रमाणे मद्यपानाच्या आहारी गेलेल्या पतीच्या पायी ती मृत्यू पावते- दोघींनाही अंध आणि क्रूर नियती आपले भक्ष्य बनवते; शोकान्तिकेच्या नियमांच्या चौकटीत सिंधूला चपखलपणे बसवणे फारसे कठीण नाही इत्यादी अनेक प्रतिपादने आजवर आपण ऐकत आलो आहोत. पण लक्ष्मणशास्त्र्यांनी

केलेली मीमांसा या सर्वांपेक्षा अधिक मूलग्राही, जीवनस्पर्शी आणि अंतर्मुख करणारी होती. प्रत्येकाला जीवनात नियतीचे आव्हान या ना त्या रूपाने स्वीकारावेच लागते; अंतिम जीवन-मूल्यांवरल्या श्रद्धेच्या पोटीच नानाविध संकटांना तोंड देण्याचे सामर्थ्य निर्माण होते; अशा प्रकारच्या अग्निदिव्यातून जाणाऱ्या मनुष्यालाच आपल्या आत्म्याच्या शक्तीची प्रचिती येते; इत्यादी विचार लक्ष्मणशास्त्र्यांचे ते विवेचन वाचताना माझ्या मनाला स्पर्श करून गेले होते. छोटेखानी निबंधासारखे भासणारे ते भाषण 'तरुण भारत'शिवाय अन्यत्र कुठेही आलेले मी पाहिले नाही.

'विविध ज्ञानविस्तार'ची आठवण

सहज आठवले म्हणून एक उदाहरण दिले. तसे पाहिले तर या संदर्भात कितीतरी लेखांचा उल्लेख करता येईल. शोकान्तिका आणि करुण नाट्य यांविषयी तरुण भारतच्या अंकातून झालेली चर्चा जेवढी विस्तृत तेवढीच वाचनीय होती. 'आजचे मराठी वाङ्मय-युगदर्शन' या प्रा.द.भि.कुलकर्ण्यांच्या लेखांच्या बाबतीतही तेच म्हणता येईल.

श्री. पाटणकरांच्या उर्दू शायरीच्या धर्तीवरील मराठी काव्याचा प्राथमिक परिचय मला झाला तो तरुण भारताच्या द्वारेच. 'अनुभवामृत-रसरहस्या' विषयीचे डॉ. पेंडश्यांचे विवेचन किंवा 'युगांतर'चे परीक्षण असे कितीतरी मासिकात शोभणारे लेख 'तरुण भारत'च्या साप्ताहिक आवृत्तीत प्रकाशित झाले आहेत.

साहित्याशी प्रत्यक्ष अथवा अप्रत्यक्ष संबंध नसलेले पण जीवनाच्या विशाल संदर्भात वाचकाला विचार करायला लावणारे लेखही अधूनमधून साप्ताहिक 'तरुण भारत'मध्ये प्रसिद्ध होतात. कृष्णमूर्तीविषयीचा लेख, 'अगणिताचे गणित' हा श्री. हूड यांचा लेख, 'वाढती शहरे व सौंदर्यवृष्टी' या विषयीचा एका तज्ज्ञाचा लेख हे सारे साहित्य वाचत असताना आपण एका साप्ताहिकाचा अंक वाचत आहोत असे न वाटता 'विविध-ज्ञानविस्तार' सारख्या मासिकातले लेख वाचत आहोत, असेच मला वाटत होते.

लालित्य व गांभीर्य, नवे उदयोन्मुख लेखक आणि नामवंत साहित्यिक या द्वंद्वांची सांगड घालण्याचा 'तरुण भारता'ने कसोशीने प्रयत्न केला आहे. साहित्याच्या विविध क्षेत्रांचा झपाट्याने विस्तार होत जाणार आहे. त्यातल्या प्रत्येक क्षेत्रात पडिक जमीन पुष्कळच आहे. ती नांगरण्याची हिंमत धरणारी लेखकांची नवी पिढी आता निर्माण होणे आवश्यक आहे. साहित्य-प्रसाराच्या आणि साहित्यविषयक अभिरुचीचे संवर्धन करण्याच्या कामी 'तरुण भारत' सदैव अग्रेसर राहो असे मी मन:पूर्वक इच्छितो. ◆

(तरुणभारत, रौप्यमहोत्सव अंक, २ जानेवारी, १९६९)

दलित साहित्य : एक आवश्यक आविष्कार

'दलित साहित्य' या शब्दप्रयोगासंबंधानं आणि त्या अनुरोधानं दलितांच्या जीवनाचं चित्रण करणाऱ्या लेखनाविषयी आपल्याकडे चर्चा सुरू झाली आहे. गतवर्षी नोव्हेंबरमध्ये महाबळेश्वर येथे भरलेल्या एका विभागीय साहित्य संमेलनात या विषयावर परिसंवाद झाला. फौजदारी खटल्यात दोन्ही बाजूच्या वकिलांनी अटीतटीची भाषणं करावीत तशी भाषणंही तिथं झडली. त्यानंतर महाडला दलित साहित्य संमेलन झालं. या संमेलनात दलित साहित्याचं स्वरूप, तसेच त्याचे उद्देश वगैरे गोष्टींविषयी पुष्कळ ऊहापोह झाला.

अशा प्रकारच्या चर्चा होणं हे साहित्याच्या कक्षा रुंदावण्याच्या व त्याचा विकास होण्याच्या दृष्टिने एक शुभ चिन्ह आहे. शिक्षणाचे पाझर आता दलित समाजापर्यंत पोहोचले आहेत. त्यातल्या तरुण मनांना आत्मविकाराच्या प्रेरणांचे नवे कोंब फुटले आहेत. आपली लहानमोठी सुखदुःखे, आपल्यावर होणारे अन्याय व अत्याचार आणि आपल्या साऱ्या समाजाला शृंखलाबद्ध करणाऱ्या समस्या या साऱ्या गोष्टी कुठलाही आडपडदा न ठेवता जगापुढे मांडायला ही मंडळी आसुसलेली आहेत. मराठी साहित्य सरितेचं पात्र अधिक रुंद आणि अधिक खोल व्हायला ही घटना निश्चितपणे उपकारक ठरेल.

असं असूनही दलित साहित्य नावाचा सवतासुभा ही मंडळी का स्थापन करत आहेत, असा साळसूद सवाल अनेकांकडून केला जात आहे. तात्त्विक भूमिकेच्या मखमली पडद्याआडून असली शरसंधानं नेहमी चालतात. साहित्यात नवं आणि जुनं, पांढरपेशांचं आणि कष्टकऱ्यांचं, मध्यमवर्गीयांचं आणि दलितांचे असे भेद करणे म्हणजे साहित्य कशाशी खातात या विषयी आपलं अज्ञान प्रकट करण्यासारखं आहे असा या मंडळींचा सूर असतो.

साहित्याची ही तात्त्विक बैठक प्रत्येक रसिकाला ठाऊक असते. कलेत किंवा साहित्यात हवाबंद कप्पे नसावेत, सरस्वतीच्या विशाल मंदिरात भाड्याच्या आशेनं भिंत घालून ८×१० च्या खोल्या करू नयेत हे म्हणणं चूक नाही पण दूध म्हटलं की, त्याचा रंग, त्याचे गुणधर्म, त्यातली जीवनसत्त्वं ही जशी सर्वत्र सारखी, तसं

सारं साहित्य इथून तिथून एकच हे प्रतिपादन फक्त तात्त्विक दृष्टीनं मान्य करता येईल. दुधाचंच उदाहरण घेतलं तर गाईचं दूध, गाढवीचं दूध (हे तर दूध लहान मुलांच्या मुडदुसासारख्या विकारावर फार गुणकारी असतं म्हणे!) अशा सर्व प्रकारच्या दुधात काही घटक समान असले तरी काही बाबतीत फरक असतोच ना? दुधाच्या या विविध प्रकारांशिवाय गवळ्याचं बिनपाण्याचं दूध, त्याचंच निम्मं पाणी घातलेलं दूध वगैरे अनेक प्रकार सांगता येतील. पिठात पाणी घालून अश्वत्थाम्याच्या आईनं त्याला जे काही प्यायला दिलं होतं तेही बाह्यतः दूधच होतं की!

तात्पर्य एवढंच की, केवळ तात्त्विक चर्चेनं व्यवहार चालत नाही, त्यातले प्रश्न सुटत नाहीत. मग ते प्रश्न साहित्यासंबंधीचे असोत किंवा समाजवादी समाज रचनेचे असोत-दलित साहित्याच्या वेगवेगळेपणावर आक्षेप घेणाऱ्यांनी त्यात साहित्यगुण असले पाहिजेत किंवा कलाकृती म्हणून त्या लिखाणाचं मूल्य करण्याचा अधिकार रसिकांना आहे असं प्रतिपादन करण्यात काही चूक नाही. मात्र दलित साहित्य हे शुद्ध निर्मितीचा म्हणजे केवळ कलात्मक आनंद देण्यासाठी जन्माला येत नाही आणि त्याच्यामागच्या प्रेरणा साहित्यबाह्य असतात असं म्हणून हा प्रश्न निकालात काढता येणार नाही. कारण अशा प्रकारच्या प्रेरणेतूनही श्रेष्ठ प्रतीचं साहित्य निर्माण झाल्याचे दाखले वाङ्मयाच्या इतिहासात सर्वत्र आढळतील. सामाजिक आशय असलेले दलित वाङ्मय जो निर्माण करतो त्याच्या भावविश्वात अगणित मुक्या वेदना तडफडत असतात. 'आम्हाला वाचा दे— आम्हाला वाचा दे' असं म्हणत त्या त्याची पाठ पुरवतात. अंतरीच्या वेदना आणि संवेदना प्रकट करण्याकरिता तो साहित्याचा आश्रय घेतो. प्रतिभेचं देणं लाभलं असेल तर तो या आविष्काराला कलारूप देऊ शकतो.

हरिभाऊ आपट्यांचंच उदाहरण आपण घेऊ. हरिभाऊ मराठीतले पहिले श्रेष्ठ कादंबरीकार, त्यांच्या सामाजिक कादंबऱ्यात पांढरपेशा समाजाचं जे जीवन चित्रित झालं आहे त्याचा मागमूससुद्धा आज कुठं दिसणार नाही. असं असूनही त्यांच्या 'मी', 'पण लक्षात कोण घेतो?' या कादंबऱ्या आणि 'कर्मयोग', 'यशवंतराव खरे' इत्यादी कादंबरीतले काही भाग आजच्या वाचकांनासुद्धा शुद्ध कलात्मक आनंद देतात. पण याचा अर्थ हरिभाऊंनी हे लेखन केलं त्यावेळी एक कलाकृती निर्माण करणं एवढाच त्यांचा उद्देश होता असा होत नाही. ज्या पांढरपेशा समाजात हरिभाऊ जन्माला आले आणि वाढले त्यातल्या स्त्री-पुरुषांच्या विशेषतः स्त्रियांच्या वाट्याला येणारी अनेक लहान-मोठी दुःखं ते बालपणापासून पाहत आले होते. त्या दुःखांनी या प्रतिभावंताच्या काळजाला घरं पाडली होती. ती दुःखं दूर झाली पाहिजेत, क्रूर सामाजिक रूढी नाहीशा झाल्या पाहिजेत असं त्यांना पोटतिडकीनं वाटत होतं. काळजातल्या या करुणेशी त्यांच्या प्रतिभेचा संगम झाला. आणि जिचा अभिमान

मराठीनं सदैव बाळगावा अशी सामाजिक कादंबरी जन्माला आली.

आजच्या दलित साहित्याशी अगदी जवळचं नातं असलेलं दुसरं एक उदाहरण मुद्दाम इथं देतो. प्रज्ञा किंवा प्रतिभा या गुणांच्या बाबतीत ज्ञानेश्वर-तुकारामांशी संत चोखामेळ्याची तुलना करता येणार नाही. पण भेदभाव सर्व अमंगळ असं ज्ञानेश्वर-तुकाराम परोपरीनं सांगत असले तरी 'ऊस डोंगा परि रस नोहे डोंगा' या चोखामेळ्याच्या अभंगात अंत:करण हलवून सोडणारी जी आर्तता आहे, ज्या मुक्या दु:खाचे कढ आहेत, काळीज कापत जाणारी वेदनेची जी धार आहे ती इतर संत वाङ्मयात सारे संत समतेचा पुरस्कार करत असूनही आढळणार नाही.

असं होण्याचं कारण एकच आहे. बुद्धिनं एखादं दु:ख जाणणं किंवा सहानुभूतीनं एखाद्या वेदनेशी समरस होण्याचा प्रयत्न करणं हे निराळं आणि ते दु:ख रात्रंदिवस भोगणं, ती वेदना सतत जगणं हे निराळं. अस्पृश्य म्हणून बहिष्कृत जीवन कंठणाऱ्या आपल्या परमदेवतेची मूर्ती डोळे भरून पाहण्याची चोरी असलेल्या, हे दु:ख उरी बाळगणाऱ्या आणि प्रतिभेच्या किमयेनं ते उत्तम रीतीने सतत व्यक्त करू शकणाऱ्या एका आत्म्याचं दर्शन आपल्याला चोखोबांच्या या अभंगात होतं. अजूनही अस्पृश्यांवर होत असलेल्या अन्यायांचा आणि अत्याचारांचा विचार मनात आला आणि त्या संदर्भात हा अभंग वाचला म्हणजे मन पिळवटून निघतं. हा अभंग असा आहे—

ऊस डोंगा परि रस नोहे डोंगा
काय भुललासी वरलिया रंगा
कमान डोंगी परि तीर नाही डोंगा
काय भुललासी वरलिया रंगा

नदी डोंगी तरी जळ नोहे डोंगे
काय भुललासी वरलिया रंगे
चोखा डोंगा परि भाव नाही डोंगा
काय भुललासी वरलिया रंगा

ऊस वाकडा दिसला तरी त्याचा रस गोडच असतो ही माणुसकीची कैफियत किती सत्य, किती सुंदर आहे. जन्मत:च सारी माणसं सारखीच, त्यात उच्चनीच हा भेद नाहीच, हे अमेरिकेच्या राज्यघटनेतलं प्रमुख सूत्र चोखोबाच्या या एका ओळीत किती काव्यमय रीतीनं प्रकट झालं आहे. आपलं दुर्दैव हेच की, शतकामागून शतकं गेली, काळपुरुषाला आमच्या बथ्थड डोक्यांना आणि बधिर काळजांना हीच

साधी, सरळ गोष्ट पुनःपुन्हा समजावून सांगावी लागत आहे.

या अभंगात जाणवणारी विलक्षण आर्तता कुठून आली? जन्मभर वाहत राहिलेल्या कवीच्या काळजाच्या जखमेतूनच ना? साहित्य हे माणसाच्या मुक्या सुख-दुःखांना वाचा फोडण्याचं सर्वोत्कृष्ट साधन आहे. माणूस बोलू लागला, लिहू लागला तेव्हापासून ते कुशलतेनं वापरत आला आहे. ज्याचं जळतं त्याला कळतं एवढंच नव्हे तर तोच वेदनेनं विव्हळतो. आक्रोश करतो. धर्माच्या, जातीच्या, पोटजातीच्या आणि व्यवसायाच्या जाडजूड भिंती घालून व शतकानुशतके या भिंतीमधल्या बिळात लपून बसून आम्ही आपल्या समाजाचेच तुकडे केले असं नाही तर समग्र जीवनाचा अनुभव घेण्याच्या प्रतिभावंतांच्या सामर्थ्याचेही तुकडे तुकडे करून टाकले. या तुकडे पद्धतीमुळे आमचं साहित्य पुष्कळसं एकांगी राहिलं. हरिभाऊ आपट्यांची सामाजिक दृष्टी संकुचित नव्हती. त्यांची सहानुभूतीची शक्ती मोठी होती. पण त्यांच्या सामाजिक कादंबऱ्यात केवळ त्या काळातल्या शहरी पांढरपेशांचंच चित्रण झालं याचं कारण एकच आहे— आमच्या सामाजिक जीवनाचे प्राचीन काळापासून झालेले तुकडे तुकडे. हरिभाऊंची प्रतिभा खुरटी नव्हती पण त्यांच्या अनुभूतीचं जग मर्यादित होतं. ते ज्या बेटावर जन्मले आणि वाढले त्याच्यापासून ब्राह्मणेतर आणि दलित वर्ग यांची बेटं त्याकाळी फार फार दूर होती.

याचा अर्थ उघड आहे, प्रतिभेचं देणं लाभलं असलं तरी, सहानुभूती अस्सल अनुभूतीची जागा घेऊ शकत नाही. संवेदनेचं सहजासहजी वेदनेत रूपांतर होत नाही. परिणामकारक नवनिर्मितीला ही वेदना, हे झपाटलं जाणं अत्यंत आवश्यक असतं. वाचकांच्या अंतःकरणाला भिडणाऱ्या साहित्याला जी धार यावी लागते ती एखाद्या दुःखाच्या किंवा समस्येच्या बौद्धिक आकलनातून निर्माण होणार नाही. बनसोडे यांच्या 'मुक्तिसंग्राम' या कादंबरीत दलितातल्या अगदी अलीकडच्या एका संघर्षाचं जे चित्रण झालं आहे, ते मराठीतल्या आजच्या अग्रगण्य पांढरपेशा कादंबरीकारालाही करता येणार नाही. त्यासाठी लेखकाची उत्कट अनुभूती आणि ती फुलवणाऱ्या भावना, कल्पना, चिंतन इत्यादी गोष्टी यांची पाळेमुळेच कथावस्तूच्या भूमीत खोल गेलेली असावी लागतात. त्या मुळांना त्या मातीच्या आसवांचा ओलावा लाभावा लागतो. तिच्यात पडलेल्या घामाचा वास यावा लागतो.

म्हणून दलितसमाजातल्या सर्व तरुण लेखकांना मी एवढंच म्हणेन, 'दलित साहित्य' असा काही वाङ्मयाचा निराळा प्रकार होऊ शकतो की नाही याविषयी काथ्याकूट करणाऱ्यांना तो खुशाल करू द्या. तुम्ही तुमचे जळते आणि वाहते अनुभव, तुमची नाना तऱ्हांची सुखदुःखे, तुमच्या साऱ्या आशा-आकांक्षा मुक्त कंठानं सांगायला लागा. निबंधापासून कादंबरीपर्यंत तुम्हाला जमेल त्या वाङ्मय प्रकाराचा स्वीकार करा. तथाकथित वरिष्ठवर्गीय भारतीय समाजाला ज्यांची स्वप्नातही

कल्पना करता येणार नाही असे दाहक आणि भयानक अनुभव तुमच्यापैकी ज्या प्रतिभावंतापाशी असतील ते त्यांचं सोनं करू शकतील. खेड्यातल्या अस्पृश्य स्त्रीवर होणाऱ्या अत्याचाराला तुमच्यातला जातिवंत कलाकार द्रौपदीवस्त्रहरणाच्या कथेचं बळ प्राप्त करून देईल. मात्र एक अवश्य लक्षात ठेवा, अनुभव हा साहित्यातला कच्चा माल आहे. तो कलेच्या पातळीवर नेण्याकरिता सतत जागरूक राहावं लागतं. संताप कितीही योग्य असला तरी साहित्यात नुसत्या संतापाला अर्थ नाही, त्याला तपाची जोड हवी. साहित्याला मोठेपण मिळतं ते त्यामुळे. कलात्मक पातळीवरून ते आबाल वृद्धांना आवाहन करू शकतं, जातीपातीची आणि भेदभावांची सारी कुंपणं ओलांडून. अजून तुमच्यातला हरिभाऊ आपटे मराठीला मिळायचा आहे. त्याच्याकडे माझ्यासारख्यांचे डोळे लागून राहिले आहेत.

◆

(दलित साहित्य : एक अभ्यास, संपादक अर्जुन डांगळे, १९७८)

उजाडले, पण सूर्य कुठे आहे?

अ-नाट्यपंथाचा शंकराचार्य

प्रतिवर्षी श्रेष्ठ साहित्यकाराला देण्यात येणारे नोबेल पारितोषिक यंदा सॅम्युअल बेकेट या जगप्रसिद्ध नाटककाराला मिळाले. बेकेट हा दुसऱ्या महायुद्धानंतर पाश्चात्त्य जगात रूढ झालेल्या अ-नाट्य पंथाचा (Absurd Drama) शंकराचार्य. जुन्या काळी आपल्याकडे शंकराचार्यांची स्वारी गावात प्रवेश करत असे ती पालखीतून, वाजत-गाजत, पाजळलेल्या मशाली मिरवत. बाल-वृद्ध, स्त्री-पुरुष, राव-रंक सारे श्रींच्या दर्शनासाठी गर्दी करत. त्यांच्यापुढे नतमस्तक होऊन पाद्यपूजेच्या रूपानं त्यांच्या गुरुवाला करभार देत. कुठल्याही क्षेत्रात अलौकिक मानल्या गेलेल्या व्यक्तीला असा मान मिळावा हे स्वाभाविकच आहे. तेव्हा बाह्यतः समृद्ध पण अंतरंगी उद्ध्वस्त अशा आधुनिक जीवनाचा अंतर्वेध घेणाऱ्या आणि मर्मभेद करणाऱ्या बेकेटसारख्या नाटककाराला साहित्यविश्वातला सर्वश्रेष्ठ सन्मान मिळाला हे समुचित झालं.

या पारितोषिकाची वार्ता वाचत असताना एक जुनी आठवण जागी झाली—दहा-बारा वर्षांपूर्वीची! माझे एक रसिक नाट्यप्रेमी स्नेही इंग्लंडला गेले होते. तिथं त्यांचं दीर्घकाळ वास्तव्य झालं. त्यांनी अनेक नवी-जुनी इंग्रजी नाटकं पाहिली. परत आल्यावर त्यांची माझी गाठ पडली. बोलता-बोलता बेकेटच्या 'वेटिंग फॉर गोदो' या नाटकाचा त्यांनी उल्लेख केला. त्याचा प्रयोग फार चांगला होतो असं ते म्हणाले. मात्र त्याच वेळी ते नाटक नीटसं समजत नाही, अशी कुरकुर त्यांनी केली. सुदैवानं नाटकाचं पुस्तक त्यांच्यापाशी होतं. ते त्यांनी मला वाचायला दिलं. ते वाचताना हा नाटककार एका अत्यंत अपरिचित मार्गानं आपल्याला मानवी जीवनाच्या मूलतः एकाकी आणि निराधार असलेल्या गाभ्याचं दर्शन घडवत आहे असा भास मला झाला. पण रंगभूमीवर ते नाटक प्रेक्षकांची मनं अंकित करण्याच्या कामी कसं समर्थ होत असेल याची मला कल्पना करता येईना! एखाद्या दुर्गम गडावर जाण्यासाठी भुयारातली वाट असावी ना तशी बेकेटची जीवनभाष्याची पद्धती मला वाटली.

मर्यादांनी सीमित झालेली रंगभूमी

मराठी रंगभूमी मुळातच अनेक मर्यादांनी सीमित झालेली, नानाविध बंधनांनी जखडलेली! लोकप्रियतेसाठी आमची नाटकं वेळी अवेळी भडक किंवा कृत्रिम नाट्याचा (Melodrama) मनसोक्त अवलंब करतात. अशी नाटकं नित्य पाहण्याची सवय झालेल्या प्रेक्षकांना बेकेटचे हे नाटक कितपत आवडेल या प्रश्नाशी माझं मन चाळा करू लागलं. मला वाटलं, आधी ते त्यांना रुचणार नाही आणि त्यांनी आपल्या रुचीला मुरड घातली तरी ते त्यांना पचणार नाही!

या गोष्टीला आता एक तप होऊन गेलं आहे. जागतिक कीर्तिची पताका बेकेटच्या अ-नाट्यपंथाचं स्वागत करत आहे. यामधल्या काळात मराठी रंगभूमीवर प्रयोगशीलतेची धडपड नाही म्हटलं तरी बरीच झाली आहे. विजय तेंडुलकर व त्यांचे सहप्रवासी नाटककार आणि रंगायन, प्रोग्रेसिव्ह ड्रॅमॅटिक असोसिएशनसारख्या संस्था यांनी मराठी रंगभूमीला जुन्या चाकोरीतून बाहेर काढण्याचा प्रयत्न केला आहे. मात्र ही प्रयोगशीलता प्रेक्षकांच्या पचनी पडली आहे असं अजून वाटत नाही. 'वेटिंग फॉर गोदो'चा अनुवाद १९७० साली आमच्या रंगभूमीवर अवतीर्ण झाला, तर त्याचं स्वागत होईल का? कुणी साहसी निर्मात्यानं आणि कल्पक दिग्दर्शकानं असा अनुवाद सादर करण्याचं धाडस केलं तर तो तुकारामाचा व्यापार ठरण्याचाच संभव नाही काय? इब्सेन, शॉ, चेकॉव, पिरँदेलो, ब्रेख्त, टेनिसी वुइल्यम्स, ऑर्थर मिलर यांची नावे गेल्या अर्धशतकात क्रमाक्रमानं आपल्याला परिचित झाली. पुण्या-मुंबई सारख्या शहरातल्या नाट्यप्रेमी सुशिक्षितात त्या त्या नाटककारांची नाटकं वाचण्याची आणि क्वचित त्याला डोक्यावर घेऊन नाचण्याची लाट आली व गेली. पण हे नामस्मरण विशिष्ट वर्तुळातच झालं. या नाटककारांची नवी तंत्रे आणि प्रसाधने आपण थोडीफार आत्मसात केली. पण त्यांच्या सामर्थ्याचा साक्षात्कार मराठी प्रेक्षकांना झाला नाही. जसा शेक्सपीअरचा पूर्वी झाला होता तसा! दिव्यावर दिवा लावून घ्यावा, त्याप्रमाणे त्यांच्याकडून आधुनिक जीवनदृष्टी आम्ही घेऊ शकलो नाही. प्रखर वास्तवाच्या पार्श्वभूमीवर सामाजिक जीवनाचं नाट्यपूर्ण चित्रण करण्याची धडपडही आम्ही फारशी केली नाही. या पाश्चात्त्य प्रतिभावंतांपैकी कित्येकांचं एखाददुसरं नाटक अनुवादरूपानं मराठी रंगभूमीवर आलं, नाही असं नाही. पण सर्वसामान्य प्रेक्षकांपर्यंत त्यातलं एकही पोहोचू शकलं नाही. तापलेल्या वाळवंटात पावसाची सर जिरून-विरून जावी त्याप्रमाणे या अनुवादाच्या बाबतीत घडलं. मराठी प्रेक्षक कोरडा तो कोरडाच राहिला!

१९२०-२५ नंतरच्या काळात इब्सेन व शॉ यांची नावे तरुण पिढीने 'केशवाय नमः, नारायणाय नमः' अशा थाटात घेतली! पण इब्सेनच्या पद्धतीचं एकही स्वतंत्र,

सामर्थ्यशाली नाटक आपल्या रंगभूमीवर आलं नाही. 'आंधळ्यांची शाळा' हे त्यातल्या त्यात या नवीन प्रवृत्तीचं प्रातिनिधिक नाटक. पण ते परंपरा निर्माण करू शकलं नाही. पुढे रंगभूमीच्या ओहोटीचा काळ सुरू झाला. अत्रे-रांगणेकरांच्या धडपडीनं ती जिवंत राहिली. मग डॉ. भालेराव प्रभृति अनेक नाट्यवेड्या रसिकांच्या भगीरथ प्रयत्नांनी तिचा विस्कटलेला संसार सुरळीत सुरू झाला. पु.ल.देशपांडे, वि.वा.शिरवाडकर, वसंत कानेटकर, बाळ कोल्हटकर, विद्याधर गोखले, मधुसूदन कालेलकर वगैरे अनेक नाटककारांनी आपल्या कुवतीप्रमाणे रंगभूमी गाजवली. पण १९५० नंतरचे हळूहळू उद्ध्वस्त होत जाणारे पूर्व श्रद्धांचं जग त्यांच्यापैकी एकालाही समर्थपणे साकार करता आलं नाही.

गेल्या वीस वर्षांत विज्ञानानं सारं जग अगदी जवळ आणलं, थोडंफार एकरूप केलं. पोशाख, वाहन, खाणं-पिणं, चालीरीती, उत्पादनांची साधनं, किंबहुना अनेक जीवनमूल्यं या दीड-दोन तपात झपाट्यानं बदलत गेली. पण या बदलांचा भारतीय समाजाच्या अंतरंगावर काही खोल परिणाम झाला आहे का? असल्यास तो कोणता? नाटक हा समाजजीवनाचा आरसा आहे, हे १९३० पूर्वी अनेकदा अनुभवाला येत असे. पण आजच्या नाटकांच्या बाबतीत ते कितपत खरं आहे? 'वेटिंग फॉर गोदो'च्या रूपांतरात रस घेऊ शकेल असा प्रेक्षक गेल्या तीस वर्षांत आमच्या रंगभूमीनं निर्माण केला आहे का? का आपली नाटकं जुन्या-पुराण्या चाकोऱ्यातून जाण्यातच आनंद मानत आहेत? आजचा प्रेक्षक पूर्वीच्या प्रेक्षकांपेक्षा अधिक अंतर्मुख होण्यापेक्षा अधिक बहिर्मुख झाला आहे, असा भास सतत का होत आहे? तो नक्की कुठं उभा आहे? गेल्या पन्नास वर्षांत जगात आणि आपल्या देशात ज्या प्रचंड उलथापालथी झाल्या— भौतिक जीवनात आणि माणसांच्या मनात— त्यांचं आकलन होण्याइतका आमचा प्रेक्षकवर्ग प्रगल्भ झाला आहे का?

या प्रश्नांची उत्तरं सोपी नाहीत. पण ती शोधण्याचा प्रयत्न करणं मराठी रंगभूमीच्या दृष्टीनं उपकारक ठरण्याचा संभव आहे.

पन्नास वर्षांपूर्वीचे कित्ते

दुसरे महायुद्ध समाप्त होऊन आता दोन तपं झाली. प्रलयाच्या त्या भीषण अनुभवानं पाश्चात्त्य राष्ट्रातील जीवन तळापासून ढवळून काढलं. शतकानुशतकं दृढमूल झालेले संकेत, परंपरा, श्रद्धा आणि मूल्यं यांचे अजरामर वाटणारे वृक्ष या प्रलयकाळातल्या झंझावाताच्या तांडवानं केवळ गदगदा हलवलेच नाहीत—त्यातले अनेक मुळासकट उपटून पाडले, कित्येकांची पाळेमुळे सैल केली. महायुद्धातल्या भयानक क्रौर्याचा, राक्षसी विनाशाचा आणि मनुष्याच्या अमानुषतेचा उबग येऊन

उद्याचा, मानव शांतीचा, सहकार्याचा आणि माणुसकीचा मार्ग धरील ही आशाही नंतरच्या अनुभवाने नष्ट केली. राजकारण, समाजकारण, अर्थकारण या सर्वांच्या गुंतागुंती वाढल्या. परंपरागत जीवनमूल्यं उलटीपालटी झाली. इवल्याशा साध्या सुखासाठी आसुसलेल्या सामान्य माणसाच्या भिरभिरणाऱ्या नजरेला भोवतालच्या गडद अंधारातही वाट दाखवील असा तारा उभ्या आकाशात दिसणं मुश्कील होऊन बसलं. सद्‌हेतूंचे मुखवटे चढवून स्वार्थी व्यवहार हरघडी साजरे होऊ लागले. हे मुखवटे थोड्याशा धसमुसळेपणानं दूर केले तर त्यांच्याआड लपलेले लोभ आणि लालसा यांचे वखवखलेले चेहरेच दृष्टीला पडतात! आजचा मानव बुद्धिवादी भूमिकेवर ठाम उभा नाही मात्र परंपरागत भावनांची बैठक तो गमावून बसला आहे. यंत्रयुगाच्या वाढत्या वेगाबरोबर तोही एक संवेदनहीन यंत्र बनू पाहत आहे. मानवाला अगतिक करणाऱ्या, असुरक्षिततेच्या छायेत त्याला सतत वावरायला लावणाऱ्या, जीवन अर्थशून्य आहे या एका जाणिवेखेरीज त्याच्या मनाच्या पोकळीत दुसरी कुठलीच भावना उरू न देणाऱ्या या परिस्थितीच्या पार्श्वभूमीवर, गेल्या अर्धशतकातलं बरचंसं पाश्चात्त्य ललित वाङ्‌मय निर्माण होत आलं आहे. दुसऱ्या महायुद्धानं तर जीवनाच्या वैफल्याची आणि व्यस्ततेची जाणीव अधिकच तीव्र केली. आपल्या अंतरीचा आंधळा आक्रोश व्यक्त करण्याकरिता आशय आणि आविष्कार या दोन्ही बाबतीत पाश्चात्त्य प्रतिभावंत नव्या पाऊलवाटा चोखाळू लागले. बेकेटची नाटकं ही अशा प्रकारच्या एका पायवाटेची— जी पाऊलवाट आता राजमार्ग होऊ पाहत आहे— समर्थ प्रतीके आहेत. अशा प्रकारची नाटकं मराठी प्रेक्षकांना आवडत नाहीत, समजत नाहीत याचं मुख्य कारण ते सतत पाहत असलेले मराठी नाटक अजून पन्नास वर्षांपूर्वीचे कित्ते गिरवण्यातच आनंद मानत आहे. या कित्त्यांना बाजारभाव आहे, एवढ्यावरच आमचे नाटककार संतुष्ट आहेत.

१९४५ नंतर मर्ढेकर, विंदा करंदीकर वगैरे कवींचं नवीन पद्धतीचं काव्य हळूहळू वाचकांच्या पचनी पडत गेलं. घटनाप्राधान्याकडून मनोविश्लेषणाकडे वळलेली नवी कथाही आपल्याकडे रुजली. कादंबरीच्या मुख्य प्रवाहाला अनेक उपप्रवाह येऊन मिळाले. काळाबरोबर धावण्याच्या या शर्यतीत मराठी नाटकच मागे राहिलं आहे. प्रकाश, नेपथ्य, रंगमंच इ. बाबतीत आम्ही प्रगतीची पावलं टाकली. पण नाट्यवस्तू, तिचा एकसंध आविष्कार आणि नाटकाच्याद्वारे होणारे आवाहन या बाबतीत आपण फारशी सुधारणा केली नाही. त्यामुळेच अधूनमधून दिसणाऱ्या प्रयोगशीलतेचंही आपल्याकडे व्हावं तसं चीज होत नाही.

असं का घडावं, या बाबतीत दोष कुणाचा आहे, याची चिकित्सा करायला लागलं तर एकंदर प्रकरण फार गुंतागुंतीचं आहे असं दिसून येईल. नाटक ही जशी अव्वल दर्जाची कला आहे, तसा तो एक आकर्षक धंदाही आहे— केवळ

चरितार्थाचा नव्हे तर प्रसंगी खोऱ्यानं पैसे ओढण्याचा. पैशाचा प्रश्न पुढे आला की, माणसाची सारी तत्त्वं, सारी मूल्यं, साऱ्या निष्ठा तडजोडीची जागा शोधू लागतात; हळूहळू ध्येयवादाची एकेक पायरी उतरून खाली येतात. 'प्रेक्षकांच्या अभिरुचीशी आम्हाला जुळवून घ्यावं लागतं, खूप काही नवं द्यावं— वास्तव अस्सल स्वरूपात चित्रित करावं असं आम्हाला वाटत असतं! पण ज्याला मार खाऊन रंगभूमीवरून पळ काढायचा नाही त्याला आपल्या सर्व सदिच्छा मनातल्या मनातच दाबून ठेवाव्या लागतात,' अशा अर्थाच्या कैफियती काही नाटककार अधूनमधून देतात. एक डोळा कलेवर आणि दुसरा गल्ल्यावर अशा स्थितीत गुणी लेखकाच्या नाट्यदृष्टीतही तिरळेपणाचा दोष उद्भवणे स्वाभाविकच आहे, नाही का?

साहजिकच असा प्रश्न उत्पन्न होतो की, काळाच्या ओघाबरोबर प्रेक्षकांच्या अभिरुचीचं क्षितिज विस्तारत जावं, बदलत्या जीवनाचा मागोवा त्यांना चांगल्या रीतीनं घेता यावा याची जबाबदारी कुणी घ्यायची? या दृष्टीनं मराठी रंगभूमीचे १९३० पर्यंतचं कर्तृत्व आणि त्यानंतरचा काळ यांची तुलना करणं बोधप्रद होईल.

मुग्ध कुमारीची आर्त किंकाळी!

पूर्वीच्या कालखंडात नाटककाराची प्रतिभा, काळाची पावलं आणि प्रेक्षकांची अभिरुची यांच्यामध्ये चांगल्या प्रकारचा सुसंवाद असल्याचं दिसून येतं. शिक्षणाचा प्रसार कूर्मगतीनं चाललेला, प्रेक्षकात सुशिक्षित वर्ग अल्प, नाटक हे सर्व पांढरपेशा वर्गाचं आणि अनेकदा इतर वर्गांचंही रंजनाचं एकमेव सुलभ साधन, चित्रपट आणि आकाशवाणी यांच्या अतिक्रमणापासून अलिप्त असं साधन! त्यामुळे एकाच वेळी कला, रंजन, संस्कार, प्रचार इत्यादिकांची आराधना त्यावेळच्या नाटककारांना करावी लागे. असं असूनही देवल, श्रीपाद कृष्ण, खाडिलकर, गडकरी, वरेरकर, माधवराव जोशी, वीर वामनराव जोशी वगैरे नाटककारांनी ते जसं लोकरंजनाचं तसंच सामाजिक उद्बोधनाचं एक समर्थ साधन आहे, हे ओळखून त्याचा वापर केला. संत वाङ्मयामुळे वाङ्मयीन प्रबोधनाची परंपरा मराठी मनात मुरली होती. तिचं हे नवं, प्रेक्षणीय आणि सरस रूप पाहून समाजानं नाटकाचं मोठ्या प्रेमानं स्वागत केलं. सामाजिक मनाला आवाहन देणारं आणि त्याच्या काळजाला जाऊन भिडणारं असे दोन ज्वलंत विषय त्या वेळी अस्तित्वात होते. पहिला आपल्या देशाचं पारतंत्र्य. या गुलामगिरीची खंत जनमनाला चांगलीच बोचू लागली होती. दुसरा विषय होता अनिष्ट सामाजिक रूढी. हे दोन्ही विषय एका बाजूनं नाटककाराला प्रेरणा देणारे आणि दुसऱ्या बाजूनं प्रेक्षकांना जिव्हाळ्याचे वाटणारे होते. कालपुरुषाच्या डिंडिमाचा घोष तर सतत कानी पडत होता— 'चला उठा जागे व्हा. शतकानुशतकांचा

हा जडभरतपणा दूर फेकून द्या. पाश्चात्त्यांकडे पाहा. आता आपली शर्यत आहे ती त्यांच्याशी!' तो घोष ऐकण्याइतके आपले नाटककार सावध होते. म्हणूनच संस्कृत आणि इंग्रजी ललित कृतींच्या आधारे प्रसन्न नाट्यरचना करणाऱ्या देवलांना, जिची जख्खड म्हाताऱ्याशी जबरीनं लग्नगाठ बांधली जात आहे, अशा मुग्ध कुमारिकेची आर्त किंकाळी ऐकू आली आणि सत्तर वर्षांनंतरही मराठी रंगभूमीला ज्याचा अभिमान वाटावा असं 'शारदा' नाटक निर्माण झालं.

रंजन आणि उद्‌बोधन यांची सांगड

सौंदर्यदृष्टी, चतुर कोटिक्रम आणि चमत्कृतिपूर्ण रचना यांचं देणं लाभलेल्या श्रीपाद कृष्णांनी विधवा विवाह, विषम विवाह, प्रतिलोम विवाह असे विषय हाताळले, ते त्या काळाची गरज ओळखूनच. माधवराव जोश्यांनी लोककल्याणासाठी निर्माण झालेला स्थानिक स्वराज्याचा दरबार हा एक हास्यास्पद आणि लज्जास्पद अजबखाना होऊ शकतो, याचं आजही खरं वाटावं असं चित्रण चार तपांपूर्वी केलं. खाडिलकरांनी इतिहास-पुराणातून कथांचे सांगाडे उचलले पण ते आपल्या प्रतिभेने अनुप्राणित करून, प्रेक्षकांच्या मनात देशभक्तीचा अंगार फुलवला; उदात्ताच्या पूजेची आणि तत्त्वासाठी सर्वस्वाचा होम करण्याची प्रेरणा त्यांच्या ठिकाणी निर्माण केली. त्यांच्या 'कांचनगडची मोहना'सारखं देशभक्तीनं रसरसलेलं नाटक अजूनही आपल्याकडे दुर्मीळ आहे. कर्झनशाहीच्या उन्मत्तपणाचं वर्णन करणारं 'कीचकवध' हे त्या काळी ब्रिटिश सरकारच्या डोळ्यांत एखाद्या क्रांतिकारकाप्रमाणे खुपलं. देशाचं नेतृत्व ज्यांच्याकडे आहे त्यांच्यातल्या भाऊबंदकीमुळे कोणते अनर्थ ओढवतात आणि अशा संकटकाळात तत्त्वनिष्ठ माणसंच स्वार्थी नेत्यांपेक्षा कशी उपकारक ठरतात, याचं 'भाऊबंदकी'तलं चित्रण आजच्या आमच्या पुढाऱ्यांनासुद्धा काही धडे शिकवू शकेल. देशभक्तीची अग्निज्वाला चेतवण्यात, पारतंत्र्याचा तिरस्कार वृद्धिंगत करण्यात आणि एखाद्या श्रेष्ठ तत्त्वासाठी हौतात्म्य स्वीकारण्यात केवढा आनंद असतो, हे जनमनावर बिंबवण्यात खाडिलकर कुशल होते. वरेरकरांनी विषमता, दुष्ट रूढी आणि सामाजिक अन्याय यांच्याशी झुंज घेण्याची प्रवृत्ती प्रज्वलित राहावी म्हणून 'हाच मुलाचा बाप' पासून 'सोन्याच्या कळसा' पर्यंत रंजन आणि उद्‌बोधन याची सुरेख सांगड घातली. सुभद्रेच्या प्रेमासाठी संन्याशाचं सोंग घेणाऱ्या परिचित अर्जुनात प्रेक्षकांनी जसा रस घेतला, तसाच गिरणीमालकाचा मुलगा असूनही मजुरांविषयीच्या अंतरीच्या व्यथित होणाऱ्या आणि वेषांतर करून विठू कृष्णा म्हणून कामगारात वावरणाऱ्या वरेरकरांच्या नायकातही घेतला. अशा रीतीने प्रेक्षकांच्या रसिकतेच्या, सहानुभूतीच्या आणि आकलनाच्या कक्षा जुनी रंगभूमी यथाशक्ती

वाढवत गेली. हे करत असताना कलेकडे साफ दुर्लक्ष केलं असंही नाही.

गेल्या दहा-पंधरा वर्षांतल्या रंगभूमीनं ही परंपरा कितीशी सांभाळली आहे? बाह्यत: ज्यांना सामाजिक म्हणता येईल अशी पुष्कळ नाटकं आजकाल रंगभूमीवर येतात. पण आजच्या सामाजिक मनाच्या व्यथा, आजकालच्या माणसाची खरीखुरी सुख-दु:खं किंवा त्यांच्या आशा-आकांक्षा व्यक्त करणारी कितीशी नाटकं त्यात सापडतील? जीवनातल्या प्रखर अनुभूतीची प्रतिबिंबं ज्यात पडली आहेत अशी अगदी अलीकडची कितीशी नाटकं आहेत?

स्वप्नरंजनात मश्गूल असणारी नाटकं

'वेगळं व्हायचंय मला', 'वाहतो ही दुर्वांची जुडी', 'दिवा जळू दे सारी रात', 'तो मी नव्हेच' इत्यादी नाटकांचे शेकड्यांनी प्रयोग झाले. पण 'शारदा' जसं एका बाजूनं कौटुंबिक पण दुसऱ्या बाजूनं अस्सल, सर्वस्पर्शी, सामाजिक नाटक होतं तशी जिवंत आणि ज्वलंत सामाजिक नाटकं आजकाल लिहिली जात आहेत काय? भारतीय संस्कृती प्राचीन काळापासून स्त्रीच्या त्यागाची स्तुतिस्तोत्रं गात आली. एकत्र कुटुंबपद्धतीचा, भावा-बहिणींच्या असीम प्रेमाचा आणि अशाच अनेक भावनांचा परिपोष या संस्कृतीनं सतत केला. पण गेल्या अर्धशतकात, या पन्नास वर्षांत झालेल्या महायुद्धांनी आणि उदयाला आलेल्या विचारप्रणालींनी मानवी जीवन अंतर्बाह्य ढवळून काढलं. शतकानुशतकं धर्मनियंत्रित असलेल्या मानवाची जागा अर्थबद्ध मनुष्यानं घेतली. आपल्या संस्कृतीची वेळी-अवेळी बढाई मारणाऱ्या या देशात तिनं परिपुष्ट केलेली मूल्यं पत्त्यांच्या बंगल्याप्रमाणे धडाधड कोसळून पडली; पण भविष्य नसलेला मनुष्य जसा आशाळभूतपणाने भूतकालाकडे तोंड वळवतो तसं एकेकाळी समाजात समर्थपणे वावरत असलेल्या कल्पना-भावनांची शवं आम्ही अजूनही शृंगारित बसलो आहोत. अर्थयुगाने पांढरपेशा स्त्रीलासुद्धा तिच्या घरकुलातून ओढून बाहेर आणले आहे. नवनव्या अनुभवांनी तिच्या व्यक्तित्वाला बरे वाईट पैलू पडत आहेत. त्याला नवे-नवे कंगोरे निर्माण होत आहेत. त्याग करायचा खरा पण तो कुणासाठी, केव्हा, किती प्रमाणात असल्या प्रश्नांचा विचार ती अंतर्मुख होऊन करू लागली आहे. आजच ती पतीला, कुटुंबाला आणि समाजाला अनेक अप्रिय प्रश्नांनी अस्वस्थ करून सोडत आहे. परंपरागत नाजूक भावना कोमेजून टाकणारे तिचे हे प्रश्न पुढल्या यंत्रयुगाच्या जमान्यात अधिक अवघड आणि गुंतागुंतीचे होत जाणार हे उघड आहे.

स्त्रीजीवन असं पिढीपिढीला बदलत आहे. फुले-आगरकर आणि हरिभाऊ-केशवसुत यांच्या काळापासून, मुंगीच्या गतीनं का होईना स्त्री नव्या पाऊलवाटेनं जीवनाचा प्रवास करू लागली. तिच्या चालीला आता वेग आला आहे. पण त्याची

दाद आमच्या रंगभूमीवरल्या लोकप्रिय नाटककारांना फारशी लागलेली दिसत नाही. प्रेक्षकांच्या रक्तात जे परंपराप्रेम मुरलेलं असतं त्याला आव्हान करणं आणि फसव्या अश्रूंच्या अथवा उथळ हास्याच्या बळावर नाट्यप्रयोगाला रंगत आणणं एवढंच काम त्यांची नाटकं करू शकतात. ती प्रेक्षकांच्या अंत:करणाला जाऊन भिडत नाहीत; त्यांना अस्वस्थही करत नाहीत, मग त्यांना अंतर्मुख करण्याची गोष्ट दूरच राहिली. काळाची आव्हानं आणि आवाहनं जिथं आमच्या नाटककारांना स्वीकारता येत नाहीत, तिथं भविष्याचा वेध घेण्याच्या सामर्थ्याचा प्रत्यय प्रेक्षकांना कसा येणार? साहजिकच नाटकी कारुण्यानं काठोकाठ भरलेली आजची कौटुंबिक नाटकं केवळ रंजक ठरतात; चार तासांच्या करमणुकीपलीकडे त्यांची उडी जात नाही. यंत्रयुगाच्या आणि प्रतिकूल आर्थिक परिस्थितीच्या रगाड्यात सापडून नि:सत्त्व झालेल्या मनाला काही वेळा वरवर हसण्यानं, काही वेळा डोळ्यांत पाणी आणण्यानं बरं वाटतं. काळजावरला अनामिक भयाचा भार हलका झाल्याचा भास होतो. याचा लाभ आजची रंगभूमी उठवत आहे.

भावा-बहिणीचे असीम प्रेम किंवा एकत्र कुटुंबपद्धतीतला सुरक्षितपणाचा गोडवा आता इतिहासात जमा होऊ पाहत आहे. जीवनातून मावळलेल्या या भावनांची पुन:पुन्हा चित्रणं करून नाट्यप्रेक्षकांच्या रसिकतेच्या कक्षा कशा वाढवता येतील? अशा प्रकारची नाटकं अजूनही लोकप्रिय होतात याचा एक अर्थ स्पष्ट आहे. जे उग्र वास्तव आपल्यापुढे दत्त म्हणून उभं राहिलं आहे, पळापळानं आपल्याला मिठी मारण्याकरता जवळ येत आहे त्याच्या डोळ्याला डोळा भिडवण्याची ताकद आमच्या नाटककारात नाही. आपण अजून स्वप्नरंजनात मश्गूल आहोत; जीवनसंग्रामाच्या दृष्टीनं पळपुटेच राहिलो आहोत! भविष्यकाल कितीही भीषण असला तरी माणसाला त्याला सामोरं जावंच लागतं! सदैव उबदार दुपट्यात गुंडाळून ठेवलेल्या बालकाला हवेतला साधा बदलसुद्धा सोसत नाही. कालबाह्य आदर्शांचा, प्रचलित भाबड्या भावनांचा आणि परिस्थितीनं अर्थशून्य ठरविलेल्या श्रद्धांचा आमच्या रंगभूमीवर अजूनही पगडा आहे. त्यामुळे आमच्या प्रेक्षकांच्या मनाची स्थिती हवेतल्या लहानशा बदलानं आजारी पडणाऱ्या बालकासारखी झाली आहे.

आजची खरी समस्या

एकत्र कुटुंबपद्धती चांगली का वाईट हा इथं प्रश्न नाही. उद्योगीकरणाचं जे युग आपल्याकडे अवतरू लागलं आहे त्याच्या लोंढ्यात ही कुटुंबपद्धती टिकण्याचा तिळाएवढासुद्धा तरी संभव आहे काय? या युगाची नांदी नुकती कुठं आपल्याकडे म्हटली गेली आहे. पण समुद्रात एखादं जहाज फुटावं, त्याच्यावरले उतारू

निरनिराळ्या दिशांना फेकले जावेत आणि ज्याला जी फळी आधाराला मिळेल ती घेऊन त्यानं समोर दिसणारा किनारा गाठण्याचा प्रयत्न करावा, अशी आजच्या पांढरपेशा कुटुंबांची स्थिती झाली आहे; इतर वर्गांचीही लवकरच होणार आहे! अशा रीतीनं दूर दूर फेकल्या गेलेल्या भावा-भावांनी परस्परांना पैशाची मदत करणं लांब राहो! केवळ भावनेच्या दृष्टीनं तरी ते कितीसे संलग्न असतात? घरच्या एखाद्या लग्नसमारंभाच्या निमित्तानं मनानं विभक्त झालेले हे भाऊ एकत्र येतात; लग्नपत्रिकांवर त्यांच्या आणि त्यांच्या बायकांची नावे छापलेली असतात; एका दिवसाच्या लग्नासाठी जमलेली ही पाखरं संध्याकाळी आपापल्या घरट्यांकडे उडून जातात!

परिस्थितीच्या रेट्यानं आणि काळाच्या पावलांनी ज्या फुलांचा चोळामोळा केला आहे, त्यांची पुन्हा कागदी फुलं बनवायची आणि त्यांना वासाकरता एखादं स्वस्त अत्तर लावायचं हा शुद्ध बनवाबनवीचा प्रकार आहे. तो जुन्या मूल्यांचं शवच्छेदन करणाऱ्या नव्या काळाला कसा फसवू शकेल? आपली मुलं एकत्र राहावीत या स्वप्नरंजनात रमणारा वृद्ध पिता, जीवनातल्या विरोधी शक्तींनी त्याच्या स्वप्नांचा होणारा चुराडा आणि परस्परांपासून दूर दूर चाललेल्या भावांच्या मनातली अनामिक पोकळी, हे एकत्र कुटुंबपद्धतीचं आजचं खरं स्वरूप आहे! मनुष्य मनाच्या पोकळीत जगू शकत नाही, म्हणून ही पोकळी आपण कशी भरून काढणार आहोत— नुसत्या सनसनाटी इंद्रियसुखांच्या मागे लागून की नव्या जीवनमूल्यांचा आश्रय करून— ही आजची खरी समस्या आहे.

गेल्या वीस वर्षांतल्या अशा अनेक ज्वलंत समस्यांना, दाहक स्वप्नभंगांना आणि जखमी जीवनमूल्यांना स्पर्श न करता आमचे नाटककार तथाकथित त्यागाच्या आणि प्रेमाच्या रिंगणात भ्रमत राहिले आहेत. सांकेतिकतेला किंवा कल्पनारम्यतेला कधी उसन्या कथानकाची, कधी भडक नाट्याची, कधी मधुर संगीताची, कधी उथळ विनोदाची जोड देऊन प्रेक्षकांचं मनोरंजन साधता आलं, की आपलं घोडं गंगेत न्हालं असं आमच्या अनेक नाटककारांना वाटत असावं हे उघड आहे. खाडिलकर-वरेरकर हे स्वत:च्या प्रवृत्तीला अनुसरून भोवतालच्या समाजजीवनाशी समरस झाले होते. ज्या गोष्टीनं ज्याचं अंत:करण उचंबळून आलं अथवा उलगडून गेलं त्यानं त्या प्रकारच्या नाट्यचित्रणाला हात घातला. या समरसतेमुळे नाट्यवस्तू हा लेखकाची प्रतिभा आणि प्रेक्षकांची अंत:करणं यांना जोडणारा पूल झाला. भावनांची देवाणघेवाण सोपी झाली. हे सामर्थ्य आजच्या सामाजिक नाटकात अभावानंच दिसतं.

पुण्या-मुंबईसारख्या शहरातच आजची नाटकं बऱ्यापैकी कमाई करू शकतात— याचं कारण त्यांची आवाहनशक्ती मोठी आहे हे नव्हे, उंचउंच चाळींमुळे जिथं कोजागिरीच्या दिवशीसुद्धा आकाशातला चंद्र दिसण्याची मारामार, हवा खायला बाहेर पडल्यावर रस्त्यावरले धक्के आणि चौपाटीवरली भेळ याशिवाय जिथं दुसरं

काही पदरी पडणं शक्य नाही, रात्रीचे अकरा वाजले तरी जिथं आपल्या दहा गुणिले दहाच्या खोलीत स्वस्थ झोप येणं मुश्कील अशा बकाल, शहरी राहणीला कंटाळलेला प्रेक्षक नकळत आपले पाऊल नाट्यगृहाकडे वळवतो. शहरातल्या यांत्रिक, ओढग्रस्त आणि कंटाळवाण्या जिण्याचा चार घटका विसर पडावा म्हणून झोपेच्या गोळीप्रमाणे आजचा प्रेक्षक नाटकं आणि चित्रपट यांचा आश्रय घेत आहे, हे काय सिद्ध करायला हवं? शहरातली हॉटेलं फोफावतात ती काही घरदार नसलेल्या लोकांच्या क्षुधाशांतीमुळे नव्हेत, तर ज्या घरात माणसाला स्वच्छंदानं वावरता येत नाही, दमून-भागून आल्यावर 'हुश्श' करत बसायला जिथं अंगणाचा तुकडासुद्धा उपलब्ध नाही, अशा ठिकाणी एखाद्या कैद्याप्रमाणे कोंडून घेणे माणसाला कठीण वाटतं म्हणून तो बाहेर रस्त्यावर येऊन सुखाचा शोध सुरू करतो. मग हॉटेलात शिरून जिभेचा किंवा नाट्यगृह गाठून काना-डोळ्यांचा आनंद घटकाभर मिळाला तरी तो त्याला हवाहवासा वाटतो. हळूहळू तो अशा प्रकारच्या कृत्रिम, भंगुर आनंदावर जगायला सरावतो. अशा शहरी माणसांचं मनोरंजन हेच आमच्या सामाजिक नाटकांचं मुख्य ध्येय आहे काय, अशी अनेकदा शंका येते. त्यांची उडी फारशी पुढे जात नाही, याचं कारण त्याचं गिऱ्हाईक त्यांच्यापुढे सतत उभं असतं हेच असावं!

चाकोरीतून बाहेर काढणारे समर्थ विषय

या चाकोरीतून मराठी नाटकाला खेचून बाहेर काढू शकणारे समर्थ विषय सभोवताली हवे तेवढे पसरले आहेत. पण नाटक ही सामाजिक कला आहे यावर आजच्या नाटककारांची श्रद्धा उरलेली दिसत नाही. १९३०-४० पूर्वीचे नाटककार सर्वार्थांनी समाजाभिमुख होते. सामाजिक मनाच्या सुखदुःखांचे अवलोकन, चिंतन आणि आलेखन या गोष्टी जणू त्यांच्या रक्तातच भिनल्या होत्या. पण आजच्या बुद्धिवान नाटककारातसुद्धा त्या जुन्या समरसतेचा आणि समाजसन्मुखतेचा आढळ होत नाही. नाही तर प्रतिभेला आव्हान देणारे अनेक भव्य, रम्य, करुण, भीषण, बीभत्स आणि उदास विषय ठायी ठायी आपली वाट पाहत उभे आहेत, हे का इतरांनी त्यांना सांगण्याची आवश्यकता आहे? एक साधीच गोष्ट घेऊ. हे गांधी जन्मशताब्दीचं वर्ष. गांधीविषयीच्या लिखाणाला सर्वत्र पूर आला आहे पण आमच्यातल्या एखाद्या लोकप्रिय नाटककारानं या महापुरुषाचं जीवन नाट्यरूपानं मांडण्याचं आव्हान तत्परतेनं स्वीकारल्याचं दृश्य कोठे दिसत नाही. अब्राहम लिंकनवर ड्रिंक वॉटरनं लिहिलेल्या नाटकाचा आम्ही पुनःपुन्हा उल्लेख करू. लेनिनवर रशियात इतकीइतकी नाटकं झाली म्हणून त्यांची यादी वाचून दाखवू. पाश्चात्त्य समीक्षेच्या आधारे चरित्रात्मक नाटकांची जडजंबाल चर्चा करू. पण नाट्यपूर्ण प्रसंगांनी आणि अभूतपूर्व

संघर्षांनी भरलेल्या एका आधुनिक भारतीय माहात्म्याचं जीवन मात्र आम्हाला प्रेरक होऊ शकत नाही. समुद्रापेक्षा विहिरीत पोहणं एकंदरीत सुरक्षित, सुखकारक तेव्हा पंचा नेसणाऱ्या गांधींच्यावर नाटक लिहून पदरी अपयश घेण्यापेक्षा, एखादी फटाकडी बाई उभी करून तिच्याभोवती लोकनाट्य गुंफणं हे पैसा व यश या दोन्ही दृष्टींनी फायदेशीर, हा आजचा आमचा सरळ सरळ हिशेब!

गांधींच्या जीवननाट्यानं ज्यांचं अंत:करण उचंबळून आलं असेल अशा कलाकारालाच हा विषय हाताळता येईल हे मी जाणतो. पण या नाट्याचं ज्यांना आकर्षण नसेल त्यांनीसुद्धा गांधीजींसारखा महापुरुष आपल्यातून निघून जाताच, ज्या मूल्यांसाठी तो जीवनभर झगडला ती सर्वत्र पायदळी तुडवली जात आहेत, या घटनेनं अस्वस्थ व्हायला नको होतं काय? उपहास, उपरोध, विडंबन इत्यादिकांची उपजत देणगी लाभलेल्या नाटककारांना हा विषय केवढा मोठा वाटायला हवा होता— सामाजिक जीवनाला कुंटणखान्याचं स्वरूप आणणाऱ्या आजच्या नैतिक अराजकाचं चित्रण करण्याला त्याला केवढा तरी अवसर मिळाला असता!

आमची रंगभूमी धिटाईनं ज्यांना स्पर्श करू शकत नाही अशा अनेक रसगर्भ नाट्यविषयांची यादी देता येईल. गेल्या तपा-दीड तपात खिशात काळा पैसा खुळखुळू लागल्यामुळे आंधळेपणानं उधळ्या जीवनक्रमाच्या आहारी गेलेले नव-धनिक, बऱ्यावाईट साधनांनी ऐश्वर्याची शिडी चढू इच्छिणारे व्यापारी आणि अधिकारी, लोकशाही समाजवादाचा मुखवटा चढवून उठल्यासुटल्या भाषणबाजी करणारे; पण व्यवहारात लोकांना लाचार बनवून आपली जिंदगी भूमितीश्रेणीनं कशी वाढत राहील याची काळजी घेणारे पुढारी, पिढ्यान्‌पिढ्या चालत आलेली मिरासदारी गेल्यामुळे हवालदिल होऊन बसलेले मध्यमवर्गीय, तारुण्याच्या उंबरठ्यावर उभे असूनही ज्यांचे डोळे कसलीच सुगंधी स्वप्नं पाहू शकत नाहीत असे भकास मनांचे तरुण, शहरातल्या जीवघेण्या जीवनामुळे वाट्याला येणारे हाल, बेकारी आणि गुन्हेगारी, परंपरानिष्ठ चौकटीतून जीवनाचं चित्र नीट कापून काढून ते नव्या, चित्रविचित्र चौकटीत घालण्याची पाळी आल्यामुळे होणारी सामाजिक मनाची उलघाल, परवा-परवापर्यंत मुक्या राहिलेल्या स्त्रीच्या मनाला फुटणारी अपरिचित वाचा, नव्या मध्यमवर्गाची स्वप्नं आणि स्वप्नभंग, एक ना दोन असे अनेक नाट्यविषय डोळ्यांत प्राण आणून समर्थ नाटककारांची वाट पाहत उभे आहेत! नवी आव्हानं घेणारी कलादृष्टी, समाजाशी समरस झाल्यामुळे आतून उसळून येणारी प्रेरणा, संपूर्ण समाजाचे चित्र मनी-मानसी ठसण्याइतकी संवेदनक्षमता, काळाबरोबर फरफटत जाणाऱ्या सामान्य माणसाच्या सुखदु:खांशी एकरूपता, नाट्य हे समाजाच्या आत्म्याशी हितगूज करण्याचे सर्वश्रेष्ठ साधन आहे अशी श्रद्धा, यांच्यापैकी काहीना काही उत्कटतेनं लेखकाच्या आंतरिक व्यक्तित्वात असल्याशिवाय असल्या प्रश्नांच्या

वाट्याला तो जाण्याची शक्यता कमी.

अभिजात नाटक हे केवळ मनोरंजनाचं क्षणभंगुर साधन होऊ शकत नाही. कलात्मक आनंदाचा आस्वाद देणारी, दृश्य काव्य आणि श्राव्य काव्य यांच्या मधुर संगमानं जनमनाला उचंबळवून टाकणारी ती कलासाधना आहे. पण हे लक्षात कोण घेतो? अत्र्यांच्यासारख्या मातब्बर नाटककाराचं 'तो मी नव्हेच' हे नाटक उदाहरणादाखल घेऊ या. तसं पाहिलं तर अविवाहित प्रौढ मुलीचं दुःख सांगण्याचा प्रयत्न करणारं हे नाटक आहे. अत्र्यांनी प्रस्तावनेत तसं नमूदही केलं आहे. पण देवलांची 'शारदा' जशी काळजाला जाऊन भिडते तशी या नाटकातली फसवली गेलेली, दुर्दैवी, प्रौढ कुमारिका आपल्या अंतःकरणात प्रवेश करू शकत नाही. 'शारदे'मध्ये नायिकेचं दुःख अशा कलात्मक रीतीनं मांडलं गेलं आहे की, बालावृद्ध विवाह ही आता जुनी-पुराणी गोष्ट झाली असूनही त्या दुःखाच्या प्रसंगानं वाचक-प्रेक्षकांचे डोळे ओले होतात. पण 'तो मी नव्हेच' मध्ये घडतं ते नेमकं उलटं! या नाटकात दुर्दैवी, प्रौढ मुलींना फसवणाऱ्या लखोबा लफंग्याच्या लीलांवरच आपलं लक्ष केंद्रित होतं. अशा मुली त्याची भक्ष्ये म्हणून नाटकात येतात आणि जातात! बाकी सारा मामला आहे तो लखोबा लफंग्याच्या वेषांतराचा आणि हृदयहीन लीलांचा. रंजनाच्या मोहात गुरफटलेल्या नाटकाकडून अधिक अपेक्षा करणं चूक आहे हेच खरं!

आजच्या नाटकांची कृत्रिम रचना!

ज्यात सखोल आणि संयत नाट्यापेक्षा उथळ आणि भडक नाट्याला अवास्तव महत्त्व दिलं गेलं आहे, ज्यात आजच्या जीवनाशी विसंगत असलेल्या पण परंपरेच्या पगड्यामुळे प्रेक्षकांच्या मनामध्ये दृढमूल होऊन बसलेल्या गोष्टींचे लाड पुरवले जात आहेत, ज्यात कठोर वास्तवापेक्षा नाजूक-साजूक स्वप्नरंजनात रमण्याची प्रेक्षकांची इच्छा तृप्त केली जात आहे, अशी नाटकं प्रेक्षकांना कधीही अंतर्मुख करू शकणार नाहीत. विसाव्या शतकाच्या उत्तरार्धातल्या जीवनाची भयानक गुंतागुंत भारतात जणू काही अस्तित्वातच नाही असे आमच्या रंगभूमीवरून परक्याला वाटावे इतकी ती स्वयंकेंद्रित आहे. एका हातात भौतिक समृद्धीचे वर आणि दुसऱ्या हातात सर्व नाशाचे शाप घेऊन विज्ञान मानवाच्या अंतर्गृहापर्यंत पोहोचलं आहे. पण त्याच्या विश्वरूपदर्शनाचा साक्षात्कार आमच्या नाटककारांना मात्र अजून घडत नाही. रंजनाची नव-नवी साधनं उपलब्ध होऊ लागल्यामुळे नाटकाला अधिक बुद्धिनिष्ठ बैठक देण्याची आवश्यकता केव्हाच निर्माण झाली आहे. पण लक्षात कोण घेतो? रंगभूमीवर त्यातल्या त्यात जे नवे विषय हाताळले जातात तेही मुख्यतः रंजकतेवर भर देऊनच! समुद्रात वावरणाऱ्या पाणबुडीप्रमाणे सामाजिक जीवनाच्या अंतरंगातल्या

साऱ्या उलट सुलट प्रवाहांचा वेध घेऊन केलं गेलेलं चित्रण आपल्या नाटकात फार क्वचित आढळतं. सुसंस्कृत पण श्रमविन्मुख पांढरपेशांचा श्रमविन्मुख पण संस्कृतिहीन नवधनिकांकडून होणारा पराभव चेकॉवने आपल्या 'चेरी ऑर्चर्ड' या नाटकात किती नाजूकपणानं सूचित केला आहे! पण तोच विषय 'अश्रूंची झाली फुले' मध्ये कसा हाताळला गेला आहे ते पाहण्याजोगे आहे. त्यातला प्राचार्य विद्यानंद सुसंस्कृतांचा प्रतिनिधी. मूल्य पूजकांचा वारसदार. मूल्यहीन आणि हृदयहीन नवधनिकांकडून तो पराभूत होतो यात काही नवल नाही! पण या पराभवाचं उट्टं तो काढतो ते स्वत:वर आणि स्वत:च्या बायकोवर— एका सोनेरी टोळीचा नायक बनून. एका दृष्टीनं हे बरोबरच आहे! जिथं अश्रूंची फुलं होतात तिथं फुलांचे दगड का होऊ नयेत? प्रेक्षकांच्या मनांना धक्का देण्याचं हे तंत्र रंगभूमीच्या सद्यस्थितीत यशस्वी झालं तरी या कृत्रिम रचनेमुळे नाटकाचा मध्यवर्ती विषय बाजूला फेकला जातो! विशाल वास्तवाचा फक्त एक तुकडा भडक रंगांनी रंगवून जीवनदर्शन कसं घडवता येईल? विरोधाच्या तंत्राचा अवलंब करून नाटकात काही प्रसंग उठावदार बनवता येतात. पण आत्मा हरवून बसलेल्या सुस्वरूप माणसासारखी त्या निरनिराळ्या नाटकी प्रसंगांची स्थिती होते. अशा तिखट मसाल्याची चटक लागलेल्या प्रेक्षकांना बेकेटचं नाटक कसं समजणार? कसं रुचणार?

मात्र आमच्या नाटककारांच्या बाजूनं एका गोष्टीचा उल्लेख करणं आवश्यक आहे. ती ही की, १९४० पूर्वीचं भारतीय सामाजिक मन आणि जीवन कितीही संकुचित असलं तरी एकसंध होतं. काळाचा आत्मा आणि लेखकाची संवेदनशक्ती यांच्यामध्ये त्या काळी सुसंवाद नांदत होता. जुन्या मराठी नाटकांची मांडणी आजच्या मानानं फार शिथिल होती यात शंकाच नाही. पण ती नाटकं अधिक सजीव वाटत. अशा नाटकातूनच रंजन करता करता अस्वस्थ करून सोडणारं 'शारदे'सारखं अस्सल देशी वाणाचं नाटक अधूनमधून जन्माला येई. इतकंच नव्हे तर 'हॅम्लेट', 'त्राटिका', 'झुंजारराव' यांच्यासारख्या आपल्या संस्कृतीच्या संदर्भात परक्या वाटण्याजोग्या नाटकांचेही तेव्हा रसिकतेनं स्वागत होई. 'हॅम्लेट' आणि 'त्राटिका' यांच्यासारख्या नाटकांचा आजच्या मानानं अधिक अशिक्षित असलेल्या त्या वेळच्या समाजाकडून मनसोक्त रसास्वाद घेतला गेला. इब्सेन आणि चेकॉव यांच्या बाबतीत आपल्याकडे हे या पूर्वीच घडायला हवं होतं. पण ते घडलं नाही.

सावध! ऐका पुढल्या हाका

प्रेक्षकांच्या रसिकतेच्या कक्षा विस्तार पावत राहतील अशी काळजी नाटककारांनीच घ्यायला हवी. सामाजिक जीवनाशी असलेलं रंगभूमीचं अतूट नातं ते विसरले

नाहीत तर ही काही फार अवघड गोष्ट नाही. स्वातंत्र्यानंतरच्या दोन तपात देव, धर्म, इत्यादिकांवरल्या बऱ्याच मोठ्या श्रद्धा धुळीला मिळाल्या आहेत. त्या कायम आहेत असा भास आपण उराशी बाळगून आहोत. पण ती शुद्ध आत्मवंचना आहे! कळत-नकळत आपण झपाट्यानं पाश्चात्त्य जीवनाच्या प्रचलित चाकोऱ्यांचा आश्रय करत आहोत. अखंड ज्ञानलालसा, नवी भव्य स्वप्नं पाहण्याची शक्ती, सामाजिक करुणा, सामुदायिक साहस, व्यक्तिस्वातंत्र्यावरली निष्ठा इत्यादी अनेक मूल्यांची जोपासना गेल्या तीन-चार शतकात पाश्चात्त्य संस्कृतीनं मोठ्या कसोशीनं केली आहे. आम्ही मात्र जुनी मूल्यं गेली आणि नवी आली नाहीत म्हणून ऊर बडवत बसलो आहोत. एका पोकळीत आंधळेपणानं फडफडत राहिलो आहोत. केवळ लोकरंजनात निमग्न न राहता ज्या नव्या दिशेनं आता आपल्या जीवनाचा प्रवास सुरू झाला आहे तिची जाणीव आपल्या रक्तात भिनवण्याचा प्रयत्न आपले नाटककार करू लागतील तर सामाजिक मनाला या पोकळीतून बाहेर काढण्याचं अगदी अल्प का होईना श्रेय त्यांना मिळू शकेल.

वर उल्लेखिलेली मूल्यं ही आधुनिक पाश्चात्त्य संस्कृतीची जमेची बाजू आहे पण या मूल्यांच्या झगझगाटात जीवनाच्या मूलभूत मर्यादांचा विसर पडल्यामुळे, निर्माण झालेल्या वैफल्यवादासारख्या अनेक भयदायक गोष्टीही या संस्कृतीत वेगानं फोफावत आहेत. आज ना उद्या आपण याच मार्गानं जाणार आहोत. या वाटचालीत आपल्याला भौतिक समृद्धी आणि आत्मिक समाधान यांचा संगम घडवून आणणाऱ्या मूल्यांची सावली लाभावी आणि त्या मार्गावरले उद्ध्वस्त झालेले पूल दुरुस्त करण्याचं सामर्थ्य यावं, असं जर वाटत असेल तर आमच्या रंगभूमीनं आता काळ्यामाळ्यांच्या खेळात अधिक काळ गुंतून पडणं इष्ट ठरणार नाही. साऱ्या नव्या समस्यांना आमचे नाटककार सामोरे जातील, तर अ-नाट्य पंथाचं पाश्चात्त्य नाटक पाहण्याइतकी मराठी प्रेक्षकांची रसिकताही डोळस होईल.

एका विशिष्ट आणि मर्यादित दृष्टिकोनातूनच मी आजकालच्या नाटकांचा इथं विचार केला आहे. शुद्ध कलात्मकतेपासून केवळ व्यावसायिक दृष्टीपर्यंत अनेक कोनांनी आजच्या रंगभूमीकडे पाहता येईल हे मला मान्य आहे. मात्र एक गोष्ट आवर्जून सांगावीशी वाटते, जीवनात काय किंवा साहित्यात काय, अर्थव्यवस्थेत काय किंवा रंगभूमीवर काय, केवळ 'जैसे थे'चा मामला विकासाला नेहमीच मारक ठरतो. प्रत्येक पिढीला हरेक क्षेत्रात पुरुषार्थ गाजवता आला पाहिजे. तिनं नवी क्षितिजं न्याहाळली पाहिजेत. प्रगतीचे मध्यवर्ती सूत्र एकच आहे— 'सावध! ऐका पुढल्या हाका.'

◆

(डॉ. भालेराव गौरव ग्रंथ, १९७१, संपादक काळे/कुलकर्णी/ढवळे)

'भाऊबंदकी' : मराठी रंगभूमीचा एक अलंकार

गेल्या एप्रिलमधील गोष्ट. परगावचे एक रसिक वकील मला भेटायला आले होते. बोलता बोलता नुकत्याच पाहिलेल्या 'भाऊबंदकी'च्या प्रयोगाविषयी ते म्हणाले, 'हे नाटक प्रेक्षकाला खुर्चीला खिळवून टाकतं. त्याची मांडणीही मोठ्या कुशलतेनं केली आहे, माझ्यासारख्या वकिलालाही पटावी अशी. राघोबादादाच्या ज्या हुकमात आनंदीबाईनं 'ध चा मा' केला तो हुकूम जेव्हा रामशास्त्रांच्या हातात पडतो तेव्हाच हा नि:स्पृह न्यायाधीश राघोबाला देहान्त प्रायश्चित्त सुनवायला सिद्ध होतो. सध्या अशी बंदिस्त व प्रभावी नाटकं सहसा पाहायला मिळत नाहीत.'

मुंबईच्या साहित्य संघानं खाडिलकर जन्मशताब्दीच्या निमित्तानं बसवलेल्या 'भाऊबंदकी'चे प्रयोग त्यावेळी नुकतेच दक्षिण महाराष्ट्रात होऊन गेले होते. त्यामुळे नंतरच्या आठ-पंधरा दिवसात विविध व्यवसायातल्या व्यक्तींकडून 'भाऊबंदकी'ची अशीच प्रशंसा मला ऐकायला मिळाली. ही मंडळी नाट्यप्रेमी असली तरी त्यांची गणना रंगभूमीच्या अभ्यासकात होण्यासारखी नव्हती. भिन्न भिन्न आवडीनिवडी असलेल्या या मंडळींचं 'भाऊबंदकी'च्या प्रयोगाविषयी मात्र एकमत दिसून येत होतं. विषय प्रतिपादनाची आणि तत्त्वचिंतनाची उघड उघड जोड असूनही शेवटच्या प्रवेशापर्यंत प्रेक्षकांवरली आपली पकड सैल न होऊ देणारं असं नाटक सहसा पाहायला मिळत नाही, हा सूर सर्वांच्या बोलण्यामध्ये होता.

साठ वर्षांपूर्वीच्या रंगभूमीवरला 'भाऊबंदकी'चा प्रयोग या सर्वांनी पाहिला असता तर? रामशास्त्री (त्र्यंबकराव प्रधान), आनंदीबाई (माधवराव टिपणीस), राघोबा (यशवंतराव टिपणीस) अशा नटांच्या मेळाव्यानं सजीव केलेली 'भाऊबंदकी' मी विद्यार्थिदशेत पाहिली होती. इंग्रजी पाचवी-सहावीत म्हणजे आत्ताच्या नववी-दहावीत असेन मी तेव्हा. आनंदीबाईनं केलेला 'ध चा मा', गारद्यांनी केलेला नारायणरावाचा खून, पुढे बारभाईंनी चालवलेला पेशवाईचा कारभार वगैरे शालेय पुस्तकातली माहिती माझ्या संग्रही होती. पण संजीवनी मंत्रानं निष्प्राण देहातली जीवनज्योत पुन्हा उजळावी त्याप्रमाणे वाचलेला शालेय इतिहास किती निर्जीव असतो आणि प्रतिभावान नाटककार त्याला उत्कट, चैतन्यमुक्त रूप कसं देऊ

शकतो हे त्या रात्री मी अनुभवलं होतं. नाटक पाहताना मी स्वत:ला पार विसरून गेलो होतो. त्यातल्या विविध रसांच्या ओघानं मला जीवनाचं बहुरंगी चित्रण करणाऱ्या प्रतिसृष्टीत नेलं होतं. नाटक संपलं. मी घरी येऊन अंथरुणावर पडलो. झोप येईना. पाहिलेलं सारं डोळ्यांपुढे उभं राहत होतं. हळूहळू रात्रही संपली. दिवस आपला दैनंदिन कार्यक्रम घेऊन उगवला पण मी मात्र रंगभूमीवरल्या अद्भुतरम्यतेची किनार असलेल्या खऱ्याखुऱ्या जगात कितीतरी वेळ वावरत होतो. यानंतर चाळीस वर्षांनी सर्वस्वी भिन्न पण तितक्याच समर्थ अशा नटसंचानं उभी केलेली 'भाऊबंदकी'. दुर्गाबाई खोटे (आनंदीबाई), नानासाहेब फाटक (राघोबा), रामशास्त्री (मा. दत्ताराम) असा हा संच होता. दिल्लीत या नाटकाच्या रूपानं मराठी रंगभूमीचा यशोध्वज फडकावून मुंबईचा साहित्य संघ परतला होता. पुण्याला या संचाचा प्रयोग पाहिला तेव्हा मी दुसऱ्या रांगेत बसलो होतो. पहिल्या रांगेतल्या माझ्या पुढच्याच खुर्चीवर रँग्लर परांजपे बसले होते. नाटकाच्या रसास्वादात ते रंगून गेले होते. इतके की, शेवटचा अत्यंत संथ आणि शांत असा बारभाईंचा प्रवेश संपला तरी ते खुर्चीवरून उठले नाहीत. रामशास्त्रींच्या तोंडचं शेवटचं वाक्य झाल्यावर उपरण्यानं डोकं पुशीत पुशीत मागं वळून त्यांनी मला विचारलं, 'नाटक संपलं?' मी 'होय' म्हटलं तेव्हा कुठं ते खुर्चीवरून उठले.

यंदा झालेले 'भाऊबंदकी'चे प्रयोग पाहून तिशी-चाळिशीतली तरुण मंडळी अशीच भारावून गेली होती. अशा रीतीनं तीन पिढ्यांवर मोहिनी घालण्याचं सामर्थ्य या नाटकाला कुठून प्राप्त झालं? याचा मी विचार करू लागलो. रंगभूमीवर पाच-दहा वर्षे धमाल उडवणारी हलकी फुलकी विनोदी नाटकं, कृत्रिम नाट्याच्या आधारे किंवा अतिरंजित उथळ भावनांना गुदगुल्या करून प्रेक्षकांना डोळे पुसायला लावणारी नाटकं पुढे टिकतातच असं नाही. शिवाय 'भाऊबंदकी' ज्या काळात आणि ज्या पार्श्वभूमीवर लिहिलं गेलं तो काळ आणि ती पार्श्वभूमी या दोन्ही गोष्टी आता सर्वस्वी बदलून गेल्या आहेत. असं असूनही हे नाटक आजच्या प्रेक्षकांना प्रचलित नाटकापेक्षा अधिक खोल, अधिक संस्कारी आणि अधिक नाट्यपूर्ण का वाटतं? ललित कृती आपल्या काळाच्या चौकटीबाहेर पडून भविष्यकाळावर अधिराज्य गाजवू लागते ती कोणत्या गुणांनी?

या दृष्टीनं खाडिलकरांच्या नाट्यसृष्टीचा विचार करू लागलं तर त्यांच्या पंधरा नाटकांचे तीन स्पष्ट विभाग पडतात. त्यातला पहिला कालखंड 'सवाई माधवराव यांचा मृत्यू' पासून 'भाऊबंदकी' अखेरचा. स्वतंत्र गद्य नाटक लोकप्रिय संगीत नाटकाच्या तोडीला तोड देऊन उभं राहू शकतं हे या कालखंडातल्या 'सवाई माधवराव यांचा मृत्यू', 'कांचनगडची मोहना', 'कीचकवध' व 'भाऊबंदकी' या नाटकांनी पूर्णपणे सिद्ध केलं. मानापमानाच्या प्रारंभीच्या एका पदात 'पंचशरे गद्यवरे

वश जी जाहली! नाट्यकला कवि कृष्णा माला घाली!' असे जे उद्‌गार खाडिलकरांनी सूत्रधाराच्या तोंडी घातले आहेत, त्यांना आत्मप्रौढीचा वाससुद्धा येऊ नये, असा हा त्यांच्या पहिल्या कालखंडातल्या नाटकांचा चौकडा आहे. शेक्सपीयरच्या नाट्यतंत्राचं मर्म जाणून ते कलात्मकतेनं मराठी रंगभूमीवर जर कुणी वापरलं असेल तर ते खाडिलकरांनीच. किंबहुना किर्लोस्कर हे जसे मराठी संगीत नाटकाचे जनक तसे खाडिलकर हे मराठी गद्य नाटकाचे श्रेष्ठ शिल्पकार होत. पुढे संगीत नाट्यरचनेकडे ते वळल्यामुळे त्यांना आपल्या उत्कट नाट्यसृष्टीशी विसंगत अशा काही तडजोडी स्वीकाराव्या लागल्या हे खरं! त्याचप्रमाणे त्यांच्यातला तत्त्वचिंतक कालपरत्वे आणि वयोमानानुसार वाढत गेला हेही खोटं नाही. साहजिकच खाडिलकरांच्या अनेक दृष्टींनी अधिक सरस व सकस अशा चार नाट्यकृती पहिल्या पाच नाटकातच असाव्यात या विषयी नवल वाटण्याचं कारण नाही. ललित लेखकाची प्रज्ञा वाढत्या वयाबरोबर कदाचित अधिक अंतर्मुख होत असेल पण प्रज्ञा निराळी आणि प्रतिभा निराळी. अनेक अभिजात लेखकांच्या प्रतिभेनं त्यांच्या तिशी चाळिशीतच आपलं अत्यंत मनोहर रूप प्रकट केल्याचा अनुभव येतो. खाडिलकरही त्याला अपवाद नाहीत.

त्यामुळे त्यांची वर उल्लेखिलेली चार गद्य नाटकं अभ्यासकांच्या दृष्टीनं अधिक मोलाची आहेत. 'भाऊबंदकी' हे त्यातलं शेंडेफळ.

एखाद्या कलाकृतीच्या प्रेरणांचा प्रश्न तिच्या सौंदर्याच्या दृष्टीनं अनेकांना महत्त्वाचा वाटत नसला तरी तिचं सामर्थ्य आणि मर्यादा यावर तो प्रकाश पाडू शकतो. अलीकडेच एका सुप्रसिद्ध टीकाकारांनी टिळकांना हद्दपारीची शिक्षा झाल्यानंतर केसरी कार्यालयात केळकर-खाडिलकर या संपादकद्वयात जे द्वैत निर्माण झालं त्यात 'भाऊबंदकी'ची मूळ प्रेरणा आहे असं प्रतिपादन केलं आहे. प्रेरणा या दृष्टीनं या विधानाची थोडी चिकित्सा करणं आवश्यक आहे. दैनंदिन जीवनातल्या सामान्य वाटणाऱ्या घटनेतून किंवा अनुभवातून प्रतिभावान लेखक ललित कृती निर्माण करू शकत नाही असं नाही. (इब्सेनच्या 'डॉल्स हाउस' (बाहुलीचे घर) मध्ये नायिका नोरा हिने चेकवर केलेल्या खोट्या सहीचा उगम आपले घर शृंगारण्याकरिता खोटा चेक देणाऱ्या एका गुलहौशी स्त्रीमध्ये आहे) मात्र 'भाऊबंदकी'ची मूळ प्रेरणा लेखकाच्या एका वैयक्तिक अनुभवात आहे असा तर्क करणं खाडिलकरांचं जीवन व लेखन यांच्याशी अत्यंत विसंगत ठरेल. त्यांच्या आंतरिक व्यक्तिमत्त्वाचा ओढा भव्य, उग्र, उदात्त आणि आदर्श अशा व्यक्तींकडे, घटनांकडे आणि त्यांच्याशी संलग्न असलेल्या जीवनविषयक मूल्य विचारांकडे होता. केसरी कार्यालयातला कलह व्यक्ती या नात्यानं त्यांना तापदायक झाला असेल पण लेखक या नात्यानं जीवनातल्या सर्वच घटनांकडे त्यांच्यासारख्या एका उच्च तात्त्विक पातळीवरून पाहणाऱ्या नाटककाराला

त्यातून स्फूर्ती मिळेलं असं वाटत नाही. खाडिलकरांच्या कमी यशस्वी किंवा अयशस्वी नाटकातसुद्धा त्यांची श्रेष्ठ आदर्शाविषयीची भक्ती आणि पराक्रम पूजनावरली प्रीती हे दोन्ही विशेष स्पष्टपणे दिसून येतात.

भाऊबंदकीच्या पहिल्या आवृत्तीची प्रस्तावना पाहिली म्हणजे ही गोष्ट अधिक स्पष्ट होते. या छोट्या प्रस्तावनेखाली १-११-१९०९ ही तारीख आहे. १९०७ च्या डिसेंबरात भरलेल्या राष्ट्रीय सभेच्या सुरतेच्या अधिवेशनात देशाच्या दृष्टिने अत्यंत दु:खदायक अशी दुफळी होऊन जहाल पक्ष तिच्यातून बाहेर पडला. पुढे लवकरच टिळकांच्यावर राजद्रोहाचा खटला भरला जाऊन त्यांना सहा वर्षांची हद्दपारीची शिक्षा झाली. राष्ट्रीय सभा दुभंगल्यामुळे ब्रिटिश सरकारला दहशतवादाचा वरवंटा सर्वत्र फिरवून जनतेमध्ये जोमानं अंकरू लागलेलं स्वातंत्र्य प्रेम चिरडून टाकण्याची संधी मिळाली. जहाल-मवाळ पक्षांचे परस्परांवर आरोप-प्रत्यारोप सुरू झाले. या परिस्थितीमुळे पारतंत्र्याविरुद्ध एकजुटीनं लढण्याची राष्ट्राची शक्ती खच्ची होत आहे हे खाडिलकरांच्या देशभक्तीनं रसरसलेल्या मनाला तीव्रतेनं जाणवलं असेल. 'कांचनगडच्या मोहने'त काय किंवा 'कीचकवधा'त काय लोकजागृतीसाठी राष्ट्रीय जीवनातल्या महत्त्वाच्या घटनांचं चिंतन करण्याकडे आणि त्या चिंतनाला ऐतिहासिक किंवा पौराणिक नाट्यरूप देण्याकडे असलेला त्यांचा प्रतिभेचा ओढा दिसून येतो. जहाल आणि मवाळ या दोन पक्षातल्या भाऊबंदकीपायी देशाचं किती भयंकर नुकसान होत आहे याची जाणीव होताच भाऊबंदकी या विषयाच्या चिंतनानं त्यांचं मन झपाटून टाकलं असावं.

या विषयाचं चिंतन करताना आपल्या स्वभावधर्माप्रमाणं एखादं भव्य किंवा उग्र कथानक शोधण्याकरिता इतिहास-पुराणाचा चित्रपट त्यांनी आपल्या डोळ्यांपुढून नेला असावा. 'कीचकवधा'ची बाह्यप्रेरणा जशी लॉर्ड कर्झनच्या उद्दाम उद्‌गारात आहे त्याप्रमाणे भाऊबंदकीचं तात्कालिक कारण राष्ट्रीय सभेमध्ये सुरतेला झालेली दुफळी आणि तिच्यामुळे होणारी स्वातंत्र्याच्या चळवळीची हानी हेच असण्याची अधिक शक्यता आहे. (प्रत्येक लेखक आपला स्वभावधर्म आणि प्रतिभा धर्म या दोन्हींना मानवेल अशाच प्रकारच्या विषयाकडे किंवा कथानकाकडे वळत असतो. त्याचं आंतरिक व्यक्तित्व, लौकिक व्यक्तित्व व वाङ्‌मयीन व्यक्तित्व यांचा त्रिवेणी संगम होऊन जे रसायन तयार होतं तेच समर्थ ललित कृतीला जन्म देऊ शकतं. भाऊबंदकीच्या जन्मकथेचा याच दृष्टीनं विचार करणं अधिक संयुक्तिक होईल)

खाडिलकरांच्या आंतरिक व्यक्तिमत्त्वानं त्यांचा सर्व जीवनपट रंगलेला आहे. सांगलीसारख्या संस्थानी राजवटीत बालपण, विद्यार्थिदशा गेली असूनही विशी-पंचविशीतच खाडिलकर त्या काळातल्या अत्यंत उग्र अशा राष्ट्रीय ध्येयाचे उपासक बनले. राष्ट्रीय सभेची स्थापना खाडिलकर माध्यमिक शाळेत असतानाच झाली

असली तरी ते केसरीकर्त्या टिळकांचे सहकारी बनले. तेव्हाही तिची सूत्रं नेमस्त पक्षाच्या हातीच होती, पण खाडिलकरांच्या हृदयात स्वातंत्र्य देवतेचा अनन्य उपासक म्हणून जी मूर्ती कोरली गेली ती होती टिळकांची. टिळक त्यावेळी लोकमान्य नव्हते. केसरी हे साप्ताहिक जनतेच्या स्वातंत्र्यविषयक आकांक्षा फुलवत असले तरी आर्थिकदृष्ट्या फारसे स्वावलंबी नव्हते. लोकगंगा टिळकांच्या मागून जाण्याचा काळही फार पुढचा! असं असूनही खाडिलकरांनी अंत:प्रेरणेनं टिळकांच्याकडे धाव घेतली याचं कारण त्यांच्या स्वभावधर्माच्या तारा टिळकांच्या आंतरिक व्यक्तित्वाशी मिळत्याजुळत्या होत्या हे होय. दोघेही भारतीय संस्कृतीचे कट्टर भक्त. ज्या तत्त्वज्ञानावर तिची बैठक उभारली गेली आहे, त्याचे अभ्यासक आणि पूजक. किंबहुना ऐहिक जीवनाकडे पाहण्याच्या या दोघांच्या दृष्टिकोनातही फार मोठं साम्य होतं. संसार हा एक यज्ञ आहे ही श्रद्धा दोघांमध्ये उत्कटपणानं वसत होती. पुढे टिळकांचं 'गीतारहस्य' ज्या जीवनदर्शनातून लिहिलं गेलं त्याचीच पूजा खाडिलकरांनी अखंडपणे आपल्या आयुष्यात केली. जीवन हा यज्ञ आहे ही श्रद्धा मनात बाणली म्हणजे या यज्ञात आत्माहुती द्यायला माणसानं सदैव सिद्ध असलं पाहिजे हे ओघानंच येतं. 'इदं न मम अग्नये स्वाहा' हे अशा तत्त्वज्ञानाचं मुख्य सूत्र बनतं. मग ती आहुती ज्या यज्ञकुंडात टाकायची ते शिक्षणाचं असो, वृत्तपत्र संपादनाचं असो, नाट्यकलेच्या उपासनेचं असो अथवा सशस्त्र क्रांतीच्या संकल्पांचं असो. भूतकाळातल्या मंगलाची पूजा आणि त्या मंगलाच्या आधारे वर्तमानातल्या अमंगलाला पराभूत करण्याची दुर्दम्य इच्छा या गोष्टी अशा स्वभावधर्माशी संलग्न असतात. खाडिलकरांच्या नाटकातील आदर्श निष्ठा, तत्त्वचिंतन, ध्येयवादित्व, पराकोटीची समर्पण वृत्ती इत्यादी सर्व विशेष त्यांच्या या स्वभावधर्मातूनच विकसित झाले आहेत. किंबहुना लौकिक व्यवहारातला त्यांचा संतापी स्वभाव ही उग्र ध्येयाची पूजा करणाऱ्या त्यांच्या स्वभावाची दुसरी बाजू आहे. साहित्यिक या नात्यानं त्यांच्या ठिकाणी असणारा अबोलपणा हा त्यांच्या तत्त्वचिंतनात रमणाऱ्या वृत्तीचं प्रतिबिंब आहे. इतिहास-पुराणातली कथानकं खाडिलकरांनी नाटकासाठी निवडली ती त्यातल्या उग्र, उदात्त संघर्षाच्या ओढीमुळे आणि चिरंतन मानवीमूल्यांच्या आकर्षणामुळे.

अशा आंतरिक व्यक्तित्वाला एका अपूर्व वाङ्मयीन व्यक्तित्वाची जोड मिळाली होती. कॉलेजात शेक्सपियर वाचल्यानंतर पदवी पदरात पडते न पडते तोच खाडिलकरांनी 'सवाई माधवराव यांचा मृत्यू' हे नाटक लिहिलं. ज्या वयात शेक्सपियरवरील अन्य लोकांच्या पोपटपंचीपेक्षा त्याच्या अभ्यासकाजवळ अधिक भांडवल असत नाही, अशा कोवळ्या वयात शेक्सपियरने दोन प्रमुख शोकान्तिकांतील दोन लोकविलक्षण स्वभावरेखा एकत्रित आणून स्वतंत्र नाटक लिहिण्याची कल्पनाच मुळी धाडसाची आहे. त्या काळी शिकलेल्या सुशिक्षितांवर शेक्सपियरचा फार मोठा

प्रभाव होता. त्याच्या नाटकांची भाषांतरे किंवा रूपांतरे करण्यात पंडित मंडळी गुंग होती. अशा परिस्थितीत, एका एकविशीतल्या तरुणानं 'सवाई माधवरावाचा मृत्यू' यासारखं स्वतंत्र आणि समर्थ नाटक लिहावं, हा मारुतीनं जन्मतःच सूर्यबिंब कवळायला उड्डाण करावं अशातलाच प्रकार मानला पाहिजे. विद्यार्थिदशेत लेखन करण्याची हौस अनेक बुद्धिमंतांना असते. पण विशी उलटते न उलटते तोच अशी गुणसंपन्न कलाकृती निर्माण केल्याचा दाखला अर्वाचीन मराठीत तरी मिळणार नाही.

खाडिलकर हे साहस करू शकले याचं कारण त्यांचा प्रकृतिधर्मच अवघड आव्हानं स्वीकारू शकणाऱ्या पराक्रमी पुरुषाचा होता. मात्र अशा आंतरिक व्यक्तित्वाला तेवढ्याच समर्थ आणि संपन्न वाङ्मयीन व्यक्तित्वाची जोड मिळाली नसती तर हे नाटक काय किंवा त्यानंतरची नाट्यगुणांनी युक्त असलेली अनेक नाटकं काय, त्यांची लेखणी लीलेनं लिहू शकली नसती. खाडिलकर उदयाला आले त्या वेळची रंगभूमी मुख्यतः संगीतप्रधान होती. शाहूनगरवासी नाटक मंडळी गणपतराव जोशींच्यासारख्या नटाच्या प्रतिभासंपन्न अभिनयामुळे प्रेक्षकांना आकृष्ट करू शकत असली तरी ती करत असलेली हॅम्लेट, त्राटिका, झुंझारराव ही नाटकं शेक्सपीअरची भाषांतरे अथवा रूपांतरे होती. या मंडळींची इतर काही नाटके थोडीफार लोकप्रिय होती पण ती देशभक्तीच्या भावनेला भडकपणे आवाहन करणारी किंवा सर्व समाजाला पूजास्थान असलेल्या संत चरित्रांचे गुणगान करणारी. अशा स्थितीत संगीत रंगभूमीचं बोट न धरता खाडिलकरांची प्रतिभा मोठ्या डौलानं रंगभूमीवर आली तिनं जी पहिली पाच गद्य नाटकं निर्माण केली त्यांनी मराठी नाट्याला आणि प्रेक्षकांच्या अभिरुचीला अधिक कलात्मक वळण लावलं.

ही कलात्मकता कोणत्या प्रकारची होती हे पाहणं आवश्यक आहे. किर्लोस्कर, देवल, कोल्हटकर हे खाडिलकरांच्या पूर्वीचे रंगभूमीच्या विकासाच्या दृष्टीनं महत्त्वाचे नाटककार. किर्लोस्करांचे 'सौभद्र', देवलांची 'शारदा' व कोल्हटकरांचं 'मूकनायक' ही तिन्ही नाटकं आपापल्या परीनं स्वतंत्र आणि प्रेक्षकांचं भरपूर रंजन व उद्बोधन करणारी होती. पण त्यांच्या आकर्षणाचं एक मुख्य अंग संगीत हे होतं. किर्लोस्कर व देवल यांच्या नाट्यविषयक कल्पनाही मुख्यतः संस्कृत नाटकांच्या छायेखालीच विकसित झाल्या होत्या. सौभद्रात किर्लोस्करांनी, 'शारदे'त देवलांनी व 'मूकनायका'त कोल्हटकरांनी या परंपरेहून भिन्न असं काही करण्याचा निश्चित प्रयत्न केला. पण सौभद्रात नाट्यांच्या उत्कर्षापेक्षा अधिक अवसर मिळाला तो संगीत व विनोद यांना. मूकनायकातही तसंच घडलं. शारदा हे शुद्ध सामाजिक नाटक असल्यामुळे त्यात देवलांचं नाट्यचातुर्य चांगल्या रीतीनं प्रकट झालं आहे यात शंका नाही. पण शारदेच्या पहिल्या तीन अंकांची मांडणी ज्या कलात्मक नाट्यदृष्टीतून झाली आहे ती पुढल्या दोन अंकात प्रचीत होत नाही. या दोन अंकात प्रेक्षकांचं लक्ष वेधून

ठेवण्याकरिता नाट्याभास उत्पन्न करणाऱ्या अनेक कृत्रिम घटना वापरल्या आहेत. पण अशा घटना जुळविणारं क्लृप्तिचातुर्य निराळे आणि शेवटच्या वाक्यापर्यंत नाट्य फुलवित ठेवणारी कल्पकता निराळी.

कथेत नाट्यावरली आपली दृष्टी ढळू न देणारी कल्पकता हा खाडिलकरांच्या वाङ्मयीन व्यक्तित्वाचा फार मोठा मोलाचा विशेष आहे. त्यांनी इंग्रजी तिसरीत असताना लिहिलेले नाटक उपलब्ध असते तर त्यांची अस्सल नाट्याची जाणीव जन्मजात होती की काय यावर प्रकाश पडू शकला असता. कारण सांगलीतल्या लहानपणच्या वास्तव्यात त्यांना जी नाटकं पाहायला मिळाली असतील ती मुख्यत: विष्णुदास भाव्यांची आणि किर्लोस्करादि संगीत मंडळींची. महाविद्यालयीन शिक्षणासाठी पुण्याला गेल्यावर शेक्सपीअरच्या नाटकांची भाषांतरे व रूपांतरे यांच्याशी परिचय झाल्यावर आणि अभ्यासक्रमांत प्रत्यक्ष शेक्सपीअरची भेट झाल्यावर त्यांची नाट्यसृष्टी ज्या वेगाने विकसित झाली ती लक्षात घेता ती जन्मजातच होती असं म्हणावं लागतं.

खाडिलकरांचं लौकिक व्यक्तिमत्त्वही त्यांच्यातल्या नाट्यप्रतिभेच्या पोषणाला अनुकूल असंच होतं. खाडीच्या शांत पाण्यात आपली जीवननौका कुठंतरी आडोशाला सुरक्षित ठेवण्यापेक्षा वादळी समुद्रातला जीवनक्रमच त्यांनी स्वीकारला. तत्कालीन परकीय राजसत्तेच्या विरोधात उभ्या असलेल्या केसरीसारख्या पत्रात सहसंपादक होणं आणि टिळकांच्यासारख्या त्यागी, जहाल व आक्रमक देशभक्ताचा अनुयायी होणं, म्हणजे पुढील आयुष्यात नानाविध संकटांना सामोरं जाण्यासारखंच होतं. लौकिक दृष्टीनं काटेरी असलेली आणि निखारे पसरलेली वाट खाडिलकरांनी आयुष्याच्या प्रारंभीच स्वेच्छेनं पसंत केली. साहजिकच ते सतत राजकीय संघर्षाच्या रणभूमीवर वावरत राहिले. या संघर्षातल्या विविध अनुभवांनी त्यांच्या नाटकांना प्रेरणा दिल्या. त्यांच्यातल्या नाटककारात एकीकडे कलेचं सौंदर्य जाणणारा, तिचं स्वातंत्र्य मान्य करणारा आणि शेक्सपियरच्या नाटकातली बलस्थानं अभ्यासून त्यांचा मराठी रंगभूमीवर कुशलतेनं वापर करणारा अस्सल कलावंत होता, तर दुसरीकडे देशभक्तीच्या भावनेनं रसरसलेला, लोकजागृती हे आपलं ध्येय मानणारा आणि भारतीय संस्कृतीतल्या चिरंतन मूल्याचं सतत चिंतन करणारा विचारवंतही त्या कलावंताच्या जोडीनं नांदत होता. या दोघांचा संगम त्यांच्या नाट्यनिर्मिती करणाऱ्या व्यक्तिमत्त्वात झाला होता, गंगा आणि यमुना यांच्या संगमासारखा. हा संगम मराठी रंगभूमीला अधिक शुद्ध, प्रभावी आणि कलात्मक रूप देण्याला कारणीभूत झाला.

खाडिलकरांची आंतरिक, लौकिक आणि वाङ्मयीन अशी तिन्ही व्यक्तित्वं एकमेकांना पूर्णपणे पोषक होती. त्यामुळेच त्यांच्या ठिकाणी एकसंध व्यक्तिमत्त्व

निर्माण झालं. शरसंधान करणाऱ्यानं आपली दृष्टी लक्ष्यावर केंद्रित करावी त्याप्रमाणे खाडिलकरांनी आपल्या ललित प्रतिभेची सर्व शक्ती नाट्यलेखनाला अर्पण केली. त्यांचे समकालीन आणि तुल्यबळ साहित्यिक हरिभाऊ आपटे, शिवरामपंत परांजपे, श्रीपाद कृष्ण कोल्हटकर आणि नरसिंह चिंतामण केळकर यांनी ललित साहित्याच्या अनेक क्षेत्रांत संचार केला. पण खाडिलकरांनी मात्र नाटकाशिवाय ललित वाङ्मयाच्या इतर कुठल्याही प्रांतात पदक्षेपसुद्धा केला नाही. त्यांच्या कलासाधनेत केवढी मोठी एकाग्रता होती आणि तिच्यामुळेच त्यांची नाटकं कशी उत्कट झाली याचा आलेख काढणं मोठं मनोरंजक होईल. या साधनेमुळेच ते जसे आपल्या काळाशी आणि प्रेक्षकांशी सुसंवाद साधू शकले तसेच त्यांच्यातल्या द्रष्टेपण लाभलेल्या तत्त्वचिंतकाने त्या कालखंडाचे कुंपणही ओलांडले.

प्रतिभा, प्रवृत्ती, परिस्थिती आणि परिश्रम या सर्वांचा सुरेख मेळ जमल्यामुळे खाडिलकरांच्या प्रारंभीच्या दहा नाटकांपैकी अनेकांना भरघोस यश मिळालं. 'भाऊबंदकी' हे त्यापैकीच एक. अशा यशस्वी नाट्यकृतीची चिकित्सा करताना कथानकाची मांडणी, स्वभावरेखन, प्रसंगनिर्मिती, भाषाशैली, काव्य विनोद आदि विविध घटक कल्पून त्यांची चर्चा करणं हे थोडंफार अरसिकपणाचंच ठरेल. पक्वान्न तयार करण्याकरिता वापरलेल्या पदार्थांची चर्चा करून ज्याप्रमाणे त्याची गोडी कळू शकत नाही किंवा व्यक्तीच्या शरीराच्या एखाद्या अवयवाची तपासणी करून त्या व्यक्तीचे स्वास्थ्य किंवा अस्वास्थ्य निश्चित करता येत नाही तसेच समर्थ ललित कृतीबद्दलही म्हणता येईल. रूपवती तरुणीच्या सौंदर्याचा पाहणाऱ्यावर जो परिणाम होतो तो नेहमीच एकसंध असतो. अभिजात कलाकृतीही या नियमाला अपवाद नाही.

हे खरं असलं तरी नाटककार या दृष्टीनं खाडिलकरांची वैशिष्ट्यं आवर्जून अधोरेखित करण्यासाठी अशा चिकित्सेचा थोडा अवलंब करणे आवश्यक आहे. नाट्य या दृष्टीनं 'भाऊबंदकी'ची मांडणी अभ्यासनीय आहे. शेक्सपीअरच्या नाटकातसुद्धा एखादवेळी ज्या संघर्षावर नाट्यमंदिर उभारले असेल तो सुरू करण्याच्या बाबतीत ढिलाई आढळेल, पण खाडिलकरांच्या पहिल्या नाट्य पंचकात आणि ('मानापमान', 'विद्याहरण' व 'स्वयंवर' या तीन संगीत नाटकात) पडदा वर जातो न जातो तोच प्रेक्षक संघर्षाच्या प्रवाहात सापडून धारेला लागतो. संगीत नाटकात नांदी, सूत्रधाराचा प्रवेश वगैरे गोष्टींमुळे नाट्यगृहातली गडबड शांत व्हायला अवसर मिळे. गद्य नाटकांना या गोष्टीचा फायदा मिळणं शक्य नव्हतं. म्हणून खाडिलकर चतुराईनं गद्य नाटकाचा प्रारंभ बाह्यत: शांत लयीत करतात. 'भाऊबंदकी'चा प्रारंभ क्षणभर असाच वाटला तरी, निरभ्र आकाशात काळे ढग जमू लागावेत आणि विजेचा कडकडाट सुरू व्हावा तसे नारायणरावाच्या खुनाचे धागेदोरे वेगानं गुंफले जातात आणि हा हा म्हणता संघर्षाच्या कल्लोळात खुनाची घटना साकार होऊन पहिला अंक संपतो.

पुस्तकी नाट्यतंत्राच्या दृष्टीनं पाहिलं तर पहिल्याच अंकात अशा तऱ्हेनं प्रेक्षकांची मनं थरारून सोडणारा प्रसंग अत्यंत परिणामकारक रीतीनं चित्रित केल्यानंतर, त्यांच्या उत्कंठेचा लगाम नाटककाराच्या हाती राहणं फार कठीण आहे. पण खाडिलकरांनी सामान्य नाटककाराला कल्पनेतही जे तंत्र वापरावंसं वाटणार नाही त्याची इथं मोठ्या आत्मविश्वासानं योजना केलेली आहे.

हा आत्मविश्वास त्यांच्या मनात फुटलेला आशय आणि त्याचा त्यांना येणारा सुगंध यांच्यातून निर्माण झाला आहे. 'भाऊबंदकी'वर 'मॅकबेथ'ची अंधूक छाया आहे असे प्रथमदर्शनी वाटणे स्वाभाविक आहे. पण आनंदीबाई जशी लेडी मॅकबेथ नाही तसा राघोबाही मॅकबेथ नाही. 'ज्युलियस सीझर'मध्येही 'मॅकबेथ'प्रमाणे राजकीय स्वरूपाचा खून आहे. पण त्या नाटकाचाही 'भाऊबंदकी'च्या जडणघडणीशी कोणत्याही प्रकारचा संबंध नाही. 'भाऊबंदकी'ची मांडणी आनंदीबाई, राघोबा व रामशास्त्री या तीन प्रमुख भूमिकांच्या स्वभावविशेषावर व त्यांच्या संघर्षातून निर्माण होणाऱ्या मूल्यविचारांवर आधारलेली आहे. साहजिकच पहिल्या अंकात नारायणरावाचा खून झाल्यानंतर, केवळ त्या खुनाचे धागेदोरे शोधून काढणं आणि रामशास्त्रीनं राघोबादादाला देहान्ताची शिक्षा सुनावणं एवढ्यावरच खाडिलकरांनी नाटकाची उभारणी केलेली नाही. दुसऱ्या व तिसऱ्या अंकात सर्वसामान्य प्रेक्षकाला आकृष्ट करणाऱ्या रहस्यकथेचं स्वरूप 'भाऊबंदकी'ला त्यांनी दिलं आहे. पण त्याचवेळी या दोनही अंकात स्वत:ला अभिप्रेत असणाऱ्या विचारनाट्याच्या विकासालाही त्यांनी प्रारंभ केला आहे.

नारायणरावाचा खून आनंदीबाईनं राघोबाच्या दुबळ्या संमतीनं करवला ही गोष्ट खरी असली तरी ती सिद्ध कशी करायची हा नाट्यसृष्ट्या महत्त्वाचा पेचप्रसंग आहे. लोकांमध्ये प्रसृत झालेल्या अफवांवर विसंबून नि:स्पृह रामशास्त्री अशा गंभीर गोष्टींचा न्यायनिवाडा करू शकत नाही. तुळोजी पवारानं ध चा मा केलेला कागद आपल्या ताब्यात घेणं, नारायणरावाचं भूत आपल्याला छळत आहे या भीतीनं तो कागद एका ताईतात घालून नमकशास्त्री आणि चमकशास्त्री यांच्याकडे मंतरण्याकरिता देणं आणि दुर्गा व म्हाळसा यांच्या क्षूद्र भांडणात तो ताईत उघडला जाऊन त्यातील हुकमाचा कागद रामशास्त्र्यांच्या हातात पडणं या घटना जशा नाट्यदृष्ट्या महत्त्वाच्या आहेत तशाच सामान्य माणसात चाललेल्या भाऊबंदकीच्या भांडणातून त्यांचा परिस्फोट होणं ही रचना खाडिलकरांच्या नाट्यचातुर्याची द्योतक आहे. सर्वसामान्य प्रेक्षकाला अशा प्रसंगाच्याद्वारे आपल्या मुठीत ठेवण्याची त्यांची ही शक्ती येथे प्रकट झाली आहे. नाटक हे अभिरुचीच्या भिन्न भिन्न पातळ्यांवर असलेल्या शेकडो प्रेक्षकांना एकाच वेळी मंत्रमुग्ध करून ठेवणारा कलेचा आविष्कार आहे, या विषयीची त्यांची जाण अशा प्रसंग निर्मितीतूनच प्रत्ययाला येते.

'भाऊबंदकी' ही जशी एका बाजूनं एका राजकीय खुनाची नाट्यकथा आहे, तशीच ती दुसऱ्या बाजूनं लोभासारखा मनोविकार उच्छृंखल झाला म्हणजे कोणते अनर्थ घडून येतात आणि त्या अनर्थांना मानवातली सात्त्विकताच कसा पायबंद घालू शकते, याचं चित्रण करणारी तत्त्वकथाही आहे. आपल्या पौराणिक कथांनी उद्दाम कामवासनेच्या पायी झालेले ऋषिमुनींचे अध:पात चित्रित केले असले तरी रामायण व महाभारत या अभिजात महाकाव्याच्या मध्यवर्ती घटना लोभाच्या स्वैर तांडवातूनच निर्माण झाल्या आहेत. रामाचा वनवास काय किंवा पांडवांचा वनवास काय, दोघांचीही पाळेमुळे मंथरा-कैकयीच्या आणि धृतराष्ट्र-दुर्योधनांच्या स्वभावातच शोधावी लागतील. स्वभाव व परिस्थिती यांना अनुसरून निरंकुश लोभ माणसाला कसा राक्षस बनवतो, याचं चित्र खाडिलकरांनी भाऊबंदकीत बारकाईनं रेखाटलं आहे. सुमेरसिंग व खरकसिंग केवळ गारद्यांचा पगार थकला म्हणून चिडलेले नाहीत तर ते पाच लाखांच्या लोभाला बळी पडले आहेत. तुळोजी हा तर बोलून चालून हुजऱ्या. पण त्यालाही बढती मिळवण्याचा लोभ आहेच. तो खुनाच्या या कटात सामील होतो आणि बक्षीस म्हणून त्याला कोतवाली बहाल करण्यात येते. राघोबा शूर पण कामुक, त्यामुळे सुंदर बायकोच्या मुठीतलं बाहुलं बनून राहिलेला नवरा. रणांगणावर अजिंक्य पण रंगमहालात शरण जाणारा. पेशवा होण्याच्या इच्छेनं झपाटलेला. त्याच्या मनात सदसद्विवेक बुद्धिची ठिणगी धुगधुगत आहे. पण तिची ज्योत होऊ शकत नाही, मग ज्वाला होणं लांबच राहिलं. आनंदीबाई ही सत् आणि असत् यातला भेद कोळून प्यालेली महामाया आहे. सत्ता, संपत्ती आणि मानमरातब यांच्या सोनेरी स्वप्नापलीकडे तिची दृष्टी जाऊ शकत नाही. उद्दाम लोभाच्या पायी आत्मा गमावून बसलेली स्त्री आहे ती!

मानवाचा कुठलाही मनोविकार उद्दाम होऊन अनियंत्रित झाला आणि विवेक बुद्धिच्या चाबकाला न जुमानता त्याचा नंगा नाच सुरू झाला की, त्याचा राक्षस व्हायला फार वेळ लागत नाही. मात्र सख्ख्या चुलतीनं घडवून आणलेला पुतण्याचा अमानुष खून या भयंकर घटनेनं सुरुवात झालेल्या 'भाऊबंदकी' नाटकात लोभ हा पापाचा परमेश्वर आहे एवढेच खाडिलकरांना परिणामकारक रीतीनं सांगायचं असतं तर मॅकबेथ आणि लेडी मॅकबेथ यांच्या जीवनपटातल्या अनेक धाग्यादोऱ्यांची छाया 'भाऊबंदकी' च्या रचनेवर पडण्याचा संभव होता. खाडिलकरांचा हेतू मूलत:च भिन्न आहे. या नाट्यबीजाकडे त्यांनी केवळ नाट्यपूर्ण किंवा रोमांचकारी दृष्टीनं पाहिलेलं नाही. कोणताही जातिवंत कलाकार ललित लेखन करत असताना जसा नकळत आत्माविष्कार करत असतो तसा त्या आविष्काराच्या प्रकाशात त्याचा आत्मशोधही सुरू असतो. 'सवाई माधवरावाचा मृत्यू' या नाटकापासून सुरू झालेला खाडिलकरांचा आत्मशोध 'भाऊबंदकीत' पुरा झाला.

या आत्मशोधाचं उद्दिष्ट आहे ऐहिक जीवनातला एक सनातन संघर्ष. व्यक्ती व्यक्तीच्या अंत:करणापासून राष्ट्रातल्या रणभूमीपर्यंत चाललेला मंगल आणि अमंगल यांचा कधीही न संपणारा संग्राम भारतीय संस्कृतीतल्या मौलिक तत्त्वज्ञानावर पुष्ट झालेल्या खाडिलकरांच्या प्रतिभेला श्रेय आणि प्रेय यांच्यातला संघर्ष सतत जाणवणं स्वाभाविक होतं. या संघर्षात 'सवाई माधवरावाचा मृत्यू' या नाटकात अमंगल मंगलावर मात करतं. केशवशास्त्र्यांसारख्या खलपुरुषाच्या कारस्थानाला मातेच्या शीलाविषयी साशंक झालेला तरुण माधवराव पेशवा बळी पडतो! 'कांचनगडच्या मोहने'त प्रतापराव व मोहना यांनी स्वीकारलेलं वीरमरण प्रेक्षकांची मनं उजळून टाकत असलं तरी पिलाजीरावांसारख्या उलट्या काळजाच्या खलपुरुषानं प्रतापरावासारख्या भावनाशील देशभक्ताचा बळी घ्यावा याची टोचणी मनाला लागून राहतेच!

मंगल-अमंगलाच्या जीवनात सतत चालणाऱ्या या संघर्षात मंगलानं अमंगलाला यशस्वीपणे विरोध कसा करावा याचा एक मार्ग खाडिलकरांनी कीचकवधात चित्रित केला. अमंगलाचा पराभव करण्याचे मार्ग दोन माणसांची आत्मिक शक्ती जागृत करून अमंगलावर विजय मिळवायला त्याला समर्थ करणं किंवा भौतिक शक्तीनं अमंगलाचं निर्मूलन करण्याचा प्रयत्न करणं. 'कीचकवधा'तले धर्म व भीम हे या दोन भिन्न मार्गांचे प्रतिनिधी आहेत. कीचकवधात धर्माच्या रूपानं आत्मिक शक्तीवरली श्रद्धा खाडिलकरांनी दिग्दर्शित केली आहे. मात्र कीचकाचा कामुकतेच्या जोडीला अहंकारही आल्यामुळे मनुष्य या नात्यानं त्याच्या ठिकाणी असलेला मंगल स्फुल्लिंग जागृत करायला रत्नप्रभा, सुदेष्णा, विराट, धर्म यांच्या विनवण्या व उपदेश अपुरे पडतात. त्यामुळे शेवटी भीमाच्या शारीरिक शक्तीनंच कीचकाचा काटा दूर करण्याच्या योजनेला धर्माला संमती द्यावी लागते.

भीमाची शारीरिक शक्ती कीचकापेक्षा मोठी होती म्हणून कीचकवधात हा दुसरा मार्ग यशस्वी झाला. पण जगात जेव्हा जेव्हा भौतिक शक्ती अनुकूल नसलेल्या मंगलाला अमंगलाशी झगडण्याचा प्रसंग येतो तेव्हा त्यानं काय करावं? मान खाली घालून मुकाट्यानं अमंगलाला शरण जाणं शक्य होत नाही. मग त्या अमंगलाचं स्वरूप राजकीय पारतंत्र्य असो, उन्मत्त सत्ताधाऱ्यांचं अमानुष वर्तन असो अथवा कोणत्याही उद्दाम वासनेच्या आहारी गेलेल्या व्यक्तीचं दुराचरण असो.

भारतीय संस्कृतीच्या चिंतनानं विकसित झालेल्या खाडिलकरांच्या व्यक्तिमत्त्वाला जे अखंड आवाहन होतं ते मंगलाचं. व्यक्ती या नात्यानं व्यवहारातल्या अमंगलाकडे पाठ फिरवून आपल्या स्वत:च्या पाऊलवाटेनं चालत राहणं त्यांनी सदैव पत्करलं, पण त्यांच्यातल्या अस्सल कलावंताला एका गोष्टीची पूर्ण जाणीव होती. ती म्हणजे मानवी जीवन हा मंगल-अमंगलाचा अत्यंत गुंतागुंतीचा संकर आहे ही होय. अमंगल (Evil) आणि मंगल (Good) यांच्या सतत चाललेल्या संग्रामापासून

सामान्य व्यक्तीलासुद्धा दूर पळून जाता येत नाही. आपापल्या परीनं तिला त्यात भाग घ्यावाच लागतो. स्वभावत:च मंगलाच्या उपासक असलेल्या व्यक्ती अमंगलाचे हे आव्हान पिढ्यान्‌पिढ्या आत्मिक शक्तीच्या बळावर स्वीकारत आल्या आहेत. या नि:शस्त्र शक्तीच्या आविष्कारानंच मानवी संस्कृतीला अभंग अधिष्ठान प्राप्त करून दिलं आहे. बुद्ध, ख्रिस्त, सॉक्रेटिस, ज्ञानेश्वर, फादर डेमियन, गांधीजी, श्वायत्झर, मार्टिन ल्यूथर किंग अशा अनेकांच्या जीवनात हीच शिकवण प्रकट झाली आहे. 'भाऊबंदकी'त राघोबा आणि आनंदीबाई यांच्या रूपानं पुढे उभ्या ठाकलेल्या अमंगलाला प्रतिकार करायला रामशास्त्री उभा राहतो. या शास्त्र्यापाशी शस्त्रे नाहीत. तो शरीर बळाचा उपासक नाही. त्याची सर्व मदार आहे मनोबळावर- आपल्या नैतिक शक्तीवर. भौतिक शक्ती अनुकूल नसलेल्या मंगलाची अमंगलाशी गाठ पडते तेव्हा त्याला आपल्या आत्मिक शक्तीवरच विसंबून राहावं लागतं. 'भाऊबंदकी'त हे आव्हान वादळी समुद्रात खडकावर ठामपणे उभ्या असणाऱ्या दीपस्तंभाप्रमाणे रामशास्त्री स्वीकारतो. साहजिकच 'भाऊबंदकी'च्या उत्तरार्धात नारायणाचा कुणी खून केला हे शोधून काढल्यानंतरही खुनी माणसांना मिळणाऱ्या शिक्षेची कहाणी उरत नाही. या नाटकाला शेवटी स्वरूप येते ते विचारगर्भ नाटकाचं. सत्ताधारी मदांध झाले आणि निरंकुशपणानं वागू लागले तर त्यांना अडवायचं कुणी? त्यांना ताळ्यावर आणायचं कुणी? अमंगल आणि मंगल यांच्या झगड्यात आत्मिक शक्ती हाच मानवाचा शेवटचा आधार आहे हे जसं, 'भाऊबंदकी'त रामशास्त्र्याच्या रूपानं खाडिलकरांनी नाट्यपूर्ण रीतीनं सूचित केलं तसंच पुढे हरिश्चंद्र-तारामती आणि रोहिदास (सत्त्वपरीक्षा), कच (विद्याहरण), कृष्ण (स्वयंवर), राम (सवतीमत्सर) इत्यादिकांचे स्वभावलेखनही त्यांनी आत्मिक शक्तीवरल्या अढळ श्रद्धेनंच केलं. ही शक्ती जशी सर्वस्व समर्पणाला तयार होते तशीच आत्मक्लेशांचंही ती धीरगंभीर वृत्तीनं स्वागत करते. पुढे येणाऱ्या गांधी युगाची नांदी खाडिलकरांच्यातला कलावंत अशा सुस्वर रीतीनं गात होता. कलावंत द्रष्टा ठरतो तो अशाच गोष्टींमुळे!

नाट्य या दृष्टीनं भाऊबंदकीतील रामशास्त्र्याचं स्थान लक्षात घेता ही स्वभावरेखा परिपूर्ण रीतीनं रंगवायला खाडिलकरांना आवश्यक तेवढा अवसर मिळाला नाही हे मान्य केलंच पाहिजे. ऐतिहासिकदृष्ट्या रामशास्त्र्याचं जीवन मराठी माणसाला चिरपरिचित असल्यामुळे ही स्वभावरेखा प्रेक्षकांना धूसर वाटणार नाही असा त्यांच्यातल्या कलावंतानं विचार केला असावा. आनंदीबाई आणि राघोबादादा यांच्या अंतर्जीवनाशी रामशास्त्र्याचं जीवन निगडित करणं अशक्य होतं. मात्र नाट्यदृष्ट्या मंगलाचा प्रतिनिधी असलेला रामशास्त्री उपरा वाटू नये म्हणून खाडिलकरांनी त्याचा परिचय पहिल्या अंकात कसा करून दिला आहे, सखारामबापू- नाना फडणवीस वगैरे मुत्सद्द्यांच्या चर्चेत त्याला कसं गुंतवलं आहे आणि शेवटी तान्ह्या सवाई

माधवरावाला सखारामबापूंच्या मांडीवर ठेवून नाट्यविषयाचा समारोप रामशास्त्र्याकडून कसा करवून घेतला आहे हे पाहण्याजोगं आहे. अत्यंत भयानक घटनेपासून सुरू होणारं हे नाटक अत्यंत शांत वातावरणात संपतं. टीकाकारांच्या मते 'भाऊबंदकी'तल्या नाट्याचा उत्कर्ष देहान्त प्रायश्चित्ताच्या प्रवेशात होतो आणि त्यानंतर ते उताराला लागतं. मला तसं वाटत नाही. नाटकाचा उद्देश केवळ रोमांचकारी घटनांची साखळी जुळवणं व प्रेक्षकांच्या विविध भावनांना तात्पुरतं आवाहन करणं एवढाच मानला तर ही टीका सयुक्तिक होईल. पण अभिजात ललित कृती केवळ रंजनाकरिता निर्माण होत नाही. तिचा आविष्कार विविध रीतीनं साधलेल्या रंजनाप्रमाणे सूचकतेनं केलेल्या उद्बोधनाच्या पातळीवरही प्रगट होणं अपरिहार्य असतं. इतकंच नव्हे तर जीवनदर्शन घडविणारा मंगल-अमंगलाचा जो संघर्ष त्या कृतीच्या अंतरंगात चित्रित झाला असेल त्याच्याद्वारे मानवीमूल्याच्या एखाद्या पैलूवर प्रकाश पाडणं हेही अभिप्रेत असतं. या दृष्टीनं रवींद्रनाथांनी शाकुंतलाचं केलेलं रसग्रहण अभ्यासनीय आहे.

तंत्रविषयक पुस्तकात न आढळणारी आणि नाटकातल्या रसोत्कर्षाच्या परंपरागत पद्धतीला डावलणारी 'भाऊबंदकी'ची रचना हा तत्कालीन रंगभूमीच्या दृष्टीनं एक अभिनव प्रयोग होता. न-नाट्यातही नाट्य कसं असू शकतं याचा तो एक नमुना आहे. मॅकबेथसारख्या प्रभावी शोकान्तिकेतल्या नायक-नायिकेशी 'भाऊबंदकी'तल्या दोन प्रमुख स्वभावरेखांचं थोडंसं साम्य असल्यामुळे, बहुतेक समीक्षक मॅकबेथची 'भाऊबंदकी'शी तुलना करत आले आहेत; पण 'मॅकबेथ'च्या मांडणीतून (जीवन ही वेड्यानं सांगितलेली एक अर्थशून्य कहाणी आहे) Life is a tale, told by an idiot signifying nothing. हे अंती सूचित होतं. खाडिलकरांचा रोख जीवनसत्याच्या अगदी निराळ्या प्रकारच्या पैलूवर प्रकाश पाडण्याकडे आहे. ते सत्य त्यांनी रामशास्त्र्याच्या तोंडून शेवटच्या प्रवेशात वदवलं आहे— 'आमच्यातील आपापसातील तंटे— मग ते व्यक्तिविषयक असोत— जातिविषयक असोत किंवा धर्मविषयक असोत, हे तंटे विकोपास जाऊन जर आमच्या धर्माचे व देशाचे नुकसान होऊ नये अशी इच्छा असेल तर खेड्यातील खेतीपासून तो साम्राज्याच्या सत्तेपर्यंत सर्व लहान-थोर प्रसंगी पंचांनी बारभाईंनी मिळून कामे करण्याचे वळण स्वत:ला व इतरांना लावण्याचा हट्ट धरावा. प्रत्येक गोष्टीप्रमाणे भांडणालाही मर्यादा असली पाहिजे. ज्या भांडणामुळे भांडण करणाऱ्या दोनही पक्षांचा नाश होणार अशी चिन्हे दिसू लागतात, ते भांडण एकदम थांबवले पाहिजे. आपल्या अभ्युदयाकरिता भांडण भांडायचे असते, अभ्युदयाचे ऐवजी जर उलट नाशच होऊ लागला तर भांडण तरी कशासाठी भांडायचे?'

हे उद्गार वाचले म्हणजे 'भाऊबंदकी'ची तुलना शेक्सपियरच्या, 'मॅकबेथ'च्या

मांडणीशी करण्यापेक्षा शेक्सपियरच्या 'टेम्पेस्ट'च्या मांडणीशी करावीशी वाटते. समुद्रावरल्या एका भीषण वादळानं टेम्पेस्ट सुरू होतं. भाऊबंदकीची सुरुवात नारायणरावाच्या खुनानं होते. टेम्पेस्टचा शेवट होतो तो प्रॉस्पेरोसारख्या तत्त्वज्ञाच्या धीरगंभीर भाषणानं. भाऊबंदकीचा शांत शेवटही पहिल्यापासून खाडिलकरांच्या डोळ्यांसमोर उभा होता यात शंका नाही. यामुळेच देहान्त प्रायश्चित्ताच्या अत्यंत उत्कट अशा प्रवेशानंतर (अंक ४, प्रवेश १) कथानकाचा सर्व ओघ नाटकातल्या शेवटच्या प्रवेशाच्या दिशेनं वाहू लागतो. पाचव्या अंकातल्या दुसऱ्या प्रवेशात आनंदीबाईचे जे शेवटचे उद्‌गार आहेत ते असे— 'या रामशास्त्र्याने अखेर येथेही आपला दावा साधला! ह्या मेल्याचे नाव ऐकल्याबरोबर काय करू नि काय नको असं मला होऊन जातं. दरबारातला त्याचा मान आम्ही कमी केला नाही. त्यानं दिलेला एखादा निकालही फिरवण्याचे आमच्या स्वप्नीही आले नाही. उलट तो जर आम्ही म्हणत होतो त्याप्रमाणे आम्हास प्रायश्चित्त देऊन आमच्या बाजूला झाला असता तर मोठी लढाई जिंकणाऱ्या सरदारालाही न मिळणारी जहागीर आम्ही त्याला दिली असती. पण स्वत:चे नाक कापून त्यानं आम्हाला अपशकून आतापर्यंत एकसारखा केला. याच्या या अधमपणाला नाव तरी कोणचे द्यावे?' यावरून 'भाऊबंदकी'तला मध्यवर्ती संघर्ष सर्व मानवीमूल्ये बेदरकारपणे पायाखाली तुडवणारी आनंदीबाई आणि त्या मूल्यांची प्राणपणानं जपणूक करणारा रामशास्त्री या दोन परस्परविरुद्ध मानवी प्रवृत्तीतील द्वंद्वयुद्ध आहे हे उघड होतं. मानवीमूल्यांचा सूक्ष्म विचार आणि सदाचारी समाजधारणेला जी मूल्ये उपकारक असतील त्यांचा कलात्मक पुरस्कार ही खाडिलकरांनी मराठी रंगभूमीला दिलेली फार मोठी देणगी आहे.

हा 'भाऊबंदकी'कडे पाहण्याचा वैचारिक दृष्टिकोन झाला. ललितकृती हलकी फुलकी व अल्पजीवी न होता आशयगर्भ आणि दीर्घायुषी होते तेव्हा तिच्या मुळाशी प्रतिभेच्या जोडीनं प्रज्ञेचाही भाग असावा लागतो. खाडिलकरांचं आंतरिक व्यक्तित्व तत्त्वचिंतकाचं आणि वाङ्मयीन व्यक्तित्व नाटककाराचं होतं. आयुष्यातल्या शेवटच्या दहा-पंधरा वर्षांत ते आध्यात्मिक लेखनाकडे वळले याचं कारण त्यांच्या मनाची ही जन्मजात बैठकच होय. यामुळेच ऐन उमेदीत त्यांनी लिहिलेली 'कीचकवध', 'भाऊबंदकी', 'विद्याहरण' यांच्यासारखी नाटकं नाट्यगुणाइतकीच तत्त्वचिंतनानं उजवी आहेत. त्यांची 'सवाई माधवराव याचा मृत्यू' किंवा 'भाऊबंदकी' ही नाटके संगीताचा आधार नसूनही आजच्या काळातल्या प्रेक्षकांना आवाहन करू शकतात याचं कारण कलात्मकता व तात्त्विकता यांचा त्यांच्या ठिकाणी झालेला सुरेख संगम हेच आहे. भाऊबंदकीचं आव्हान तर स्वातंत्र्यप्राप्तीनंतर गेल्या पंचवीस वर्षांत आपल्या देशात जी दृश्ये दिसत आहेत त्यामुळे अधिकच जवळचं वाटतं. कुणी पाहत नाही असं पाहून मारुतीच्या पुढे ठेवलेले रुपये कनवटीला लावणाऱ्या

भिकंभटापासून पुतण्याचा खून निर्घृणपणे घडवून आणणाऱ्या आणि या महापातकाच्या बाबतीत पूर्णपणे बधिर असणाऱ्या आनंदीबाईपर्यंत स्वार्थ आणि लोभ यांच्यापायी आत्मा गमावून बसणाऱ्या माणसांची जी विविध चित्रे खाडिलकरांनी या नाटकात रेखाटली आहेत त्यांची बाह्यरूपं कितीही बदलली असली तरी अंतरंगाच्या दृष्टीनं ही सारी माणसं आजही आपल्यात वावरत आहेत. या मंडळींत साध्या भुतापासून ब्रह्मसमंधापर्यंत सारी पिशाच्च योनी सामावलेली आहे. आपले पक्षोपपक्ष, त्यातले आयाराम आणि गयाराम, देशात दीर्घकाळ फोफावत चाललेला काळाबाजार, शासनयंत्रणेतला व सामाजिक व्यवहारातला वाढता भ्रष्टाचार, धनिक वणिकांनी आरंभलेला गोरगरिबांचा स्वाहाकार, सीमांचे तंटे, भावांची भांडणं अशा अंध, स्वार्थ आणि अनिर्बंध लोभ यांनी निर्माण केलेल्या अराजकावर, नि:स्पृह आणि निर्लोभी मूल्यपूजकच कशी मात करू शकेल हे 'भाऊबंदकी' स्पष्ट करते. हे नाटक ऐतिहासिक घटनेशी बांधलं गेलं असलं तरी खाडिलकरांनी आपल्या चिंतनशील नाट्यचातुर्यानं कुठल्याही काळातल्या प्रेक्षकांना ते सभोवतालच्या समाजाचं प्रतिबिंब वाटावं असं रूप त्याला दिलं आहे. हे करताना रामशास्त्र्याच्या रूपानं मानवी जीवनातल्या मांगल्यावर त्यांनी दिलेला भर सध्याच्या नैतिक बजबजपुरीच्या काळात अनेकदा अवास्तव वाटण्याचा संभव आहे. जीवन हा मंगल आणि अमंगल यांचा सनातन संकर आहे आणि त्यातल्या अमंगलाशी मंगलाला कणाकणानं आणि क्षणाक्षणानं झुंज देऊनच मानवी संस्कृतीचं कैलास लेणं उभारणं शक्य आहे या सत्याकडे पाठ फिरवणाऱ्या आजकालच्या वावदुकांनी एका विज्ञाननिष्ठ पंडिताचे पुढील उद्‌गार अवश्य मनन करावेत. जागतिक शेतीतज्ज्ञ रेनी ड्युमा म्हणतात, 'समाजवाद म्हणजे समाजाचा जास्तीत जास्त विकास करून जनतेला जास्तीत जास्त सुखी बनवणे... समाजवादात नैतिकतेचाही अंतर्भाव होतो. एखाद्याने नैतिकता सोडली तर तो दुसऱ्याच्या विकासात आडकाठी आणील.' व्यक्तिगत व सामाजिक नैतिकता हा मानवी जीवनाचा एक मोठा आधार आहे. तो खिळखिळा झाला तर आपली आजची लोकशाही आणि समाजवाद यांची स्वप्नं ही स्वप्नंच ठरतील हे या उद्‌गारावरून उघड होईल. खाडिलकरांनी नैतिक व आत्मिक मूल्यांची आपल्या नाटकात सतत पूजा केली ती या सत्याच्या तीव्र जाणिवेनं.

नाटक हे जीवनातल्या विविध वासना आणि भावना यांच्या संघर्षाची भूमी असल्यामुळे त्यात किंबहुना कोणत्याही समर्थ ललित कृतीत-नैतिक व आत्मिक मूल्यांचा सूचक विचार अपरिहार्य आहे. त्या कृतीत ही नैतिकता किती कलात्मकतेनं प्रकट झाली आहे हा भाग निराळा! नैतिकता ही एका बाजूनं जशी आध्यात्मिक अनुभवाशी संलग्न होऊ शकते तशी दुसऱ्या बाजूनं ती ऐहिक जीवनाचा कणा होऊ शकते.

खाडिलकर ज्या काळात लहानाचे मोठे झाले आणि ज्या कालखंडात त्यांनी आपली प्रभावी नाटकं लिहिली तो आदर्शपूजक होता. आजच्या जागतिक परिस्थितीमुळे साहित्याच्या बाजारात आदर्शवादाचा भाव फार खाली घसरला आहे. किंबहुना प्रथमत: आदर्शवाद आणि नंतर वास्तववाद यांच्या छायेत वाढलेलं साहित्य आता अस्तित्ववादाची षोडशोपचारे पूजा करू लागले आहे. काळ असा बदलला असला तरी खाडिलकरांच्या नाट्यकृतींना आधारभूत असलेल्या शुद्ध आदर्शवादाच्या बैठकीकडे उपेक्षेने पाहणे किंवा सत्य आणि सुंदर याप्रमाणे शिव हेही भारतीय साहित्यकारांनी पिढ्यान्पिढ्या मान्य केलेलं एक वाङ्मयीन मूल्य आहे हे अमान्य करणं अन्यायाचं होईल. ललित लेखक ज्या श्रद्धांनी किंवा अश्रद्धांनी प्रेरित होऊन लिहितो त्या गृहीत धरूनच वाचकांनी त्याच्या निर्मितीच्या सौंदर्याकडे पाहिलं पाहिजे. आणि त्याच्या कलेचा रसास्वाद घेतला पाहिजे. अस्तित्ववाद हा जर आजच्या अनिर्बंध, भोगप्रिय, दिशाहीन आणि असंख्य अंतर्विरोधांनी भरलेल्या जीवनाचा प्रतिध्वनी असेल तर आदर्शवाद हा हरिभाऊ, केशवसुत, श्रीपाद कृष्ण, खाडिलकर, शिवरामपंत, गडकरी इत्यादिकांच्या काळाचा प्रतिध्वनी होता हे कुणालाही नाकारता येणार नाही.

भाऊबंदकीला आधारभूत असलेल्या वैचारिकतेचा मी इतक्या सविस्तर रीतीनं ऊहापोह केला याचं कारण खाडिलकरांच्या नाट्यकृतीचं अजोड सामर्थ्य त्यांच्या ठिकाणी झालेल्या आंतरिक, लौकिक आणि वाङ्मयीन अशा तिन्ही व्यक्तित्वांच्या सुंदर संगमात आहे, या गोष्टीकडे अनेक समीक्षकांचं नेहमी दुर्लक्ष होतं. मात्र याचा अर्थ ललितकृतीचे मोठेपण तिच्या वैचारिक बैठकीच्या उंचीवर अवलंबून आहे असा नव्हे. कलाकृतीतली तिची वैचारिकता सौंदर्य वृद्धिंगत होईल, अशा रीतीनं प्रकट झाली तरच ती त्या कृतीची परिणामकारकता वाढवू शकते. देहाशिवाय आत्म्याला आपलं सौंदर्य प्रकट करायला जसं दुसरं साधन नाही, त्याप्रमाणे ललित कृतीलाही कलात्मकतेशिवाय शुद्ध साहित्य दृष्टिने काही अर्थ उरत नाही. कलाहीन ललित कृती ही कला नसलेली निर्मिती होते. तिला आधारभूत असलेला विचार हा केवळ तत्कालीन प्रचार ठरतो. हे सारं खरं असलं तरी खाडिलकरांसारखे प्रतिभेचं देणं लाभलेले लेखक वैचारिकता आणि कलात्मकता यांची सांगड कशी घालतात, लोखंडाला आवश्यक तेवढी उष्णता दिल्यावर त्याचा लाल तप्त रस वाहू लागावा त्याप्रमाणे अशा लेखकांच्या कलाकृतीत विचार रसरूप कसा होतो हे पाहणे उद्बोधक असतं. 'भाऊबंदकी'ची या दृष्टीनं थोडी चर्चा करणं आवश्यक आहे.

इब्सेन, चेकॉव, ब्रेख्ट किंवा बेकेट यांच्या नाट्यकृती मानदंड मानून परंपरागत नाट्यकलेचा विचार करणे जेवढे अन्यायाचं तेवढेच अरसिकपणाचं आहे. हे सर्व आधुनिक नाटककार आपापल्या परीनं मोठे असले तरी त्यांच्यापैकी कुणीही मानवी रसिकतेवर असलेली शेक्सपियरची पकड आजही कमी करू शकत नाही हे उघड

आहे. साहित्याच्या विश्वात मानवी अंत:करणापर्यंत जाऊन पोहोचणारे वाङ्मय मग ते अति प्राचीन असो अथवा अति आधुनिक असो, कोणत्याही काळातल्या रसिकांकडून सर्वस्वी अव्हेरलं जाणं अशक्य आहे. उद्यानात जशी नाना जातीची फुलं उमलतात आणि विविध रंगांनी व सुगंधांनी त्याला असं नंदनवनाचं स्वरूप प्राप्त करून देतात, त्याप्रमाणे साहित्यातही जुनं प्रभावशाली वाङ्मय आणि बदलत्या काळाची स्पंदनं सजीव करणारं वाङ्मय या दोन्हींनाही मानाचं स्थान मिळतं. किंबहुना सुवर्ण किती शुद्ध किंवा किती हिणकस आहे याची परीक्षा जशी अग्निमुळेच करता येते तसा साहित्य गुणसंपन्न आहे किंवा नाही याचा निर्णय झपाट्यानं बदलणाऱ्या कालखंडातल्या कसोट्यांनीच लागतो.

नाटक या माध्यमाचं खरं सामर्थ्य जाणून ते शक्य तेवढ्या शुद्ध आणि सुंदर स्वरूपात जुन्या मराठी रंगभूमीवर खाडिलकरांनीच वापरलं. या बाबतीत त्यांच्या जोडीनं देवलांचा उल्लेख करणे उचित होईल पण 'शारदा' या देवलांच्या एकुलत्या एक स्वतंत्र अशा नाटकातल्या चौथ्या व पाचव्या अंकाची गुंफण आणि त्यातले अतिरंजित नाट्य (Melodrama) पाहिलं म्हणजे खाडिलकर नाटककार या दृष्टीनं अजोड ठरतात. कल्पना चमत्कृती व कल्पनाविलास यांच्या आहारी जाऊन कोल्हटकर गडकऱ्यांसारख्या प्रतिभावंतांनी आपली नाटकं रचली व रंगवली. त्यांच्याबद्दल योग्य तो आदर ठेवूनही त्यांची नाट्यदृष्टी कल्पकतेनं अनेकदा अंधूक केली असंच म्हणावं लागेल. ललित साहित्याच्या निर्मितीत आपण कोणतं माध्यम हाताळत आहोत, याचं भान ज्याला प्रतिक्षणी राहतं तोच त्या माध्यमाचं सौंदर्य व सामर्थ्य पूर्णपणे प्रकट करू शकतो व कलाकार या नात्यानं यश मिळवतो.

खाडिलकरांच्या नाटकांची मोजकी पृष्ठसंख्या पाहिली तरी आपल्याला ज्याचं रंजन आणि उद्‌बोधन करायचं आहे तो मोठा प्रेक्षकसमुदाय आहे, एक व्यक्ती नाही याचं अवधान त्यांनी सहसा सोडलं नाही हे लक्षात येतं. त्यांची नाटकं बंदिस्त, आटोपशीर आणि ऐंशी-नव्वद पृष्ठांच्या संहितेनं रंगभूमीवर प्रतिसृष्टी निर्माण करण्याइतकी समर्थ असतात. 'श्री' किंवा 'राक्षसी महत्त्वाकांक्षा' अशी दोन-दोनशे पृष्ठांची नाटके सोडून दिली तरी मराठी रंगभूमीवर आपलं युग सुरू करणाऱ्या कोल्हटकर-गडकरी या गुरू-शिष्यांनाही संयम पाळता आलेला नाही. त्यांच्या नाटकात नाट्यहानी करणाऱ्या कथनाचा किंवा निवेदनाचा अनेक ठिकाणी आश्रय केलेला आढळतो. आपलं चित्रण मध्यवर्ती नाट्यसूत्राचा परिपोष करणारं आहे किंवा नाही या गोष्टीकडे काटेकोरपणानं लक्ष देण्यापेक्षा कोट्या-कल्पनांचा फुलोरा फुलवून त्यात प्रेक्षकांना गुंग करून ठेवण्याचा ते अनेकदा प्रयत्न करतात. प्रथमदर्शनी तो सफल झाला असं वाटलं तरी नाटकाच्या रसोत्कर्षाला तो मारक ठरतो. गडकऱ्यांचं 'भावबंधन' हे नाटक या दृष्टीनं 'भाऊबंदकी'शी तुलना करून पाहण्याजोगं आहे.

खाडिलकरांना काव्य आणि विनोद यामुळे नाटकाची रंगत वाढते हे मान्य नाही. पण रंगभूमीवर निर्माण होणाऱ्या प्रतिसृष्टीच्या सिंहासनावर ते निव्वळ काव्य किंवा विनोद यांची स्थापना करत नाहीत. यामुळेच कथावस्तुतल्या नाट्यावरली त्यांची दृष्टी सूर्याकडे टक लावून पाहणाऱ्या गरुडासारखी स्थिर राहते. नाट्य कथेच्या विकासाकरिता विनोदी उपकथानकांचा ते अनेकदा उपयोग करतात. पण त्यांना ते इकडे तिकडे हातपाय पसरू देत नाहीत. यामुळेच इब्सेनच्या नाट्यरचनेचा मराठी रंगभूमीला स्पर्श झाला नव्हता अशा काळात त्यांनी 'भाऊबंदकी' व 'मानापमान' यांचे पहिले अंक एक प्रवेशी लिहिले आहेत. त्यांच्या या स्थिर, निर्मळ व प्रभावी नाट्यदृष्टीमुळे संपूर्ण नाटकांप्रमाणे त्यांचे अंकही बांधेसूद होतात. नाट्यकथेची रंगत क्रमाक्रमानं वाढत जावी याचीही ते दक्षता घेतात. प्रत्येक अंकात डोळ्यांत भरेल व नाटक गतिमान ठेवून त्याच्या आशयाचा उत्कृष्ट परिपोष करू शकेल असा एकच उत्कट प्रसंग ते रंगवतात. चित्रफलकावर अनेक व्यक्ती रंगवल्या असल्या तरी प्रेक्षकांचं लक्ष त्यातल्या सर्वांत महत्त्वाच्या व्यक्तीकडे सहज वेधलं जाईल अशी दक्षता कलाकुशल चित्रकार नेहमी घेतो. खाडिलकरही नेमकं तेच करीत. भाऊबंदकीच्या पहिल्या अंकातली खुनाची घटना, दुसऱ्या अंकातला एकांतात राघोबा आपल्या अंगावर पेशवाईची वस्त्रं घालून पाहतो हे दृश्य, तिसऱ्या अंकातला दुर्गा व म्हाळसा यांच्या भांडणातून तुळोजीच्या ताईतातला खुनाच्या हुकमाचा कागद रामशास्त्र्याच्या हातात पडतो तो प्रसंग आणि चौथ्या अंकातला देहान्त प्रायश्चित्ताचा प्रवेश हे भाऊबंदकीतले नाट्यविकासाबरोबर रसोत्कर्ष साधणारे प्रवेश या दृष्टीनं उल्लेखनीय आहेत. अतिरंजित नाट्याचा आश्रय (Melodrama) न करता मानवी स्वभावातल्या मनोविकारांना हात घालून खाडिलकर संघर्षाच्या बीजाचा हा हा म्हणता कसा वृक्ष करतात हे आजच्या बदललेल्या नाट्यदृष्टीलाही अभ्यासावं लागेल.

एखाद्या सूत्रात मोजके सुंदर मणी ओवावेत त्याप्रमाणे नाट्यरचना करताना आपली वैचारिक बैठक रसोत्कर्षाच्या आड येणार नाही आणि एका रसाची खुलावट करताना तो दुसऱ्याला मारक होणार नाही याचीही खाडिलकर सदैव काळजी घेतात. 'भाऊबंदकी'त हे काम अधिक अवघड होतं. खाडिलकरांचे वीर आणि शृंगार हे अत्यंत आवडते रस. पण या दोघांनाही नाट्यकथेच्या विकासात स्थान मिळणं कठीण होतं. रामशास्त्री वीर खरा पण तो सात्त्विक दृष्टीनं. रणांगणावरलं शौर्य सर्वसामान्य माणसाच्या डोळ्यांत सहज भरतं पण मनाच्या समरांगणावर माणूस जे विजय मिळवतो ते त्याला सुखासुखी आकृष्ट करू शकत नाहीत. रामशास्त्री ज्या प्रवेशात देहान्त प्रायश्चित्त सुनावतो त्यात उदात्ततेच्या पातळीवर गेलेल्या वीररसाचाच उत्कर्ष आहे. पण हा वीररस कांचनगडच्या मोहनेतल्या प्रतापरावासारखा किंवा कीचकवधातल्या भीमासारखा प्रेक्षकांना चटकन मोहित करणारा नाही. त्याचं आवाहन

मुख्यत: नैतिक आहे. शृंगाराच्या परितोषाला कांचनगडची मोहना, मानापमान, विद्याहरण यांच्यासारखं भाऊबंदकीचं कथानक अनुकूल नाही. या नाटकात पती-पत्नीचे जे जोडपे आहे ते प्रथमपासून खुनाच्या दुष्कर्मात गुंतलेलं. अशा दाम्पत्यातला मनमोकळा शृंगार या नाटकात कसा रंगवता येणार? पण राघोबा पेशवाईची वस्त्रं आपल्या अंगावर घालून आरशात आपलं प्रतिबिंब पाहतो त्या प्रवेशात, मानसशास्त्राला पूर्णपणे पटेल अशा रीतीनं त्याच्या अंतर्मनातली भीती आणि ती दूर करण्याकरिता आनंदीबाईनं आपल्या सौंदर्याचा केलेला हुकमी उपयोग यांच्या छटा कुशलतेनं रंगवल्या गेल्या आहेत. करुणरसालाही या कथानकात बिलकूल अवसर नाही. अशा रीतीनं रसांच्या बाबतीत एक प्रकारची स्वत:ची कोंडी करून घेऊनही खाडिलकरांनी या नाट्यकथेची प्रेक्षकांवरली पकड कुठेही सैल होऊ दिलेली नाही हे त्यांचं मोठं यश आहे. हास्यरसानं प्रेक्षकांच्या मनावरला ताण कमी करण्याकरिता आणि कथानकातला अत्यंत महत्त्वाचा दुवा जुळवण्याकरिता नमकशास्त्री, चमकशास्त्री, दुर्गा व म्हाळसा या पात्रांचा त्यांनी उपयोग केला आहे. या चित्रणात जसं त्यांचं नाट्यरचनेचं कौशल्य दिसून येतं तसंच त्यांच्यातला कलाकार किती जागृत असतो याचं प्रत्यंतरही येतं. नमकशास्त्री-चमकशास्त्री ही ब्राह्मण वर्गातली मंडळी लौकिक दृष्टीनं कदाचित खाडिलकरांच्या उपहासाचा विषय ठरली नसती. पण देवाधर्माच्या, मंत्रातंत्राच्या आणि गंडेदोऱ्याच्या बळावर धर्मभोळ्या व्यक्तींची ही तथाकथित शास्त्री मंडळी कशी फसवणूक करतात हे नमकशास्त्रांच्या रूपानं त्यांनी फार चांगल्या रीतीनं चित्रित केलं आहे. नारायणरावाच्या भुताच्या भासानं गलित धैर्य झालेला तुळोजी त्याच्याकडं ताईत मंतरून घेण्याकरिता येतो तेव्हाचा हा संवाद पाहावा—

तुळोजी— आणि माझे स्वत:चे एक काम आहे. असे झाले, मला आईसाहेबांनी कोतवालीचे काम सांगितले. हा अधिकार कायमचा टिकावा म्हणून महाबलीच्या मंत्राचा कागद तयार करून या ताईतात घालून तो मी दंडाला बांधला, पण तेव्हापासून रोज स्वप्नात एक भूत माझ्या उरावर बसते व हा ताईत हिसकावून घेऊ लागते.

नमकशास्त्री— काय म्हणता, भूत तुमच्या उरावर बसते? छे! छे! तसे नसेल हो, तुम्ही भुताचे उरावर बसत असाल- असेच- असेच-ऐकले. चमकशास्त्री हे भुताचे उरावर बसतात—

तुळोजी— तसे नव्हे, भूत माझ्या उरावर बसते.

नमकशास्त्री— हा संशय असेल, खरे तसे नसावे. आपण कोतवाल, आपणच भुताचे उरावर बसत असाल- भुताचे उरावर कोतवाल. असेच-असेच-

तुळोजी— अहो, तसे नाही. मी सांगतो ना! त्या दिवसापासून रोज स्वप्नात एक भूत माझ्या उरावर बसते व हा ताईत हिसकावून घेऊ लागते. तेव्हा मला एका

स्नेह्यानं सांगितलं की चांगल्या शूचिर्भूत ब्राह्मणाकडून अकरा दिवस रोज रुद्राचा अभिषेक ताइतावर करावा. म्हणजे भुताखेतांचा बंदोबस्त होईल.

नमकशास्त्री— हो! अलबत! तो बंदोबस्त मी करून देतो. कोणत्या भुताची माय व्यायली आहे याला अभिषेकानंतर शिवण्याची! हे काम चमकशास्त्र्याकडूनच करविले पाहिजे. दुसरा तिसरा लेच्यापेच्या एक चवन्नीची दक्षणा घेऊन एकादसणी करणारा ब्राह्मण सांगितला तर ते भूत उलट त्या ब्राह्मणाच्याच उरावर बसून आवर्तनाचा एक शब्दही त्याच्या तोंडून निघायचा नाही.

तुळोजी— मग चमकशास्त्र्यांनाच सांगा. त्याला कोणती हरकत आहे?

नमकशास्त्री— हरकत-विशेष काही नाही. पण प्रथम खरे खरे सांगा, भूत तुमच्या उरावर बसते की, तुम्ही भुताच्या उरावर बसता? ही मुद्द्याची गोष्ट आहे. भूत जर तुमच्या उरावर बसत असेल तर रुद्राचे स्वर निराळे, मंत्रपठणाचा कायदा निराळा. हे शास्त्राभ्यासाशिवाय नुसत्या भटाभिक्षुकांना नसते समजत- तुमच्या उरावर जर भूत, तर ते सगळेच निराळे व कायदा निराळा. तेव्हा पहिला मुद्दा ठाम ठरवू या. तुम्ही भुताचे उरावर बसता का भूत तुमच्या उरावर बसते?

तुळोजी— अहो, मी सांगितले ना, भूत माझ्या उरावर बसते म्हणून.

नमकशास्त्री— झाले, ह्या मुद्द्याचा निकाल लागला. चमकशास्त्री, ध्यानात धरा. भुताच्या उरावर कोतवाल-तसे नव्हे-कोतवाल आणि भूत कोण कोणाच्या उरावर बसतो याचा शहानिशा झाला पाहिजे. एरवी दुसऱ्या मुद्द्याकडे वळता येत नाही. चमकशास्त्री या पहिल्या मुद्याचा निकाल करून घ्या, एरवी दक्षिणेच्या मुद्द्याकडे मला वळताच येत नाही. त्यातले खरे असे आहे कोतवालसाहेब, भूत जर तुमच्या उरावर बसत असले तर दक्षिणा जास्ती द्यावी लागेल आणि तुम्ही जर भुताच्या उरावर बसत असला तर कमी दक्षिणेवर भागेल. उगीच फाजील खर्चात तुम्ही पडणे चांगले नाही, तेव्हा नीट आठवून सांगा, कोण कोणाच्या उरावर बसतो ते. हे खर्चाचे काम आहे. आता सांगा पाहू, भूत तुमच्या उरावर बसते की, तुम्ही भुताच्या उरावर बसता?

'भाऊबंदकी' हे केवळ ऐतिहासिकच नव्हे तर एक नवा राजकीय विचार मांडणारे नाटक असल्यामुळे त्यात पात्रांची गर्दी होणे स्वाभाविक होते. पण या गर्दीत नाटकाचं मुख्य सूत्र बाजूला पडू नये आणि आनंदीबाई, राघोबा व रामशास्त्री या प्रमुख भूमिकांवरील प्रेक्षकांची दृष्टी विचलित होऊ नये अशा बेतानं खाडिलकरांनी सर्व पात्रे योजली आहेत. बुद्धिबळपटू खेळाडू प्यादी व मोहरी भराभर पुढे-मागे करत असला तरी, त्याचं सारं अवधान जसं आपल्या राजावर मात बसू नये आणि एखादा मोहरा मारला जाऊ नये या गोष्टीकडे असतं तसं खाडिलकरांचं सर्व लक्ष नाटकाला आधारभूत असलेल्या संघर्षावर खिळलेलं असतं. त्यामुळेच 'भाऊबंदकी'सारख्या

रंगभूमीच्या दृष्टीनं अवघड अशा नाट्यकथेतही ते सहसा रसापकर्ष होऊ देत नाहीत. त्या जुन्या काळी फिरता रंगमंच असता तर भाऊबंदकीची रचना सध्यापेक्षाही त्यांनी अधिक परिणामकारक केली असती असं मला वाटतं.

त्यांच्या पात्रांची भाषाही (विशेषत: ऐन उमेदीतल्या गद्य नाटकांतली) भलता डामडौल कधीच करत नाही. अलंकारांचा तिला हव्यास नाही. काव्यात्म भाषेनं उत्पन्न होणारी सुखदसंवेदना व विनोद विलासामुळे निर्माण होणाऱ्या गुदगुल्या त्यांना अपरिचित आहेत असं नाही पण सुगरण एखादं पक्वान्न तयार करताना जी दक्षता घेते तीच 'कीचकवध' व 'भाऊबंदकी' या नाटकात खाडिलकर मोठ्या कटाक्षानं घेत असल्याचे दिसते. त्यांची भाषाशैली देवलांच्या इतकी घरगुती आणि स्वाभाविक नसली तरी रोखठोकपणा हा तिचा मोठा गुण आहे. भाऊबंदकीतले संवाद कथानकाची कास सोडून कोट्या-कल्पनांच्या मागे स्वैर उधळणाऱ्या वासराप्रमाणं धावत नाहीत. काव्य विनोदामुळे कोल्हटकर-गडकऱ्यांची नाटकं अभ्यासिकेत बसलेल्या वाचकाला मनोरंजक व आनंदप्रद वाटतील पण रंगभूमीवर जेव्हा ती उभी राहतात तेव्हा खाडिलकरांच्या नाट्यप्रतिभेचा संयम, नाट्यरचनेची प्रमाणबद्धता, रसोत्कर्षावरली एकाग्र दृष्टी इत्यादी घटकात तुलनेनं ती उणी ठरतात. साहजिकच खाडिलकरांची भाऊबंदकीसारखी यशस्वी नाटकं वाचनीय असूनही रंगभूमीवर ती अधिक प्रभावी व प्रेक्षणीय ठरतात. भाऊबंदकी तीन पिढ्यांचं मनोरंजन व प्रबोधन करत आले आहेत ते नाटककार या नात्यानं त्यांच्या ठिकाणी एकवटलेल्या विशिष्ट गुणामुळेच!

नाट्यलेखन करताना खाडिलकरांच्या डोळ्यांपुढे असलेली दोन उद्दिष्टं स्पष्ट दिसतात. नाटक हे भिन्न भिन्न रुचीच्या आणि विविध सामाजिक स्तरांतून येणाऱ्या आबालवृद्ध-स्त्री पुरुषांच्या मनोरंजनाचं माध्यम आहे हे पहिलं उद्दिष्ट होय. या गोष्टीइतकीच त्यांना जाणीव आहे ती मानवी जीवनाच्या त्रैगुणोद्भव स्वरूपाची. जीवन हा सात्त्विक, राजस आणि तामस या तीन प्रवृत्तींनी प्रेरित झालेल्या व्यक्तींचा केवळ एक चमत्कृतिजनक संकरच नव्हे तर अखंड संघर्ष आहे याचा विसर त्यांना कधीही पडत नाही. आपला काळ, आपला प्रेक्षक आणि आपली प्रतिभा यांचा मेळ कसा पडेल या बाबतीत ते कलावंत या नात्यानं सदैव जागरूक राहिले.

प्रत्येक प्रतिभावंताला त्याच्या विशिष्ट सामर्थ्यामुळे काही मर्यादाही उत्पन्न होतात. नाटककार खाडिलकरांनाही त्या आहेत. लोकशिक्षणाचं उद्दिष्ट डोळ्यांपुढे सदैव लखलखत असल्यामुळे नाट्यकथा पौराणिक किंवा ऐतिहासिक असली तरी तिच्याद्वारे ते वर्तमानकाळातल्या परिस्थितीवर झगझगीत प्रकाश टाकण्याचा प्रयत्न करतात. असा प्रयत्न मुळातच अवघड असल्यामुळे कधी कधी हे साम्य अवास्तव, ताणल्यासारखं किंवा ओढूनताणून आणल्यासारखं वाटतं. त्यांची भाषा जशी

रोखठोक तसा त्यांच्या नाट्यकथेतला संघर्षही मूलत: उग्र, भव्य व उत्कट असल्यामुळे त्यांचे संवाद धारदार बनतात; पण चांदणं पृथ्वीतलावर पसरलं म्हणजे परिचित भूभागाला जसं सौंदर्य प्राप्त होतं तसा भूमिकांच्या अंतरंगातून फुलून आलेल्या काव्यात्मतेनं नाटकातल्या भव्यतेला, रौद्रतेला किंवा रम्यतेला अविस्मरणीय रंग चढतो. शेक्सपीअरच्या प्रमुख नाटकात- विशेषत: त्याच्या जगन्मान्य शोकान्तिकात- आपल्याला हा अनुभव येतो. हा अनुभव खाडिलकरांच्या नाटकात मोठ्या प्रमाणात प्रचीत होत नाही. त्यांची काव्यदृष्टी पुष्कळशी परंपरेशी बांधली गेली आहे. त्यामुळे त्यांची काव्यात्मता अनेकदा सांकेतिक वाटते. नवनिर्मितीच्या अपूर्व सौंदर्याचे किंवा सामर्थ्याचे परिपूर्ण पोषण ती करू शकत नाही. कवीपेक्षा त्यांच्यातला तत्त्वचिंतक प्रबळ आहे. त्यामुळे नाट्यकृतीला जे सौंदर्य प्राप्त होऊ शकते त्यालाही ढळ पोहोचतो. त्यांच्या आदर्शवादी प्रकृतिधर्मामुळे शेक्सपियरची अंध नियतीसारखी असलेली कठोर अलिप्तता त्यांच्या नाट्यरचनेत आढळत नाही. त्यांची सत्प्रवृत्त व असत् प्रवृत्त अशी दोन्ही प्रकारची पात्रे आपल्यापुढे येतात ती त्या त्या प्रवृत्तीचे प्रतिनिधी म्हणून. त्यामुळे त्यांच्या नाटकातल्या महत्त्वाच्या भूमिकात मानसिक संघर्ष, मनोविश्लेषण व मनोविकास इत्यादी गोष्टी मोठ्या प्रमाणात प्रतिबिंबित होत नाहीत. दोन मदोन्मत्त हत्तींची टक्कर सुरू व्हावी तसा त्यांच्या नाटकातल्या संघर्षाचा प्रारंभ होतो. पण सवाई माधवरावासारखी एखादी व्यक्तिरेखा सोडली तर आपल्या भूमिकांच्या अंतर्मनाच्या गाभाऱ्यात जाण्याकडे त्यांचा कल नाही असंच दिसून येतं.

श्रेष्ठ कलाकाराच्या बाबतीतही अशा त्रुटी दाखविता येतील. कलाकृतीचं चांदणं किती शुभ्र शीतल आहे आणि त्याच्या जादूनं चराचर सृष्टीला किती रमणीय रूप प्राप्त करून दिलं आहे याचा अनुभव घेत असताना चंद्रावरल्या डागाची किंवा आता परिचित झालेल्या त्याच्यावरल्या दगडांची चर्चा कोण करत बसेल?

नाटककार या नात्यानं खाडिलकरांच्या ठिकाणी जीवनाचं वास्तव दर्शन चित्रित करणारा जसा एक कलावंत होता तसाच जीवनाच्या आदर्श स्वरूपाचं चिंतन करणारा एक कवी व तत्त्वचिंतकही होता. त्यातल्या तत्त्वचिंतकाला थोडेफार द्रष्टेपणही लाभले होते. ते जसे भारतीय संस्कृतीतल्या शाश्वत मूल्यांचे शाहीर होते तसेच शेक्सपीअरची नाट्यकला उत्तम रीतीनं आत्मसात करून अंतर्बाह्य भारतीय अशी नाट्यकथा रचणारे कुशल कारागीरही होते. त्यांनी नाटकासाठी निवडलेले विषय व त्यातून फुलवलेले आशय यांचं जसं त्यांच्या काळाशी नातं होतं तसे त्यातले काही विषय व आशय देश व काल यांच्या मर्यादा ओलांडून पलीकडे जाण्याइतके प्रभावी आहेत. 'भाऊबंदकी' पाहणाऱ्या प्रेक्षकाला हे विधान सहज पटावं. भूतकाळात विलीन होऊ लागलेल्या कृषिप्रधान संस्कृतीत वैयक्तिक व

कौटुंबिक नीतिमूल्यावर भर दिला गेला असला तरी नव्या यंत्रप्रधान संस्कृतीत सामाजिक व राष्ट्रीय नीतिमत्तेला अग्रस्थान मिळणं प्राप्त आहे. पण देशोदेशीचे सामाजिक व राष्ट्रीय नीतिमत्ता लोभासारख्या अंध, अनिर्बंध व भयानक मनोविकारांनी डागळून गेली आहे, असाच विसाव्या शतकाचा अनुभव आहे. व्यक्तीच्या लोभाविषयी आपण अनेकदा बोलतो. जाती, वर्ण, वर्ग व राष्ट्र यांच्या लोभाविषयी मात्र मुग्ध राहतो. कौरव-पांडवांचे भारतीय युद्ध ही साधी लढाई वाटावी अशी जी दोन महायुद्धे या विसाव्या शतकाच्या पूर्वार्धानं पाहिली आणि त्यात हिंस्त्र पशूंनाही लाजविणारे क्रौर्य प्रगट होऊन मानवी संस्कृतीचं जे पितळ उघडं पडलं, त्याला राष्ट्राराष्ट्रांचा स्पर्धाजन्य लोभ कारणीभूत नाही असं कोण म्हणेल? विज्ञानानं सर्वसामान्य मानवाला जसं अनेक जड बंधनांतून मुक्त केलं, तशीच कृषिप्रधान संस्कृतीनं लोभाला घातलेला पायबंद दूर करून त्याला मुक्त संचाराची संधी दिली. या राक्षसाचे नग्न तांडव आज सर्वत्र आपण पाहत आहोत. भाऊबंदकीत या तांडवाचंच चित्रण आलेलं आहे आणि तेही समर्थपणे, कलात्मक रितीनं आणि मानवातली सत्प्रवृत्ती विकसित झाल्याशिवाय या राक्षसाला आवर घालता येणार नाही हे सूचित करणाऱ्या पद्धतीनं! म्हणूनच मला वाटतं- कालपुरुष ज्या वेळी हे शतक ओलांडून एकविसाव्या शतकात प्रवेश करील त्यावेळीही खाडिलकरांचं हे नाटक मराठी रंगभूमीवरल्या प्रेक्षकांना आकृष्ट करीत राहील. कलाकृतीच्या यशाचं यापेक्षा दुसरं कोणतं गमक सांगता येईल?

◆

(नवाकाळ, दिवाळी, १९७३)

कळा ज्या लागल्या जीवा

आत्माविष्कार हा भावकाव्याचा एक प्रमुख विशेष. पण सर्वच भावकवींच्या काव्यात त्याचा उत्कटतेने आढळ होतो असे नाही. कल्पना-चमत्कृतीचा हव्यास किंवा अंतर्मुख वृत्तीने केलेले चिंतन यांनी अनेकांच्या कवनातला आत्माविष्कार धूसर होतो. ढगाआडच्या चांदण्यासारखा पण आधुनिक मराठी कवीत, ज्यांच्या काव्यात आत्माविष्कार दुथडी भरून वाहत आहे असे तांबे हे एक अग्रगण्य कवी होत. तरुण पती-पत्नींच्या नैसर्गिक आकर्षणापासून प्रौढ दांपत्याच्या सुखदुःखाच्या अद्वैतापर्यंत प्रीतिच्या ज्या अनेक संगमरवरी पायऱ्या आहेत त्यांचे चित्रण 'डोळे हे जुलमि गडे!' या कवितेपासून 'कुणि कोडे माझे उकलील का?' या कवितेपर्यंत तांब्यांनी किती कुशलतेने केले आहे हे अभ्यासण्याजोगे आहे.

मानवी मनावर अधिराज्य गाजवणारे स्त्री-पुरुषांचे परस्पर प्रेम हा तांब्यांचा अत्यंत आवडता विषय आहे. तथापि, तरल संवेदनशीलतेमुळे अन्य अनुभूतीही त्यांच्या काळजाला जाऊन भिडतात. त्यांची मृत्यूविषयक भावगीते किंवा गांधीयुगाच्या पहिल्या पर्वातल्या अनुभूतीवर आधारलेली भावगीते अशा प्रकारची उदाहरणे होत. हिंदू विधवेच्या हीन दीन स्थितीने त्यांचे मन करुणेने भरून येई आणि विविध कवितांच्याद्वारे ते प्रकट होई.

'कळा ज्या लागल्या जीवा' हे 'महाप्रस्थान' या भावगीताने आरंभ होणाऱ्या मृत्यूविषयक कवितांतील शेवटचे भावगीत आहे. या सर्व कविता ऑगस्ट १९२१ पासून जानेवारी १९२२ या पाच-सहा महिन्यात लिहिल्या गेल्या. रुग्णशय्येवर पडलेल्या आणि मृत्यूची चाहूल लागलेल्या कविमनाच्या विकलतेच्या व त्या विकलतेला सावरू पाहणाऱ्या विवेकाच्या अनेक छटा या कवनात प्रकट झाल्या आहेत. तांब्यांनी मृत्यूविषयी एवढ्याच कविता लिहिल्या आहेत असे नाही. साठी उलटल्यावर 'मधुघटचि रिकामे पडति घरी' हे सांगताना ते, 'लागले नेत्र रे पैलतिरी' असेही बोलून जातात. इतकेच नव्हे तर, 'पूर्णाहुती' या कवितेत मृत्यू ही जीवनयज्ञातली शेवटची आहुती आहे, जगाचा निरोप घेण्याची ही घटिका अत्यंत मंगल आहे, तेव्हा तिचे स्वागत करा, डोळ्यांत पाणी आणू नका, असे ते सांगतात. उदात्त भूमिकेवरून

ते मृत्यूला सामोरे जातात. पण १९२१, १९२२ मधल्या या विषयावरल्या कविता भिन्न आशयाच्या आहेत. त्यातल्या निरनिराळ्या भावनांच्या छटा जितक्या करुण तितक्याच उत्कट आहेत. यावेळी तांबे पन्नाशीच्या अलीकडे होते. त्यांच्या अनेक आशाआकांक्षा सफल व्हायच्या होत्या. कौटुंबिक जबाबदाऱ्या पार पडल्या नव्हत्या. अशा अवेळी मृत्यू दारात धरणे धरून बसेल ही कल्पना त्यांच्या मनाला आजारी पडण्यापूर्वी शिवलीही नसेल. पण या जीवावरल्या दुखण्याने त्यांना मृत्यूच्या किलकिल्या झालेल्या महाद्वारापुढे नेऊन उभे केले. या घटनेविषयी त्यांच्या चरित्रलेखात कवी मायदेव लिहितात, 'पुण्याहून ते इंदुरास पोहोचले तोच अजमेर मुक्कामी राजपुत्रांचे पालक नेमल्याचा हुकूम त्यांचे हाती पडला. म्हणून ते अजमेर इथे गेले. तिथे गेल्यावर, त्यांनी उपनिषदांचे वाचन सुरू केले होते व आपल्या मित्रमंडळींत त्यावर ते प्रवचनेही करत असत. रवींद्रनाथांसारख्या समानधर्म्याचे ग्रंथही त्यांना याच वेळेस वाचायला मिळाले. यावेळीच त्यांना जीवावरच्या दुखण्याने गाठले व त्यायोगे ते काही काळ गडबडलेही. पण जात्याच धीर वृत्तीचे असल्यामुळे याही प्रसंगाचा त्यांनी विचारवंताप्रमाणे उपयोग करून आपल्या धैर्यशाली मनाची बैठक निरनिराळ्या संगीतानुकूल भावगीतांनी व्यक्त केली. या विषयावरची त्यांची ही भावगीते अत्यंत हृदयस्पर्शी, गंभीर व उदात्त अशी आहेत.'

मायदेवांनी उल्लेखिलेल्या या भावगीतांच्या मालिकेत पुढील कवने येतात- (१) महाप्रस्थान (४ ऑगस्ट, १९२१), (२) घाबरू नको, वावरू नको! (६ ऑगस्ट, १९२१), (३) आलो, थांबव शिंग! (१४ ऑगस्ट, १९२१), (४) जन पळभर म्हणतील हाय हाय (१८ ऑगस्ट, १९२१), (५) निरोप घेताना (१८ ऑगस्ट, १९२१), (६) उदार चंद्रा (२३ ऑगस्ट, १९२१), (७) गाडी बदलली (२३ ऑगस्ट, १९२१), (८) स्वारी कशी येईल? (३० ऑगस्ट, १९२१). मृत्यू जवळ येऊन ठेपला आहे या जाणिवेने मानवी मनात जी विविध आंदोलने सुरू होतात त्यांचे चित्रण या भावगीतात मोठ्या सूक्ष्मतेने व कुशलतेने केले गेले आहे. मृत्यूच्या विराट कृष्णछायेने कातर झालेल्या कवीच्या एका मनाला त्याचे दुसरे मन तत्त्वज्ञानाच्या बैठकीवरून कधी धीर देते, कधी त्याची समजावणी करते. इहलोकातले जीवन म्हणजे धर्मशाळेतली वस्ती, अशा शब्दांनी त्याला ते शांत करू पाहत (महाप्रस्थान) 'निरोप घेताना' व 'उदार चंद्रा' या कवितात जीवनाने कवीला आजपर्यंत जे जे मोठ्या औदार्याने दिले त्याचे त्याचे तो कृतज्ञतेने स्मरण करतो. 'गाडी बदलली' या कवितेत 'इहलोकातले लागेबांधे हे प्रवासात घडणाऱ्या मुशाफिरांच्या भंगुर स्नेहबंधनासारखे आहेत. मृत्यू म्हणजे बरोबरच्या प्रवाशांना सोडून दुसऱ्या गाडीत जाऊन बसायचे; मग त्याला एवढे काय भ्यायचे?' असे कवी सुचवतो. 'जन पळभर म्हणतील हाय हाय' मध्ये 'राम कृष्णही आले गेलेत। त्याविण जग का

ओसचि पडले?' असा परखड प्रश्नही आपल्या विकल मनाची समजूत घालण्याकरिता तो करतो. या कवितात व्यक्त झालेले विचार हे तांब्यांची ईश्वरावरली गाढ श्रद्धा आणि भारतीय संस्कृतीला आधारभूत असलेले तत्त्वज्ञान यांच्या संगमातून निर्माण झाले आहे.

'कळा ज्या लागल्या जीवा' हे या गीतमालिकेतील शेवटचे गीत. त्यात मृत्यूशय्येवरल्या मानवी मनाची तडफड अथपासून इतिपर्यंत प्रकट झाली आहे. इथे तत्त्वज्ञानाच्या शब्दांनी कातर मनाला धीर देण्याचा प्रयत्न नाही. उलट अशा वेळी वाटणारी शून्यता, विकलता आणि अगतिकता यांच्याच प्रतिबिंबांनी हे गीत काठोकाठ भरून गेले आहे. जीवाची उलघाल होत असलेला कवी आर्तपणे उद्गारतो, 'माझ्या मनाची होणारी तडफड कुणाला कशी सांगता येईल? ती शब्दांनी व्यक्त करणे अशक्य आहे. सगेसोयरे, स्नेहीसोबती इतर दुःखात सहभागी होऊन ती हलकी करू शकतात पण मृत्यूचे गळ्याभोवती पडलेले पाश क्षणाक्षणाला आवळले जात असताना माझ्या जीवाची होणारी कासाविशी जिवलगांनासुद्धा तिळमात्र दूर करता येणार नाही. काळीज कुरतडून टाकणाऱ्या या असह्य कळा ज्याच्या त्यालाच सोसाव्या लागतात. मायेची माणसं माझ्या रुग्णजर्जर शरीरावरून हात फिरवतील. इतर वेळी तो स्निग्ध स्पर्श अंतरंगीचे दुःख हलके करेल. पण पाण्याबाहेर काढलेल्या मासोळीसारखी या क्षणी माझ्या मनाची जी स्थिती झाली आहे, तिला या जगातला कुठलाही स्पर्श शांत करू शकणार नाही.'

कोरडा उपदेश जगात पुष्कळ लोक करतात. पण शेवटी मृत्यूच्या करकरणाऱ्या महाद्वारातून माणसाला एकट्यानेच जावे लागते. इथे कुणाची सोबत लाभत नाही, मदत मिळत नाही. 'या दारापाशी मी आता भयभीत मनाने उभा आहे. माझे पाऊल जागच्या जागी खिळले आहे. इहलोकातली स्वप्ने, वासना आणि आठवणी यांच्यात माझे मन अजून गुंतून राहिले आहे. पुढे जाणे भाग आहे, पण मागचे मायापाश तुटत नाहीत. क्षणाक्षणाला माझ्या जीवाची अशी उलघाल चालली आहे.'

प्राचीन काळापासून प्रीतिइतकाच मृत्यू हा कवींचा एक अत्यंत आवडता विषय आहे. असे होणे अगदी स्वाभाविक आहे. कारण मानवी बुद्धिला न सुटलेल्या कोड्यात जीवनातली ही दोन रहस्ये नेहमीच अग्रभागी राहत आली आहेत. पूर्वी अज्ञेय वाटणाऱ्या जीवनाचे अनेक भाग विज्ञानाच्या घोडदौडीने पादाक्रांत केले आहेत. एखाद्या यंत्राचा नादुरुस्त भाग काढून टाकून त्या जागी नवा भाग बसवावा आणि त्या यंत्राचे काम पूर्ववत सुरू व्हावे, त्याप्रमाणे व्याधिग्रस्त मानवी शरीर अधिक काळ कार्यक्षम ठेवण्याची किमया शास्त्रज्ञांना साध्य झाली आहे. हे सारे खरे असले तरी मृत्यू अटळ आहे, हे अजूनही सार्वत्रिक सत्य आहे. त्यामुळे त्याच्या गूढ स्वरूपाने आकृष्ट होऊन प्राचीन कवींनी जसे लेखन केले आहे, तसा आधुनिक कवींच्याही आत्माविष्काराचा तो विषय झाला आहे. मृत्यू लहान-थोर, राव-रंक,

सुष्ट-दुष्ट असा भेदभाव करत नाही, ज्याला घेऊन जायची त्याला लहर येईल त्याला तो अलगद उचलून नेतो, असे विचार प्राचीन काळातून व्यक्त झाले आहेत. त्यात मृत्यूची विध्वंसक शक्ती आणि मानवी जीवनावर तो गाजवत असलेले निरंकुश स्वामित्व हा मुख्यत: चिंतनाचा विषय आहे. मृत्यूच्या स्वागताकरिता माणसाचे मन सदैव सिद्ध असावे असे सूचित करण्याचा हेतूही अनेकदा या काव्यरचनेच्या मुळाशी असतो.

आधुनिक कवितेत मृत्यूकडे पाहण्याचा हा दृष्टिकोन बदलला असला तरी त्याच्या अमर्याद सामर्थ्याची जाणीव प्रसंग आणि भावना यांच्याद्वारे प्रकट झालेली आढळते. पण तांब्यांच्या 'कळा ज्या लागल्या जीवा' या भावगीताचे वैशिष्ट्य निराळे आहे. त्यात स्थूल भावनेचे अथवा नाट्यपूर्ण प्रसंगाचे चित्रण नाही. मृत्यू समोर येऊन उभा राहिला आहे. आपल्या बरोबर येण्याविषयी कठोर हुकमी नजरेने खुणावत आहे, या जाणिवेने रुग्णशय्येवरल्या विकल मानवी मनाला जी व्याकूळता येते, तिची अनेक रूपे तांबे यांनी आपल्या मृत्यूविषयक कवितात चित्रित केली आहेत. त्यांचे प्रस्तुत भावगीत अशा एका तरल आणि करुण भावस्थितीचे (Mood) उत्कट चित्रण करत आहे.

माणसाच्या मनात मरणाची इच्छा सुप्तपणाने वावरत असते, असे मनोवगाहनशास्त्रातले पंडित म्हणत असले, तरी पाण्याच्या तळाशी पडून राहिलेल्या जड वस्तूप्रमाणे ती असावी. उलट जीवनेच्छा मात्र माणसाचे मन अष्टौप्रहर व्यापून टाकते; असा सर्वसामान्य माणसाचा अनुभव आहे. या इच्छेच्या प्रबळपणामुळेच मनुष्य व्याधीशी, दारिद्र्याशी, निष्ठुर नियतीशी किंबहुना आयुष्यातल्या प्रत्येक प्रतिकूल गोष्टीशी झगडत राहतो. काल-परवाच्या स्वप्नांचे तुकडे तुकडे झालेले दिसत असले, तरी उद्यापरवाची स्वप्ने पाहण्यात तो गुंग होतो. मृत्यू हा जीवनाचा शेवटचा टप्पा आहे हे कळत असले तरी जीवनप्रवास कष्टप्रद असूनही तो घाईघाईने संपवण्याची त्याला सहसा इच्छा होत नाही. आपण जिवंत आहोत या नुसत्या जाणिवेतच माणसाच्या अस्मितेचे बीज असते. त्यामुळे आपल्यातले चैतन्य एके दिवशी निघून जाईल, मग उरेल ते केवळ जड शरीर. तेही फार वेळ या जगात राहणार नाही. हे कळत असूनही जीवनाच्या अगदी दुर्बल अशा धाग्यालासुद्धा माणूस चिकटून राहतो, बुडत्याने काडीचा आधार घ्यावा तसा.

अशा रीतीनेच जगण्याची प्रबळ प्रेरणा एकीकडून त्याला सदैव खेचत असते तर दुसरीकडे मृत्यूच्या तारस्वरातल्या क्रूर हाका त्याच्या कानी अचानक पडतात. अशा वेळी त्याच्या मनाची ही होणारी ओढाताण त्याला कुणालाही सांगता येत नाही. आपली अंतिम घटका निकट येऊन ठेपली आहे, हे अधिकाधिक विकल होत चाललेल्या शरीरस्थितीवरून त्याला क्षणाक्षणाला जाणवते. भोवताली स्वच्छ हवेचा समुद्र पसरला असला तरी श्वासोच्छ्वास करणे त्याला त्रासदायक होते. खिडकीतून

चंद्र चांदणे शिंपीत असला तरी त्याच्या डोळ्यांपुढे अंधार पसरलेला असतो. वाऱ्यावरून येणारे मधुर गीताचे सूर त्याला ऐकू येत नाहीत. छातीतली विचित्र धडधड त्याला पळापळाला अधिकाधिक अस्वस्थ करून सोडते. जिवलग माणसे त्याच्याभोवती बधिर वृत्तीने आणि जड पावलांनी वावरत असतात. कुणी प्रेमळ स्पर्शाने, कुणी गोड शब्दांनी त्याला धीर देण्याचा प्रयत्न करतात. पण त्याची मन:स्थिती अतिशय अनुकंपनीय झालेली असते. हे सारे या भावगीताच्या पहिल्या चार ओळींत तांब्यांनी किती सहजतेने सांगितले आहे, आणि 'समुद्री चौकडे पाणी पिण्याला थेंबही नाही' या एका सुंदर ओळीत जीवनमरणाच्या सीमेवर उभ्या असलेल्या मानवाची अगतिक स्थिती कशी प्रकट केली आहे हे पाहण्याजोगे आहे.

अशा विकल मानसिक अवस्थेत धीराचे शब्द केवळ पोकळ बुडबुडे वाटतात. भोवतालच्या लोकांची धांदल नि धावपळ निरर्थक भासू लागते. समोर दुथडी भरून चाललेली नदी घोंगावत आहे, नदीपार होण्याचे कुठलेही साधन दृष्टिपथात नाही, पण काहीही करून नदीच्या पैलतीरी गेलेच पाहिजे. कारण भोवताली वणवा पेटला आहे आणि पिशाच आपला पाठलाग करताहेत हा भयंकर भास त्याला व्याकूळ करतो. ही कल्पना तांब्यांना बहुधा पुराणातरी वर्णिलेल्या परलोकाच्या वाटेवरल्या वैतरणीवरून सुचली असावी. पण या कल्पनेचा उपयोग त्यांनी आसन्नमरण स्थितीतल्या मानवी मनाची अगतिक तडफड व्यक्त करण्याकरिता अत्यंत कुशलतेने केला आहे. त्यांनी ती कशी चपखलपणे फुलवली आहे हे अभ्यासण्याजोगे आहे.

या भावगीताच्या पाचव्या व सहाव्या ओळीत उपहासाच्या छटेने अधिक विदारक बनलेले कटू सत्य कवी सांगतो, 'जनांच्या कोरड्या गप्पा असे सारे जगद्बंधू!' मध्येच आलेल्या या उपहासाच्या छटेने या भावगीताचा स्थायीभाव असलेले उदास कारुण्य अधिकच गहिरे होते.

या गीताच्या सात ते दहा या चार ओळीत घोंगावत राहणाऱ्या नदीची कल्पना आली असून तिच्या पैलतीरावरून पलीकडे गेलेले जीवात्मे आपल्याला हाका मारत आहेत, असा भास त्याला होऊ लागतो. एकीकडून गळ्याभोवती पडलेले मृत्यूचे पाश त्याला पुढे ओढत असतात. त्याची स्थिती मोठी विचित्र होते. दोन्हीकडचा ताण त्याला जाणवतो. पुढे जाववत नाही व मागे येता येत नाही. इहलोकातले सारे पाश तोडून टाकले पाहिजेत, असे मृत्यू त्याला बजावून सांगत असला तरी ते तोडण्याची ताकद त्याच्या अंगी नसते. मृत्यू मूर्तिमंत समोर येऊन उभा राहिला तरी संसाराची आसक्ती विरक्तीला जागा करून देत नाही. 'शेवटचा दिस गोड व्हावा' या एका इच्छेने जन्मभर विरक्तीची पूजा करणाऱ्या मनाला ऐहिक पाश तोडणे सोपे जात असे. पण असा जीवात्मा लाखात एखादा. बाकीची माणसे संसारात रंगतात, गुंगतात. सुखदु:खाचे गोड आणि कडू घोट घेत घेत जीवनाची वाटचाल करतात.

त्यांच्या दृष्टिने ऐहिक जीवन ही केवळ माया नसते. त्यांचे जीवनावरले प्रेम कधी कोमेजत नाही. मग त्याला विरागी पुरुष आसक्ती म्हणोत किंवा साधुसंत त्या जीवात्म्याची तुलना मधात पडलेल्या माशीशी करोत!

मृत्यूशय्येवरल्या माणसाच्या मनाचे शेवटच्या चार ओळीत तांब्यांनी केलेले चित्रण किती करुण पण सहजसुंदर आहे हे पाहण्याजोगे आहे! एखाद्या सुनीताप्रमाणे या भावगीताची रचना रेखीव आहे. शेवटच्या दोन ओळीत मागील बारा ओळींतील आर्तता कळसाला जाऊन पोहोचली आहे.

टिळक, केशवसुतांपासून आधुनिक पद्धतीची भावगीते मराठीत लिहिली जाऊ लागली. तथापि, ज्यांना काटेकोर अर्थाने भावगीते म्हणता येईल अशी वैणिके लिहिण्यात तांब्यांना इतरांपेक्षा अधिक यश प्राप्त झाले. याचे मुख्य कारण एकाच भावनेच्या विविध पदरांतून ते एक पदर चित्रणाकरिता निवडतात आणि एकाग्रतेने त्याला साकार करतात. गीतातल्या भावनात्मक वातावरणाला झळ पोहोचेल अशी कल्पना किंवा विचार ते कटाक्षाने बाजूला ठेवतात. त्यामुळे त्यांच्या अत्यंत यशस्वी भावगीतांना विलक्षण उत्कटता लाभली आहे.

अशा भावगीतांची रचनाही तांबे कलात्मक अवधान ठेवून करतात. ते कल्पनाविलासाच्या आहारी जात नाहीत किंवा अंतर्मुख चिंतनाला अवसर देत नाहीत. जी अनुभूतीची तरल छटा त्यांना रंगवायची असते, तिला अनुकूल असणारे रंगच ते चित्रणाकरिता वापरतात. त्यामुळे 'कळा ज्या लागल्या जीवा' यासारख्या त्यांच्या भावगीतात अपूर्व एकजीवता येते. भावनेची तरल छटा वाऱ्यावरून वाहत येणाऱ्या सुगंधासारखी असते. त्या सुगंधाला शब्दांच्या कुपीत बंदिस्त करणे हे जितके नाजूक तितकेच अवघड काम आहे. पण तांबे या बाबतीत सिद्धहस्त आहेत.

'कळा ज्या लागल्या जीवा' या भावगीतात आर्ततेच्या जोडीने प्रसादही परिपूर्ण भरला आहे. तांब्यांचा संस्कृत साहित्याचा व्यासंग चांगला होता. संस्कृत शब्दांचे पराकोटीचे माधुर्यही ते जाणतात. पण आपल्या उत्कृष्ट भावगीतात ते अशा कृत्रिम माधुर्याच्या आहारी जात नाहीत. सर्वसामान्य गीतकारांना गोडगोड शब्दांची गुंफण करण्याचा हव्यास असतो. पण या शब्दकळेमागे भावसघनता पुष्कळदा आढळत नाही. भावच्छटेच्या परिणामकारक चित्रणाला आवश्यक अशीच शब्दयोजना तांबे करतात. हमामा, तटातट, कोरड्या गप्पा अशा गद्यप्राय शब्दांनी या गीतात कुठेही रसभंग होत नाही. डोंगरातून खळाळत झरा बाहेर पडावा तशी भावनेच्या ओघाबरोबर उचंबळून येणाऱ्या या गीतातल्या ओळी वाटतात—

'तटातट काळिजाचे हे तुटाया लागती धागे'
'पुढे जाऊ? वळू मागे? करू मी काय रे देवा?'

या ओळी किती सहजसुंदर आहेत!

त्यांच्या शब्दकळेला जो अधिक गोडवा आला आहे, तो संगीताचे ज्ञान व प्रेम यांचा त्यांच्या भावसघनतेशी संगम झाल्यामुळे. मराठी नाटककारात श्रीपाद कृष्ण कोल्हटकरही असेच संगीतप्रेमी होते. पण पद्यरचनेत त्यांनी संस्कृत शब्दांचा प्राचुर्याने उपयोग केला आणि भावनेच्या अभिव्यक्तीपेक्षा कल्पनेच्या चमत्कृतीत त्यांचे कविमन सदैव रंगून गेले. यामुळे त्यांच्या नाटकातल्या पद्यरचनेला फारशी लोकप्रियता लाभली नाही. तांब्यांनी भावगीतांच्या रचनेत हे दोष आवर्जून टाळले. 'कळा ज्या लागल्या जीवा' हे भावगीत जीवनातल्या एका दाहक पण सनातन अनुभूतीशी आपल्याला समरस करते. ही अनुभूती केवळ एका कविमनाची किंवा काही निवडक रसिकांची राहत नाही. विश्वात्मक होते. सर्वसामान्य माणसापासून व्युत्पन्न पंडितापर्यंत प्रत्येकाच्या काळजाला ती हात घालते. ज्याला या भयंकर दिव्यातून आज ना उद्या जावे लागणार नाही असा एकही मानव पृथ्वीतलावर सापडणार नाही.

या गीतातल्या ओळीओळीत दीर्घस्वरयुक्त शब्दांची योजना कशी झाली आहे आणि ओढलेल्या आवाजाने बोलणाऱ्या व्यक्तीचे आर्त आक्रंदन या गीतात कसे व्यक्त झाले आहे, हे ते स्वत:शी गुणगुणूनसुद्धा कळण्याजोगे आहे.

तांबे स्वभावत: आनंदयात्री आहेत. 'सुफलित झाले गे सखि जिवित' असे ते मुक्त कंठाने गातात. भवभूतीचे उत्तररामचरित त्यांना आवडत असले तरी, 'एकोऽरस: करुण एव' अशी त्यांची धारणा नाही. त्यांचा ओढा संसारातले कारुण्य शोधण्यापेक्षा त्यातल्या माधुर्याचा रसास्वाद घेण्याकडे आहे. याचा अर्थ जीवनातली दु:खे त्यांना जाणवत नाहीत असे नाही. पण संसारातले सुख तिळाएवढे आणि दु:ख डोंगराएवढे हे त्यांना मान्य नाही. आपल्या दैनंदिन जीवनातले साधेसुधे अनुभव काव्यात्म असतात. पण आंधळ्याला जसे सारे जग आंधळे वाटते, तसे सर्वसामान्य माणसाला हे अनुभव नीरस आणि काव्यहीन भासतात. समुद्राच्या तळाशी असलेले मौक्तिकयुक्त शिंपले पाणबुड्या बाहेर काढतो. तांबे नित्याच्या अनुभवात लपलेले काव्य असेच चातुर्याने प्रकट करतात. त्यांचा भर मानवी जीवनाला सदैव व्यापून राहणाऱ्या सनातन अनुभूतीवर आहे. अशा अनुभूतीतून मृत्युशय्येवरला विदारक अनुभवही ते वगळत नाहीत. प्रस्तुत भावगीत हे त्याचे अत्यंत बोलके उदाहरण आहे. 'संसाराचे मर्म हवे तुज' असे 'रिकामे मधुघट' या कवितेत ते आपल्या रसिक वाचकाला उद्देशून म्हणतात. त्या मर्माचा अनुभव तांब्यांचे वात्सल्य व प्रीती या भावनांचे पदर उलगडून दाखवणाऱ्या कवितात जसा येतो, तसाच इहलोक आणि परलोक यांच्या सीमेवर उभ्या असलेल्या मानवी मनाचे कढ व्यक्त करणाऱ्या त्यांच्या मृत्यूविषयीच्या गीतातही येतो. हे गीत त्या गीतमालिकेत अग्रस्थानी शोभावे असेच आहे.

◆

(मधुघट रसदर्शन, १९७५, संपादक वा.रा.ढवळे)

मी 'ययाति' का लिहिली?

॥१॥

मी लहानपणापासून पौराणिक कथांची पारायणे केली होती. त्यातील विविध रसांचा आस्वाद घेतला होता. रूपके, प्रतीके व संदर्भ म्हणून मुक्त हस्ताने वापर केला होता. असे असूनही १९४२ पूर्वी पौराणिक कादंबरी लिहायची इच्छा मनात कधीही निर्माण झाली नाही.

१९४२ साली मी 'क्रौंचवध' लिहिली. ती लिहून एक-दोन वर्षे होईपर्यंत कादंबरीच्या मर्यादा मला फारशा जाणवल्या नव्हत्या, पण १९४२ ते १९५२ या दशकात त्या क्रमाक्रमाने मला कळू लागल्या; वाढत्या तीव्रतेने जाणवू लागल्या. हे दशकच मोठे विलक्षण होते. उत्पातांचे, उन्मादांचे, उदासीनतेचे आणि त्यातच दुसरे महायुद्ध संपले किंवा आपली मातृभूमी स्वतंत्र झाली या भावनेने उचंबळून येणाऱ्या उत्साहाचे! १९४२ च्या भूमिगत चळवळीपासून स्वातंत्र्यप्राप्तीनंतरच्या कवटाळू पाहणाऱ्या धडाडीपर्यंतच्या दशकात या माझ्या सर्व प्रतिक्रिया सामाजिक कादंबरीच्याद्वारे प्रकट करण्याचा मी अल्पसा प्रयत्न केला, पण कुठलीही कादंबरी पूर्वीच्या सुलभतेने पुढे जाईना. पूर्ण होईना. त्याचं कारण मी शोधू लागलो. हळूहळू ते माझ्या लक्षात आले. चार भिंतीतल्या भारतीय जीवनाच्या कक्षा— मग त्या भिंती स्वतःच्या घराच्या असोत, सामाजिक निर्बंधांच्या असोत अथवा परक्या सरकारच्या तुरुंगाच्या असोत— एकदम विस्तारल्या होत्या. दुसऱ्या महायुद्धानंतरच्या दहा वर्षांत पूर्वीच्या चार भिंती हा हा म्हणता जमीनदोस्त झाल्या होत्या. त्याची जागा चार दिशांनी घेतली होती.

त्या चार दिशातले जीवन 'उल्का', 'दोन ध्रुव' आणि 'क्रौंचवध' यांच्या पद्धतीने मी चित्रित करू पाहत होतो. ते अशक्य होते! दुसऱ्या महायुद्धात बेचिराख झालेले वॉर्सा, बेचाळीसच्या चळवळीत फाशी गेलेल्या तरुणाची दिवस गेलेली निष्पाप, निराधार प्रेयसी, बंगालच्या दुष्काळात तडफडून मेलेली माझ्यासारखी लक्षावधी माणसे, देशाचे दोन तुकडे होताना वाहिलेला रक्ताचा पूर आणि लाखो

निर्वासितांचा असह्य दु:खाने भरलेला ऊर, भारतीय संस्कृतीच्या ऐसपैस गप्पा मारत पांढऱ्या टोप्या घालून समाजकंटकांनी केलेला काळाबाजार, तिरंगी झेंड्याकडे अभिमानाने पाहताना डोळ्यांसमोर उभी राहणारी कोट्यवधी दीन-दलितांची दु:खाने काळवंडलेली मुखे, स्वातंत्र्यप्राप्तीनंतर पूर्वी पवित्र मानल्या गेलेल्या प्रत्येक निष्ठेचे होऊ लागलेले अवमूल्यन, पंडुरोगाने आजारी असलेल्या माणसाला भरजरी पोशाख चढवावा त्याप्रमाणे प्रेरणाशून्य झालेल्या समाजाच्या प्रगतीसाठी चाललेली पुढाऱ्यांची धडपड, (Those who have no vision, perish — ज्याच्या अंगी द्रष्टेपण नसते ते नष्ट होतात) या मॅझिनीच्या अमर उक्तीचा गल्लीतल्या पंत-पाटलापासून दिल्लीतल्या पंत-पाटलांपर्यंत सर्वांना पडलेला विसर विनोबांचे स्वयंपूर्ण खेडेगावाचे स्वप्नही चांगले आणि नेहरूंचे यंत्रशक्तीच्या द्वारे समाज सुखी करायचे ध्येयही चांगले. या थाटात पुढचा मार्ग आक्रमणारा समाजपुरुष- या किंवा अशा अनुभवांचे चित्रण परंपरागत सामाजिक कादंबरीतून कसे करायचे? पुष्करिणीच्या तरंगात समुद्राच्या प्रक्षुब्ध लाटांचे प्रतिबिंब पाहण्याचा प्रयत्न केल्यासारखे ते होईल असे मला वाटू लागले! या मन:स्थितीतच मी पौराणिक कादंबरीकडे वळलो!

॥२॥

मी सादर केलेल्या ययातीच्या जन्मकथेचा हा पूर्वरंग झाला! पण मी कॉलेजात पाऊल टाकेपर्यंत गोष्ट म्हणूनसुद्धा या कथेची ओढ मला कधी लागली नव्हती. कॉलेजात पहिल्या वर्षाला 'शाकुंतल' होते. त्यात शकुंतला सासरी जायला निघते तेव्हा कण्व तिला आशीर्वाद देतो, 'ययातिखि शर्मिष्ठा भर्तुर्बहुमता भव।' (ययातीला जशी शर्मिष्ठा अतिशय प्रिय होती, तशी तू आपल्या पतीला प्रिय हो) हा आशीर्वाद माझ्या मनाला खटकू लागला. ययातीची कथा मला थोडी थोडी आठवत होती. जे आठवत होते, त्यावरून ययातीला देवयानीपेक्षा शर्मिष्ठा विशेष प्रिय होती असे मला वाटेना. उलट शुक्राने वार्धक्याचा शाप दिल्यानंतर त्याच्याकडे आपले तारुण्य परत मागताना पुराणातील ययाती म्हणतो, 'देवयानीसह सुखोपभोग घेण्याच्या कामी माझं अद्यापि समाधान झालेलं नाही. त्या बाबतीत मी अजून अतृप्त आहे, म्हणून कृपा करा आणि माझं तारुण्य मला परत द्या.'

डॉ. गुणे आमचे संस्कृतचे प्राध्यापक होते. त्यांना माझी ही शंका मी विचारली. त्यांनी उत्तर दिले, 'ययातीचा शर्मिष्ठेशी गांधर्व विवाह झाला होता. दुष्यन्त-शकुंतला यांचा विवाहही असाच होता. शिवाय दुष्यन्त हा पुरू कुळातील म्हणजे ययातीचा वंशज होता. तेव्हा त्याच कुळातील पूर्वीचं गांधर्व विवाहाचं उदाहरण देऊन शकुंतलेला आशीर्वाद देण्यात कालिदासानं मोठं औचित्य दाखविलं आहे.'

हे उत्तर परीक्षेच्या दृष्टिने ठीक होते, पण त्याने माझ्या मनाचे काही समाधान झाले नाही. ययातीला शर्मिष्ठा फार प्रिय होती, हे कालिदासाला फार मान्य होते. आकर्षण, शरीरसुख, विश्वास, आदर, भक्ती या प्रीतिच्या सर्व पायऱ्या चढून जाणाऱ्या पत्नीविषयीच पतीच्या मनात ही भावना निर्माण होईल, पण महाभारतातल्या ययातीच्या कथेत तर अशा भावनेला काडीचाही आधार नव्हता.

ती कथा अशी आहे— ययाती राजा अशोकवनिकेत आला असता, शर्मिष्ठेने त्याची एकान्ती गाठ घेतली आणि आपले मनोगत त्यास कळवले. शर्मिष्ठा त्याला म्हणाली, 'माझे रूप, शील व कुलीनता तुम्हास माहीत आहेच. स्वत:चा पती काय व धनिणीचा पती काय, दोघे दासींना सारखेच असतात! मी देवयानीची दासी म्हणजे तुमचंच धन झाले आहे. माझ्यावर तुमची देवयानी इतकीच सत्ता आहे.' शर्मिष्ठेचे मायावी भाषण ऐकून तिच्या रूपयौवनाचा लोभ ययातीला सोडवेना, पण ययातीला तिचे हे म्हणणे एकदम कबूलही करवेना. 'शर्मिष्ठेशी सलगी ठेवू नको.' असे शुक्राने त्याला लग्नाच्यावेळी बजावले होते. त्या गोष्टीचीही त्याला आठवण झाली. शेवटी 'शर्मिष्ठा याचक आहे, आपल्याकडे ती प्रेमाची याचना करत आहे, याचकाचे मनोरथ पूर्ण करणे, हे आपले व्रत असून ते आपण पाळलं पाहिजे!' असे मनाचे खोटे समाधान करून घेऊन त्याने शर्मिष्ठेचे मनोरथ पूर्ण केले. या गुप्त समागमापासून तिलाही योग्य काळी एक पुत्र झाला.

हे वाचून माझ्या डोळ्यांपुढे दोन चित्रे स्पष्ट उभी राहिली. पहिले ययातीचे— एक कामुक, लंपट, स्वप्नातही ज्याला संयम ठाऊक नाही असा पुरुष! दुसरे शर्मिष्ठेचे - मायावी व लाघवी भाषणाने आपली कामेच्छा व पुत्रेच्छा तृप्त करून घेण्याकरिता या पुरुषाभोवती आपले जाळे पसरणाऱ्या स्त्रीचे! साहजिकच या मूळ कथाभागाने मला अधिकच गोंधळात टाकले. 'भर्तुसंहुमताभव' असे कालिदास कण्वांच्या मुखाने म्हणत होता. पुरुषाला स्त्रीविषयी असीम प्रेम वाटायला केवळ कामतृप्तीवर आधारलेला दोघांचा संबंध उपयोगी पडत नाही. कामुकतेच्या पलीकडे जाणारी - इतकेच नव्हे, तर स्वत:च्या सुखाच्या पलीकडे सहज पाहणारी - स्त्रीची अद्‌भुत प्रीती लाभली तरच पुरुषाच्या तोंडून असले उद्‌गार निघू शकतील!

मी कालिदासाच्या बाजूला होतो. त्यामुळे पुराणकथेतील शर्मिष्ठेचे चित्रण माझ्या मनाला पटेना! आपल्या ज्ञातीसाठी तिने केवढा त्याग केला होता! स्वत:चा द्वेष करणाऱ्या देवयानीची दासी होण्याचे दिव्य करणारी स्त्री नि:संशय असामान्य असली पाहिजे! अशी तरुणी केवळ वासनेच्या तृप्तीकरता ययातीला आपल्या जाळ्यात ओढील किंवा चोरट्या संबंधाने तिच्यापासून मिळणाऱ्या शरीरसुखामुळे ती त्याला प्रिय आणि आदरणीय होईल हे अशक्य होते. मी विचार करू लागलो. अग्निब्राह्मणांच्या साक्षीने ययातीने देवयानीचे पाणिग्रहण केले होते, पण पाणिग्रहणाने

हृदयमीलन होते असे थोडेच आहे? तेव्हा देवयानी ययातीला जे देऊ शकली नव्हती, असे काहीतरी त्याला शर्मिष्ठेने दिले असले पाहिजे. शरीरसुखाच्या पलीकडचे, वासनातृप्तीच्या पलीकडचे प्रेम त्याला शर्मिष्ठेपासून लाभले असले पाहिजे हे उघड होते. त्यामुळेच शर्मिष्ठा ययातीला अत्यंत प्रिय असल्याची कथा प्रचलित झाली असावी आणि कालिदासाने तिचा कौशल्याने उपयोग केला असावा! कालिदासाच्या 'भर्तुर्बहुमता भव' या शब्दांचा मागोवा घेत मी शर्मिष्ठेच्या जीवनाची स्वतंत्रपणे मांडणी करू लागलो, अशा रीतीने १९१४-१५ साली या कादंबरीतील शर्मिष्ठेने माझ्या कल्पनासृष्टीत प्रवेश केला.

मी मुळातील कच-देवयानीचे आख्यान नीट वाचले. मर्म लक्षात घेऊन ययाती व देवयानी यांचे वैवाहिक जीवन दुःखी का झाले याची मांडणी केली. देवयानीचे खरे प्रेम कचावर होते. ते तिचे पहिलेवहिले आणि उत्कट प्रेम होते. तिने ययातीशी प्रेम केले ते महत्त्वाकांक्षेने प्रेरित होऊन. तिने शर्मिष्ठेला आपली दासी केले ते सुडाच्या समाधानासाठी. अशी अहंकारी, महत्त्वाकांक्षी, मनात द्वेष धरणारी आणि प्रेमभंगाने अंतरंगात द्विधा झालेली स्त्री कशी वागेल याचा विचार करून मी या कादंबरीतील देवयानीचे चित्रण केले आहे. देवयानी ही स्वतःच्या दुःखाला पुष्कळ अंशी जबाबदार आहे. मात्र त्या दुःखात दैवाचाही हात आहे. पहिले विफल प्रेम वाचवायला लागणारी मानसिक शक्ती तिच्या ठिकाणी नाही. ही लहानपणापासून अतिशय लाडावलेली एकुलती एक मुलगी आहे. शुक्राचार्यांसारख्या कोपिष्ट व एककल्ली पित्याच्या स्वभावाचा वारसाही तिच्याकडे आला आहे. पतीला पत्नीकडून जे प्रेम हवे असते, त्यात जी आर्तता, आर्द्रता आणि उत्कटता, उदात्तता लागते ती अशा देवयानीकडून मिळण्याचा मुळीच संभव नव्हता! अशा स्थितीत शर्मिष्ठेसारख्या त्यागी प्रेयसीने केलेल्या निरपेक्ष प्रेमामुळे ती त्याला अतिशय प्रिय वाटू लागणे स्वाभाविक आहे. शर्मिष्ठा ययातीला अतिशय प्रिय होती असे कालिदास का म्हणतो, त्याचे मर्म लक्षात यायला देवयानीच्या या विशिष्ट स्वभावाची पूर्ण कल्पना यायला हवी.

॥३॥

शर्मिष्ठा व देवयानी या दोन नायिकांच्या स्वभावरेषांची बीजे कैक वर्षांपूर्वी माझ्या मनात कशी पडली याचे हे त्रोटक दिग्दर्शन आहे. ययातीची कथा हे महाभारतातले एक उपाख्यान आहे. ते मध्यवर्ती कथानक नाही. राम-सीता किंवा कृष्ण-द्रौपदी यांच्या स्वभावचित्रणात ललितलेखकाने आमूलाग्र बदल करणे हे साहित्याच्या दृष्टिने अतिक्रमण होईल. संस्कृतीच्या दृष्टिने तो अपराध होईल! पण

पुराणातल्या दुय्यम व्यक्तींना हा नियम लागू करण्याचे कारण नाही. उपाख्यानातील पात्रे ही बहुधा जनमनाकडून पिढ्यान्‌पिढ्या पूजली जाणारी दैवते नसतात. आदर्श म्हणून काही महाकवींनी ती निर्माण केलेली नसतात. या प्रज्ञावंत प्रतिभावंतांना जे शिकवायचे असते किंवा सांगायचे असते, त्याला उपयुक्त असे त्यांनी या पात्रांचे स्वभावचित्रण केलेले असते. त्यात सूक्ष्मता नसते. म्हणून पुराणकथेच्या आधाराने कलाकृती निर्माण करत ललितलेखकही असल्या उपाख्यानात आपल्याला अनुकूल असे बदल करू शकतो. कालिदासाची शकुंतला व्यासाच्या शकुंतलेहून भिन्न झाली आहे ती याच कारणामुळे. भवभूतीचा राम हा आदिकवीचा प्रभू रामचंद्र नाही. खाडिलकरांचा कीचक हा महाभारतातल्या कीचकापेक्षा अगदी निराळा आहे. त्यांच्या देवयानीचे मूळच्या देवयानीशी फारसे साम्य नाही. या थोर लेखकांच्या पावलावर पाऊल टाकूनच माझ्या मनात अनेक वर्षे साकार होत गेलेली शर्मिष्ठा मी या कादंबरीत चित्रित केली आहे. मला जाणवलेले देवयानीचे विशिष्ट स्वरूप मी शब्दांनी रंगवण्याचा प्रयत्न केला आहे.

नायक ययाती व दोन्ही नायिका मूळ कथेहून जिथे भिन्न झाल्या आहेत तिथे इतर पौराणिक पात्रे किती बदलली असतील आणि अनेक काल्पनिक पात्रांचे चित्रण करताना मी संपूर्ण स्वातंत्र्य कसे घेतले असेल, हे वर्णन करून सांगण्याची आवश्यकता नाही. 'ययाती' ही शुद्ध पौराणिक कादंबरी नाही. पुराणातल्या एका उपाख्यानातील कथासूत्राचा आधार घेऊन लिहिलेली स्वतंत्र कादंबरी आहे. या स्वातंत्र्याचा मी सदुपयोग केला आहे की नाही हे रसिकांनी ठरवायचे आहे.

॥४॥

शर्मिष्ठा, देवयानी व कच ही तिघे निरनिराळ्या कारणांनी माझ्या मनाच्या रंगभूमीवर दीर्घकाळ उभी होती, पण १९५२ साली 'ययाती' कादंबरी लिहायला मी प्रवृत्त झालो तो यांच्यापैकी कुणामुळेही नाही. ही अंतिम प्रेरणा खुद्द ययातीच्याच स्वभावरेखेने मला दिली. १९४२ ते १९५२ या दशकातले जगातले आणि आपल्या देशातले विचित्र परिवर्तन - भौतिक प्रगती आणि नैतिक अधोगती हातात हात घालून हसत खेळत चालत असल्याचे विलक्षण दृश्य जर माझ्या दृष्टीला पडले नसते तर ही कादंबरी मी लिहिली असती का नाही कुणाला ठाऊक? १९४२ पूर्वी मी ती लिहिली असती तर तिचे स्वरूप कितीतरी निराळे झाले असते. बहुधा शर्मिष्ठेची प्रेमकथा म्हणून मी ती लिहिली असती.

महाभारतातल्या मूळ कथेत आलेले ययातीचे चित्रण अतिशय प्रातिनिधिक आहे याची जाणीव पूर्वी कधीही झाली नव्हती इतक्या तीव्रतेने या दशकात मला

झाली. पुराणातील ययातीची कल्पना स्त्रीसुखापुरतीच मर्यादित होती. आजचा ययाती तसा नाही. शास्त्राने, यंत्राने आणि संस्कृतीने निर्माण केलेले सारे आधुनिक सुंदर व संपन्न जग त्याच्यापुढे पसरले आहे. सुखोपभोगाची विविध साधने हाती घेऊन ते त्याला पळापळाला आणि पावलोपावली मोह घालत आहे. प्रत्येक क्षणी त्याची वासना चाळवली जात आहे. भडकवली जात असे. त्याच्या सुखस्वप्नात कुणालाही, कशालाही मज्जाव नाही! पडद्यावर कामुक हावभाव करणाऱ्या सुंदर नट्यांपासून रस्त्यावर अंगावरून जाणाऱ्या नटव्या तरुणींपर्यंत सर्व स्त्रिया त्यात येतात आणि जातात. मोटारी, बंगले, बँक बुके, नाना प्रकारची नवी नवी पक्वान्ने, घटकेघटकेला बदलायचे सुंदर सुंदर वेष, गुदगुल्या करणारी गोड, नाचरी, हलकीफुलकी गाणी, हरघडी गळ्यात पडणारे गेंदबाज, प्रतिष्ठित पुष्पहार, आकाशाला भिडलेली सत्तेची उत्तुंग शिखरे, सारे काही या सुखस्वप्नात येते आणि जाते! ते त्याच्या अंतर्मनाला भूल घालते आणि त्याची तृप्ती न करता स्वर्गात निघून जाणाऱ्या अप्सरेप्रमाणे, अदृश्य होते. अशा रीतीने चाळवल्या जाणाऱ्या असंख्य वासनांमुळे आधुनिक मानवाचे मन हा एक अतृप्त, हिंस्र प्राण्यांनी भरलेला अजबखाना बनला आहे. माझे हे दुःख आजकालचे नाही. 'सांजवात' या कथासंग्रहातल्या कथांमध्ये आणि त्याच्यापेक्षाही अधिक स्पष्टपणाने त्या संग्रहाला जोडलेल्या 'पार्श्वभूमी'त माझ्या अंतरीची ही व्यथा व्यक्त झाली आहे. ययातीचे चित्रण हे त्याच व्यथेचा पण अत्यंत भिन्न स्वरूपाचा आविष्कार आहे.

॥५॥

या कादंबरीचे कथासूत्र फार जुन्या काळातले असले, तिच्यावर अद्भुताची थोडी छाया असली, हे एका सम्राटाच्या जीवनाचे आणि त्याच्या मानसिक चढउतारांचे चित्रण असले, तरी 'ययाती' हा आजच्या सामान्य मनुष्याचा प्रतिनिधी आहे असे जे मी म्हणतो, ते वर लिहिलेल्या अर्थाने. पुराणातल्या ययातीच्या अनिर्बंध कामवासना किती अमानुष स्वरूप धारण करू शकते आणि भोगाच्या समुद्रात मनुष्य कितीही डुबला तरी त्याची वासना कशी तृप्त होत नाही याचे चित्रण आले आहे, पण आजचा मनुष्य केवळ अंध, स्वैर आणि क्रूर कामवासनेलाच बळी पडत आहे असे नाही! त्याचे सर्वच मनोविकार अनिर्बंध आणि अनियंत्रित होऊ पाहत आहेत. त्याच्या विविध वासना उच्छृंखल होत आहेत. महायुद्धाच्या भीषण छायेखाली वावरणाऱ्या जगात तो राहत असल्याकारणाने सुरक्षितपणाच्या भावनेने त्याच्या मनातून पळ काढला आहे. त्यामुळे चोवीस तास कुठल्या तरी फुसक्या सुखात मन गुंतवून ठेवण्याखेरीज आनंदाचा दुसरा मार्ग त्याला आढळत नाही. आत्मानंद ही भावनाच

त्याला अपरिचित होऊन बसली आहे. अंतर्मुख होऊन एकांतात केलेले स्वत:विषयीचे आणि जीवनाविषयीचे चिंतन हे त्याच्या दृष्टिने मृगजळात लावलेल्या कल्पवृक्षाच्या फुलांची वंध्याकन्येने गुंफलेली माळ झाली आहे! सुखात, विलासात, उपभोगात स्वत:ला बुडवून टाकायचे, दररोज पक्वान्नांपासून पोशाखापर्यंत नव्या नव्या टुमी काढायच्या आणि त्यांच्या आस्वादात वा प्रदर्शनात निमग्न राहायचे हाच त्याचा जीवनधर्म होत आहे.

आजचा मनुष्य क्षणिक सुखांच्या मागे धावण्यात मग्न आहे. ती जास्तीत जांस्त प्रमाणात मिळावीत म्हणून तडफडत आहे. सुख आणि आनंद यातला फरक त्याला कळेनासा झाला आहे. क्षणभर ते सुख घ्यायचे, ते संपले की त्याच्यासाठी झुरत राहायचे, ते पुन:पुन्हा मिळावे म्हणून धडपडायचे आणि ते सतत मिळावे म्हणून सूक्तासूक्त मार्गाचा अवलंब करायचा, हेच मनुष्याचे जीवनसूत्र होऊन बसते!

ययातीला देवयानी आणि शर्मिष्ठा या दोन सुंदर तरुणींच्या सहवास सुखाचा लाभ झाला होता, पण तेवढ्याने त्याची तृप्ती कुठे झाली? इंद्रियसुखाच्या बाबतीतली चिरंतन अतृप्ती हा मानवी मनाचा अत्यंत दुर्बल भाग आहे. एका साध्या उपाख्यानाच्या द्वारे या सनातन समस्येवर बोट ठेवण्यात महाभारतकारांच्या प्रज्ञेचे स्वरूप पूर्णपणे प्रकट झाले आहे.

॥६॥

ही कादंबरी ययातीची कामकथा आहे, देवयानीची संसारकथा आहे, शर्मिष्ठेची प्रेमकथा आहे आणि कचाची भक्तिगाथा आहे, हे लक्षात घेऊन वाचकांनी ती वाचली तर मला आनंद वाटेल. कलात्मक रंजन, भावनांचे आवाहन, सामाजिक शिकवण आणि सूक्ष्म किंवा विशाल जीवनदर्शन अशा अनेक चढत्या पातळ्यांवर चांगली कलाकृती एकाच वेळी विहार करू शकते. त्यातल्या कुठल्या पातळीला मी स्पर्श केला आहे, कुठल्या पातळीला स्पर्श करायला मी असमर्थ ठरलो आहे, ते रसिकच सांगू शकतील.

कामवासना ही अन्नाच्या वासनेइतकीच स्वाभाविक वासना आहे. अन्नाच्या गरजेइतकीच आवश्यक गरज आहे. तिचे मानवी जीवनातील अस्तित्व, तिचे सौंदर्य, तिचे सामर्थ्यही सर्व मला मान्य आहेत, पण मनुष्याची कुठलीही वासना, सदैव वासना या स्वरूपातच राहिली, तर तिचे उन्मादातच रूपांतर होण्याचा संभव असतो. तिला कोणत्या तरी बाजूने उदात्ततेचा स्पर्श झाला पाहिजे. कामक्रोधादी विकारांकडे पाहण्याचा माझा दृष्टिकोन पूर्वग्रहदूषित नाही. हे मनोविकार आपले शत्रू आहेत असे प्राचीन काळी मानले जात असे, पण ते मानवाचे मित्र आहेत,

त्यांच्यावाचून त्याचे जीवन नीरस होईल याची परिपूर्ण जाणीव मला आहे. तथापि, कुत्रा हा माणसाचा अतिशय इमानी मित्र असला, तरी तो पिसाळला म्हणजे त्याचा शत्रू बनतो! तशी या सर्व मनोविकारांची स्थिती आहे. म्हणूनच वैयक्तिक आणि सामाजिक अशा दोन्ही प्रकारच्या जीवनात मनुष्याच्या सर्व वासना एका मर्यादेपर्यंत तृप्त होण्याची सोय असली पाहिजे आणि त्या मर्यादेनंतर त्या नियंत्रित कशा करता येतील याचीही काळजी व्यक्तीने आणि समाजाने घेतली पाहिजे. या बाबतीत फ्रॉईडपासून किन्सेपर्यंतचे पाश्चात्त्य कामशास्त्रज्ञ काय म्हणतात ते मला ठाऊक आहे, पण कामवासनेने काय किंवा दुसऱ्या कुठल्याही वासनेने काय, मानवी जीवनात सतत वासनेच्या स्वरूपातच कायम राहणे भयप्रद आहे. मानवी मनाची व जीवनाची रचना या गोष्टीला अनुकूल नाही. मनुष्याने मोठ्या कष्टाने निर्माण केलेली संस्कृती तर कंठरवाने या गोष्टीचा निषेध करत आली आहे. कामवासना, कामभावना, प्रीतिभावना व भक्तिभावना ही या एकाच वासनेची क्रमाक्रमाने अधिक सूक्ष्म, सुंदर, उन्नत आणि उदात्त होत जाणारी चार रूपे आहेत. या चारही रूपांचे जीवनातले असामान्य स्थान माणसाला सतत जाणवले पाहिजे. या कादंबरीच्या काही वाचकांच्या मनात अगदी अंधूकपणे का होईना ही जाणीव निर्माण झाली तर ती लिहिण्याचे माझे श्रम सार्थकी लागतील.

◆

(परिसंवाद, दिवाळी, १९७५)

साहित्य संभव : एक विचार

॥१॥

प्रतिभा म्हणजे काय? तिचं स्वरूप कोणत्या प्रकारचं असतं? ज्या कालखंडात साहित्यिक लेखननिर्मिती करतो त्याच्याशी तिचं नातं कोणत्या प्रकारचं असतं? विशिष्ट काळाचा परिणाम साहित्याच्या व साहित्यिकाच्या गुणावगुणांवर किती प्रमाणात होतो? ललित लेखक केवळ स्वानंदासाठीच लिहीत असतो काय? सुरंगीच्या वळेसराभोवती भुंगे जसे गर्दी करतात तसे रसिक त्याच्याकडे आकृष्ट होतात का? त्यांच्या आवडीनिवडीचाही त्यांच्या निर्मितीच्या स्वरूपावर परिणाम होत असतो? वर्तमानाला भूतकाळाच्या खांद्यावर उभं राहून भविष्याचा वेध घ्यावा लागतो, या दृष्टीनं प्रतिभा लाभलेल्या साहित्यिकांचे पूर्वसुरींशी कोणत्या प्रकारचे नाते असते? ललित लेखक लोकप्रियतेच्या शिखरावर असताना त्याचं जे लेखन अक्षर वाङ्मयात जमा होईल, अशी भविष्यं वर्तविली जातात त्याचं ताजेपण पुढे किती काळ टिकतं? अक्षर वाङ्मयात समाविष्ट झालेल्या साहित्याचे गुणविशेष काटेकोरपणानं आणि केवळ शास्त्रीय पद्धतीनं निश्चित करता येतील का? प्रतिभावंत हा प्रज्ञावंत असलाच पाहिजे का? श्रेष्ठ मानल्या जाणाऱ्या ललित कृतीतून जीवनाचं जे दर्शन आणि आकलन घडतं ते चिरंतन स्वरूपाचं असतं का? अशा आकलनातून ज्या मानवीमूल्यांवर प्रकाश टाकला जातो ती मूल्यं 'यावच्चंद्र- दिवाकरौ' टिकतील अशी ग्वाही देता येईल का?

हे व अशा प्रकारचे नानाविध प्रश्न साहित्याचा रसास्वाद घेणाऱ्या वाचकांच्या मनात केव्हा ना केव्हा उभे राहतातच. अनेकदा अंधूकपणे, कधी कधी स्पष्टपणे त्यांची उत्तरं शोधण्याचा प्रयत्न आजपर्यंत सतत होत आला. पुढेही होत राहणार आहे. या प्रश्नांचं स्वरूप काहीसं महाभारतातल्या यक्षप्रश्नांसारखं असतं. त्या प्रश्नांची उत्तरं धर्मराजानं फडाफड दिली आणि त्या यक्षाला ती मान्य झाली असं महाभारतात दाखविलं असलं तरी त्यातली अनेक उत्तरं हा निव्वळ बुद्धिचा किंवा कल्पकतेचा स्वच्छंद विलास वाटतो! म्हणून तात्त्विक दृष्टीनं वर उल्लेखलेल्या साहित्यविषयक

प्रश्नांच्या खोल पाण्यात न शिरता एका निराळ्या दृष्टीनं या प्रश्नाकडे पाहण्याचा प्रयत्न मी इथे करत आहे.

॥२॥

गेल्या आठ वर्षांत हरिभाऊ आपटे (१८६४-१९१९), शिवराम महादेव परांजपे (१८६४-१९२९), केशवसुत (१८६६-१९०५), श्रीपाद कृष्ण कोल्हटकर (१८७१-१९३४), नरसिंह चिंतामण केळकर (१८७२-१९४७) आणि कृष्णाजी प्रभाकर खाडिलकर (१८७२-१९४८) या सहा साहित्यिकांची जन्मशताब्दी महाराष्ट्राने साजरी केली. ठिकठिकाणच्या साहित्यसंस्थांनी आणि साहित्यप्रेमी मंडळींनी हे समारंभ यथाशक्ती पार पाडले. १८७४ नंतर अर्वाचीन मराठी वाङ्मयाला जो पहिला बहर आला त्याचं श्रेय अनेकांना असलं तरी ज्यांनी त्या कालखंडावर आपल्या नावाची सुवर्णमुद्रा उमटवली अशा लेखकात हे सहा साहित्यिक अग्रेसर आहेत. त्यांच्या कर्तृत्वाचं कृतज्ञतेनं स्मरण करणं आणि त्यांच्या गुणविशेषांची त्या काळापासून खूप दूर आलेल्या पिढीला ओळख करून देणं ही साहित्यप्रवाहाच्या अखंडपणाच्या दृष्टीनं आवश्यक अशीच गोष्ट होती.

या सहाही साहित्यिकांकडे व त्यांच्या निर्मितीकडे थोड्याफार तटस्थपणानं पाहणे व त्याचे मूल्यमापन करता करता साहित्यनिर्मितीच्या गूढ व व्यामिश्र प्रक्रियेवर काही प्रकाश पडतो का याचा विचार करणे आता शक्य झालं आहे. भूतकाळातले रागलोभ जसे इतिहासकारांनी बाजूला ठेवले पाहिजेत तसेच आजच्या टीकाकारांनी गतकाळातल्या साहित्यिकांकडे अलिप्त दृष्टीनंच पाहिलं पाहिजे. साहित्यिक समाजात प्रत्यक्ष वावरत असताना आणि त्याच्या निर्मितीला बहर आला असताना त्यांच्यावर जी स्तुतीची फुलं किंवा निंदेचे निखारे उधळले जातात त्यांचं स्वरूप न कळत एकांगी होतं. हे सर्व साहित्यिक काळाच्या पडद्याआड जाऊन कमीत कमी पावशतक झालं असल्यामुळे व या पावशतकात कलात्मक अनुभव, साहित्यविषयक कल्पना, सामाजिक परिस्थिती आणि जीवनातली श्रद्धास्थानं यांच्यात फार मोठं स्थित्यंतर घडलं असल्यामुळे आता या सहा लेखकांच्या निर्मितीकडे तटस्थपणे पाहणं आणि प्रतिभा, कालखंड व व्यक्तिमत्त्व इत्यादी साहित्य निर्मितीतल्या प्रमुख घटकांचे परस्परसंबंध कोणत्या प्रकारचे असतात यांचा मागोवा घेणं थोडं सुलभ झालं आहे.

॥३॥

प्रथमत: सहज लक्षात येणाऱ्या साम्य-भेदांचा आपण विचार करू. या सहाही साहित्यिकांनी कवी म्हणून रचना केली आहे. पण आज आपण कवी म्हणून गौरवानं

उल्लेख करतो तो फक्त केशवसुतांचा. विष्णुशास्त्री चिपळुणकरांच्या मृत्यूनंतर अल्पवयात हरिभाऊंनी लिहिलेल्या 'शिष्यजनविलाप' या काव्याचं कौतुक झालं. 'असार जीवित केवळ माया' यासारखी रूपांतरित आणि स्वतंत्र कवनेही हरिभाऊंनी रचली मात्र 'पण लक्षात कोण घेतो?' किंवा 'उष:काल' यांच्याकडे आजही आकृष्ट होणारा वाचक त्यांची दखल घेत नाही. श्रीपाद कृष्णांची तुरळक कविता 'गीतोपायन' या छोट्या पुस्तकातून समाविष्ट झाली आहे. त्यांच्या नाटकातल्या अनेक पदात नादमाधुर्य व कल्पनाविलास आढळतो. पण 'सुदाम्याच्या पोह्या'चा आजचा चाहता या काव्यरचनेचा विचारही करत नाही. केळकरांनीही आवडीनं काव्यलेखन केलं. 'रचिसी वेषभूषा?' किंवा 'कुसुमचापपाशा!' या ओळींनी प्रारंभ होणारी त्यांची कविता अन्य कारणांसाठी आजही उल्लेखली जाते. पण आजचा काव्यप्रेमी वाचक तेवढ्यामुळे काही त्यांच्या काव्याकडे वळत नाही. खाडिलकरांची 'स्वयंवर-मानापमान' इत्यादी नाटकातली पदे आकाशवाणी व गायक-गायिका यांच्याद्वारे श्रोत्यांच्या कानावर अधूनमधून पडत असतात. पण मराठी कवींचा विचार करताना शिवरामपंतांचे 'अहल्याजार' हे काव्य कितीशा लोकांना ऐकून तरी ठाऊक आहे? कवी म्हणून त्यांचा काय किंवा खाडिलकरांचा काय कुणी उल्लेख करत नाही.

केशवसुत वगळून या पाच थोर लेखकांनी जे काव्यलेखन केलं तो काय केवळ हौसेचा मामला होता? लहान मुलं समुद्रकिनाऱ्यावर वाळूचे किल्ले बांधतात तसा? पांढऱ्यावर केलेलं काळं एवढीच त्यांच्या काव्यलेखनाची किंमत मानावयाची काय? हरिभाऊंच्या 'वज्राघात' कादंबरीची प्रारंभीची प्रकरणं वाचल्यानंतर हरिभाऊ कवी नव्हते असं कोणी म्हणू शकेल? किंबहुना अलंकारगर्भ काव्यशक्ती आणि संवेदनशील काव्यशक्ती असे सोयीसाठी काव्यशक्तीचे दोन प्रकार मानले तरी हरिभाऊंच्या ठिकाणी दुसऱ्या प्रकारची शक्ती निश्चित होती हे त्यांच्या कादंबऱ्यातल्या अनेक स्थळांवरून सिद्ध करता येईल. 'पण लक्षात कोण घेतो?' मधली 'आईचा मृत्यू' व 'गोविंद विडा' ही प्रकरणं या विधानातल्या सत्याचे कुणालाही पटतील असे पुरावे आहेत.

कोल्हटकर-खाडिलकरांच्या नाटकातली काही पदं व अनेक प्रणयप्रवेश त्यांच्या काव्यशक्तीवर सहज प्रकाश टाकू शकतात. गेल्या तीन-चार तपातील आधुनिक ललित निबंधांची प्रसादचिन्हे दर्शवणाऱ्या शिवरामपंतांच्या काही निबंधात कल्पकतेची जी विविध रूपं प्रकट झाली आहेत त्यांची गणना मराठीतल्या उत्कृष्ट गद्य काव्यातच करावी लागेल. केळकरांच्या निबंधांतले समर्पक उपमा-दृष्टान्त हे त्यांच्या ठिकाणी असलेल्या व्यावहारिक व सौंदर्यशोधक अशा दुहेरी कल्पकतेचे पुरावेच म्हणता येतील.

हे सारं खरं असलं तरी एक श्रेष्ठ कवी म्हणून केशवसुतांचे नाव पुढील पिढ्या घेत राहतील हे उघड आहे. इतरांच्या ठिकाणी असलेल्या काव्यशक्तीनं त्यांच्या गद्य

लेखनाला– ही निर्मिती नाटकाच्या, निबंधाच्या, कादंबरीच्या किंवा अन्य कोणत्याही रूपानं प्रकट झाली असली तरी— सौंदर्य प्राप्त करून दिलं आहे. पण ते सौंदर्य हा गद्यरूपानं प्रकट झालेल्या त्यांच्या प्रतिभाविलासाचा एक घटक आहे. ते निखळ असं काव्यसौंदर्य नव्हे.

याचा अर्थ उघड आहे, प्रतिभेचं दैवी देणं थोड्याफार प्रमाणात लाभलेला लेखक आत्माविष्काराकरिता धडपडत असला तरी तो आविष्कार कोणत्या वाङ्मय प्रकारातून आपण कलात्मक व प्रभावी रीतीनं प्रकट करू शकू याचा शोध कळत नकळत त्याला करावाच लागतो. एखाद्याला खास स्वत:ची अशी पाऊलवाट आरंभीच सापडते. मग त्या वाटेनं जाता जाता त्याला दिसणाऱ्या अपूर्व वनश्रीचं सौंदर्य तो वर्णन करू लागतो. पण अनेकांना हा आत्मशोध चटकन घेता येत नाही. केशवसुतांनी 'महाश्वेता' नावाचं नाटक लिहायला घेतलं होतं, असं फार पूर्वी वाचल्याचं आठवतं. ते नाटक बहुधा लिहून पुरं झालं नसावं. ते पूर्ण होऊन वाचकांपुढे आलं असतं तर काव्यात ज्यांचं दर्शन आपल्याला होतं ते केशवसुत तिथं दिसले असते की नाही हे सांगणं मोठं कठीण आहे.

॥४॥

या सहा साहित्यिकांचे प्रकृतिधर्म, स्वभावगुण, प्रतिभेचे विशेष, साहित्यनिर्मिती, तिची समकालीनांकडून झालेली भलावण आणि कालपुरुषानं प्रत्येकाच्या निर्मितीला चाळण लावल्यानंतर त्यांच्या गुणावगुणांचे होणारे दर्शन इत्यादी गोष्टींचा विचार करणे अतिशय मनोरंजक व उद्‌बोधक होईल. वानगी दाखल इथं काही थोड्या गोष्टींचा उल्लेख करतो.

खाडिलकरांनी 'सवाई माधवराव यांचा मृत्यू' हे पहिलं नाटक पंचविशी उलटण्याच्या आतच लिहिलं. त्याची मुख्य प्रेरणा कलात्मक होती. ते लिहिलं गेलं त्यावेळी देशभक्तीला भडकपणे आव्हान करणारी 'राणा भीमदेवा'सारखी ऐतिहासिक नाटकं रंगभूमीवर वावरत होती. प्रसंगी गाजत होती. तरुण खाडिलकरांच्या मनातली देशभक्तीची ज्वालाही काही कमी ज्वलंत नव्हती. ती ज्वाला आयुष्यभर त्यांच्या अंत:करणात पेटलेलीच होती. म्हणूनच वकील होण्यासाठी कायद्याच्या अभ्यासाला प्रारंभ करून तो त्यांनी कधी पुरा केला नाही. आणि आपल्या जन्मगावी शिक्षकाची नोकरी मिळाली असूनही 'केसरी'सारख्या वृत्तपत्रात, लोकमान्य टिळकांसारख्या श्रेष्ठ देशभक्ताच्या हाताखाली काम करण्याची स्वप्नं त्यांना पडत होती. पण या देशभक्तीइतकीच त्यांची नाट्यप्रीतिही उत्कट होती. शेक्सपीअरशी चांगला परिचय झाल्यावर या प्रीतिमुळेच त्यांच्या मनात नाना प्रकारच्या नवनिर्मितीच्या लाटा

उसळल्या असतील. त्यातून 'सवाई माधवराव यांचा मृत्यू' हे नाटक जन्माला आलं. पुढे जवळजवळ आठ-दहा वर्षांनी नव्या संस्कारित स्वरूपात ते रंगभूमीवर आलं; पण टीकाकारांनी त्याचं स्वागत कलात्मक दृष्टीनं केलं नाही. सवाई माधवरावाच्या मनात नाना फडणवीसाविषयी जो संशय निर्माण होतो आणि ज्याला खलपुरुष केशवशास्त्री खतपाणी घालतो त्यामुळे नानासारख्या थोर पुरुषाची बदनामी होते. ही भूमिका खाडिलकरांच्या कलात्मक यशापयशापेक्षा त्या मंडळींना महत्त्वाची वाटली. आता या गोष्टीला साठ-सत्तर वर्षं उलटल्यानंतर आजचे वाचक-प्रेक्षक या नाटकाचा एक कलाकृती म्हणून आस्वाद घेतात. साहजिकच त्याचं रंगभूमीवर आजही पुनरुज्जीवन होऊ शकतं. खाडिलकरांच्या नाटकांपैकी नाट्यदृष्ट्या पहिल्या पाच क्रमांकाची नाटकं निवडायची झाल्यास त्यात सवाई माधवरावाची गणना कुणालाही करावी लागेल.

अशीच दुसरी एक गमतीची गोष्ट. या सहा प्रतिभावंतांपैकी शि.म.परांजपे व केशवसुत यांचं बाळपण कोकणात गेलं. त्या काळचे कोकण सामाजिक आचार-विचारांच्या बाबतीत अतिशय मागासलेलं होतं. जिथं शिक्षणाचा प्रसार कमी तिथं प्रगतिपर विचारांचे वारे जोराने वाहू शकत नाहीत, ते चुकून वाहू लागले तर घरातली मंडळी खिडक्यादारं बंद करून बसतात, हा अनुभव आजही आपल्याला येत आहे. हे दोघे कोकणात वाढले असले तरी, पुढे शिक्षणाकरिता पुण्याला आले. ते शिकत असतानाच आगरकरांचा 'सुधारक' निघाला. केशवसुतांना महाविद्यालयाचं दर्शन कधीच घडलं नाही. शिवरामपंत परांजपे हे मॅट्रिकपासून एम. ए. पर्यंत हुशार विद्यार्थी म्हणून गाजले. पण सामाजिक सुधारणेच्या दृष्टीनं विचार केला तर केशवसुतांसारख्या मॅट्रिकच्या पलीकडे न शिकलेल्या, पुढे चरितार्थासाठी खानदेशातल्या फैजपुरापासून कर्नाटकातल्या हुबळीपर्यंत वणवण करणाऱ्या आणि मुंबईसारख्या सामाजिक सुधारणेच्या केंद्रबिंदूपासून दूर असलेल्या जागी आयुष्य घालवलेल्या व्यक्तीनं सामाजिक परिवर्तनाचा पोटतिडकीनं पुरस्कार करावा व पुढचं सारं आयुष्य पुण्यात घालवलेल्या आणि देशभक्त म्हणून एकेकाळी लोकमान्य टिळकांच्या तोडीची लोकप्रियता मिळवलेल्या शिवरामपंतांनी सदैव सामाजिक सुधारणेकडे उपहासानं पाहावं ही केवढी नवलाची गोष्ट!

आणखी एकच उदाहरण देतो. केळकर व खाडिलकर यांच्या जन्मात अवघं तीन महिन्यांचं अंतर. ते सांगली-मिरजेच्या परिसरातच गेलं. दोघांचं बाळपण, प्राथमिक व माध्यमिक शिक्षण तिथंच झालं. तिथले संस्कार दोघांनाही लाभले. पुढे दोघंही डेक्कन कॉलेजातून पदवीधर झाले. एवढेच नव्हे तर नाट्यनिपुण नियतीच्या क्रीडेमुळे दोघांच्याही जीवनाचे ध्येय पत्रकार हेच ठरून, दोघेही लोकमान्य टिळकांच्या 'केसरी'च्या कक्षेत आले. दोघांनीही त्यांच्या राजकारणाचा सतत पुरस्कार केला; पण

तो किती भिन्न पद्धतींनी! खाडिलकरांनी आपल्या नाटकातून उपहासाकरिता सामाजिक सुधारणेवर शस्त्र उपसावे व केळकरांनी नेमस्तपणाने का होईना तिचा केवळ लिहिण्याबोलण्यातच नव्हे तर आचरणातही पुरस्कार करावा हे केवढे मोठं आश्चर्य!

॥५॥

एकाच कालखंडात जन्माला आलेले, त्या काळातल्या मध्यमवर्गाला साध्य असे सर्व संस्कार लाभलेले आणि सभोवतालच्या समस्या व आव्हानं यांची सारख्याच प्रमाणात जाणीव होण्याची शक्यता असलेले हे सहा साहित्यिक. सारे एकमेकांना ओळखणारे. साहित्याची सेवा हा केवळ आपला छंद नव्हे तर तो आपला प्रकृतिधर्मच आहे या गोष्टीवर श्रद्धा असलेले. पण या सर्वांच्या वाङ्मयनिर्मितीकडे पाहिलं म्हणजे तिच्यात किती विलक्षण अंतर दिसून येतं. धर्म म्हणून आपण पिढ्यान्‌पिढ्या आंधळ्या रूढींची पूजा करत आलो आहोत, या क्रूर रूढींच्या वेदीवर लाखो अजाण निष्पापांचे बळी दिले जात आहेत, नानाविध अंधश्रद्धांमुळे आपल्या समाजाचं कर्तृत्व गोठून गेलेलं आहे, या जाणिवांनी सामाजिक सुधारणेला बुद्धिवंतांनी सामोरं जावं असा तो काळ होता. पण या सहा साहित्यिकांपैकी हरिभाऊ, केशवसुत, श्रीपाद कृष्ण आणि केळकर हे तिचे कैवारी किंवा पुरस्कर्ते बनावेत आणि शिवरामपंत व खाडिलकर यांना तिच्याविषयी आस्था किंवा आपुलकी वाटू नये याचं कारण काय असावं?

अशी अनेक कोडी या सहा साहित्यिकांच्या तुलनेतून डोळ्यांपुढे उभी राहतात. हरिभाऊ व श्रीपाद कृष्ण या दोघांनीही सामाजिक सुधारणेचा आयुष्यभर मनःपूर्वक पुरस्कार केला. या पुरस्काराचं हरिभाऊंचं मुख्य माध्यम कादंबरी. श्रीपाद कृष्णांनी नाटक, विनोदी लेख आणि निबंध ही तिन्ही साधनं वापरली. पण जनमनापर्यंत सहज जाऊन भिडणाऱ्या नाटकाच्या माध्यमाचा उपयोग त्यांना यशस्वीपणे करता आला का? ते उदयाला आल्यानंतर लवकरच रंगभूमीवर आलेलं 'शारदा' हे नाटक जसं समाजाच्या काळजाला जाऊन भिडलं, तसं श्रीपाद कृष्णांचं एकही नाटक सामाजिक मनाला हलवू शकलं नाही. हरिभाऊंच्या सामाजिक कादंबऱ्यांशी श्रीपाद कृष्णांच्या सामाजिक नाटकांची तुलना केली तर त्यांची ही मर्यादा प्रथमदर्शनीच लक्षात येते.

उदाहरणार्थ— स्त्रीशिक्षणाच्या पुरस्काराचा प्रश्न कोल्हटकरांनी 'गुप्तमंजुषा' लिहिलं त्यावेळी पूर्वीइतका वादग्रस्त राहिला नव्हता. त्यात मतामतांचे तीव्र संघर्षही नव्हते. पण तो प्रश्न मांडण्याकरिता श्रीपाद कृष्णांनी आश्रय घेतला तो एका काल्पनिक मध्ययुगीन कथानकाचा-राजाराणीच्या जीवनाभोवती गुंफलेला आणि केवळ अद्‌भुतरम्य वाटेल असा या नाटकाचा प्रपंच! हे कशामुळे घडलं? हरिभाऊंची प्रतिभा वास्तवाशी पूर्णपणे संलग्न होती म्हणून? का श्रीपाद कृष्ण पुण्या-मुंबईसारख्या

शहरापासून दूर आणि सामाजिक परिवर्तनापासून अलिप्त अशा ठिकाणी वापरले म्हणून? का श्रीपाद कृष्णांच्या प्रतिमागुणातच वास्तवाच्या आकलनाला मारक असणाऱ्या कल्पनारम्यतेचं प्रमाण अधिक होतं? ही कल्पनारम्यता त्यांच्या संगीतभक्तीमुळे वाढली असेल काय?

अशा अनेक प्रश्नांप्रमाणे या सहा साहित्यिकांच्या बाबतीतला जर-तरचा काल्पनिक खेळही मनोरंजक वाटतो. श्रीपाद कृष्णांचे जीवन तेल्हारा, खामगाव, जळगाव-जामोद अशा ठिकाणी न जाता पुण्या-मुंबईकडे गेलं असतं तर त्यांच्या नाट्यलेखनात महत्त्वाचा फरक पडला असता का? केशवसुत वगळता त्यांचे उरलेले चार समकालीन साहित्यश्रेष्ठी विविध प्रकारचे पत्रकार झाले. केवळ योगायोगानं नव्हे अंतरीच्या ओढीमुळे श्रीपाद कृष्ण पुण्या-मुंबईत राहिले असते तर पत्रकाराचा पेशा त्यांनी पत्करला असता का? का त्यांना ते कधीच जमलं नसतं? खाडिलकरांनी कायद्याचा अभ्यास करूनही परीक्षा दिली नाही; पण वडील बंधूंच्या आग्रहाखातर त्यांनी ती परीक्षा दिली असती आणि ते सांगलीसारख्या आपल्या जन्मग्रामी वकिली करत राहिले असते तर त्यांच्या नाट्यलेखनाचं स्वरूप काय झालं असतं?

॥६॥

अशा प्रश्नांची उत्तरं शोधण्याकरिता साहित्य ज्या रंगमंचावर उभं असतं त्याच्या पडद्यामागं जाणं जरूरीचं आहे. रसिकानं केवळ तिथल्या रंगभूषेच्या खोलीपर्यंत जाऊन भागणार नाही. कलानिर्मितीच्या मागची प्रक्रिया अत्यंत गुंतागुंतीची असते. एकाच वेळी ती निरनिराळ्या, प्रसंगी परस्परविरोधी पातळ्यांवर चालते. ललित साहित्य हा अंती लेखकाच्या जीवनविषयक दृष्टिकोनाचा आणि जीवनप्रेरणांच्या आकलनाचा आविष्कार असतो. इंद्रधनुष्यात जसे अनेक रंग सामावलेले असतात त्याप्रमाणे ललित लेखकाचं व्यक्तिमत्त्व हे नानाविध संस्कारांनी, अनुभवांनी इतकंच नाही तर काही बऱ्यावाईट मनोगंडांनीही घडवलं जातं. ते अत्यंत व्यामिश्र असतं. विशीपंचविशीत, फार तर तिशीत या व्यक्तिमत्त्वाला असं एक घनिष्ठ स्वरूप येतं की, त्याची तुलना हजारो वर्षं ऊनपाऊस खात असलेल्या खडकाशीच करता येईल. पुढल्या आयुष्यात त्याला नवेनवे अनुभव येत राहतात, नाही असं नाही. त्यातल्या अनेकांचे तो बौद्धिक पातळीवर आकलन करू शकतो. पण ललित वाङ्मयाचा उगम त्याच्या ज्या व्यामिश्र व्यक्तिमत्त्वात होतो, त्याचे मूलभूत घटक या नंतरच्या अनुभवांनी फारसे बदलत नाहीत. आयुष्याच्या उत्तरार्धात अनेक लहानमोठ्या लेखकांचा एक लेखनविषयक साचा बनून जातो. विषयाच्या निवडीपासून आविष्काराच्या पद्धतीपर्यंत ते पूर्वीच्याच चाकोरीतून जात आहेत असा भास होतो. याचं प्रमुख

कारण पूर्ववयातच पूर्णपणे बनून जाणारं त्याचं व्यक्तिमत्त्व हे होय!

या व्यक्तिमत्त्वात लेखकाच्या अनेक बौद्धिक, भावनिक व सांस्कृतिक वैशिष्ट्यांचा समावेश होतो. सोयीकरता या व्यक्तिमत्त्वाचे तीन भाग कल्पिता येतील. हे तीन भाग म्हणजे ललित लेखकाचं आंतरिक व्यक्तित्व, लौकिक व्यक्तित्व व वाङ्मयीन व्यक्तित्व हे होत. ही तिन्ही प्रकारची व्यक्तित्वं मूलत: अपूर्णांकासारखी असतात. या तिन्हींच्या गुणाकारातून ललित कृतींना जन्म देणारं त्याचं व्यक्तिमत्त्व साकार होतं. पण गुणाकार अपूर्णांकांचा असल्यामुळे अनेकदा एकाचा छेद दुसऱ्यातल्या अंशाला भाग देऊन जातो. शेवटी या चित्रविचित्र गुणाकारातून जे व्यक्तिमत्त्व निष्पन्न होतं, ते ललितकृतींचं जन्मस्थान ठरतं!

दोन-तीन उदाहरणं दिली म्हणजे माझ्या या प्रतिपादनात सत्याचा काही अंश आहे की नाही याविषयी वाचकांना विचार करता येईल. कल्पकता हा श्रीपाद कृष्णांच्या वाङ्मयीन व्यक्तित्वाचा एक मोठा विशेष. या कल्पकतेमुळेच ते मराठी नाटकांना चतुर चटकदार संवादांची जोड देऊ शकले. या कल्पकतेमुळेच 'सुदाम्याच्या पोह्या'तल्या 'चोरांच्या संमेलना'सारखे लेख त्यांना लिहिता आले. पण ही कल्पकता अद्‌भुतरम्यतेकडे अधिक झुकलेली होती. संयोजनापेक्षा विश्लेषण तिला अधिक आवडे. ती बुद्धिविलासात जेवढी रमे तशी भावनाविष्कारात कधीच रमली नाही. साहजिकच सुंदर कोट्या-कल्पनांची त्यांच्या लेखनात लयलूट आढळते. मात्र या कोट्या, कल्पना ज्या ललित कृतीतून प्रकट होतात तिचा एकसंध परिणाम साधण्याच्या कामी त्यांचा फारसा उपयोग होत नाही. दिवाळीत उडवलेल्या दारूकामासारखा त्यांचा वापर वाटतो. कल्पनारम्यतेनं त्यांच्या शैलीला सौंदर्य दिलं, ती आकर्षक बनवली. मराठी ललित गद्याच्या सौंदर्याचे ते एक प्रमुख शिल्पकार ठरले. पण या गुणाच्या एकांगीपणामुळे सामाजिक सुधारणांचा पुरस्कार करू इच्छिणाऱ्या त्यांच्या नाटकांची आत्मशक्ती दुर्बल केली.

श्रीपाद कृष्ण हे आगरकरांनंतरचे बुद्धिवादी परंपरा चालवणारे थोर लेखक, सामाजिक सुधारणांचे कट्टे पुरस्कर्ते. आपले चुलते रावबहादूर वामनराव कोल्हटकर यांच्या सुधारणावादी मतांचा त्यांच्या मनावर बाळपणापासूनच पगडा बसलेला. 'कोल्हटकरांचा लेखसंग्रह' या ग्रंथातल्या त्यांच्या परीक्षणात आणि विविध निबंधात त्यांनी मोठ्या हिरिरीनं आणि कुशाग्र बुद्धिनं त्यांचा पुरस्कार केल्याचे आढळेल. 'सुदाम्याचे पोहे', 'श्यामसुंदर' व 'दुटप्पी की दुहेरी' या ललित कृतीत तर त्यांच्या व्यक्तिमत्त्वाची ही बैठक अधिकच स्पष्ट होते. पण सामाजिक सुधारणेविषयी एवढा जिव्हाळा वाटत असूनही तो त्यांच्या नाट्यकृती पाहणाऱ्या प्रेक्षकांच्या अंत:करणाला कधीही जाऊन भिडला नाही. आजचा वाचक त्या नाटकांच्या वाचनाकडे वळला तर या बाबतीत त्याची निराशाच होईल. समकालीन भक्तांनी व चाहत्यांनी एखाद्या

लेखकाविषयी केलेली भाकितं इतर भविष्यकथनाप्रमाणे कशी खोटी ठरतात याचं उत्तम उदाहरण म्हणजे गडकऱ्यांनी आपल्या गुरूविषयी काढलेले उद्‌गार! 'नाटककार कोल्हटकर शंभर वर्षे आधी जन्माला आले. त्यांच्या नाटकांचं समकालीन रसिकांकडून चीज झालं नाही तरी ते भविष्यकाळात झाल्याशिवाय राहणार नाही' अशी गडकऱ्यांची बालंबाल खात्री होती. 'तात्या ती तलवार एक तुमची, बाकी विळे कोयते' हा चरण अशा उद्‌गारांपैकीच एक. कोल्हटकरांच्या नाटकांचा ध्यास आणि अभ्यास यांच्यामुळे गडकऱ्यांच्या प्रतिभेच्या एका समर्थ अंगाचं दीर्घकाळ पोषण झालं हे निर्विवाद आहे. साहजिकच त्या नाटकामुळे त्यांचं मन भारावून जाणं स्वाभाविक होतं. पण प्रेम, श्रद्धा, भक्तिभाव इत्यादी भावनात आंधळेपणाचा भाग अनेकदा नकळत प्रवेश करतो. केवळ धार्मिक, कौटुंबिक, सामाजिक आणि सांस्कृतिक व्यवहारातच हे सत्य आहे असं नाही तर कला, साहित्य इत्यादिकांच्या रसास्वादातही या सत्याचा साक्षात्कार होतो.

॥७॥

या सहा साहित्यिकांचे वर्गीकरण नाना तऱ्हांनी करता येईल. आंतरिक व्यक्तित्वाच्या दृष्टीनं विचार केला तर हरिभाऊ, केळकर व कोल्हटकर हे सौम्य प्रवृत्तीचे. परांजपे, केशवसुत व खाडिलकर हे उग्र प्रकृतीचे. मात्र पहिल्या तिघांच्या सौम्य प्रकृतीत काय किंवा दुसऱ्या तिघांच्या उग्र प्रकृतीत काय नाना प्रकारच्या छटा आढळून येतात. कोकणातला जन्म, अपुरं शिक्षण, शिक्षकी पेशा हे चरितार्थाचं साधन आणि नवसंस्कृतीच्या केंद्रापासून दूर असलेल्या गावी गेलेले जीवन या सर्व कारणांमुळे जे केशवसुत जुन्याचे पुरस्कर्ते होण्याचा अधिक संभव, ते 'जुने जाऊ द्या मरणालागुनि। जाळुनि किंवा पुरूनि टाका ।' असं आमरण गर्जत राहिले. तो आवेश पुस्तकी किंवा उसना नव्हता. ज्वालामुखीचा स्फोट व्हावा तसा तो आंतरिक उद्रेक होता. 'तुतारी', 'नवा शिपाई', 'स्फूर्ति', 'गोफण' इत्यादी कविता याची आजही साक्ष देऊ शकतील. 'अंत्यजाच्या मुलाचा पहिला प्रश्न' व 'मजुरावर उपासमारीची पाळी' या त्यांच्या दोन कविता काव्यगुणांच्या दृष्टीनं मध्यम असल्या तरी आजच्या सामाजिक संदर्भात फार महत्त्वाच्या ठरतात. परांजपे व खाडिलकर यांचा केशवसुतांपेक्षा नव्या शिक्षणाशी, शहरी संस्कृतीशी, पाश्चात्त्य विचार आणि वाङ्मय यांच्याशी अधिक निकटचा संबंध येऊनही ते सदैव सामाजिक सुधारणांच्या प्रतिपक्षीयांतच वावरले. आंतरिक व्यक्तित्वानं केशवसुतांना परांजपे व खाडिलकर यांच्यापासून दूर नेले आणि हरिभाऊ व कोल्हटकर यांच्या पंक्तीत आणून बसवलं.

पंक्तीत असं मी म्हटलं पण ते सुद्धा काटेकोर दृष्टीनं बरोबर नाही. हरिभाऊ, केशवसुत व कोल्हटकर या तिघांत सामाजिक क्रांतीचा मन:पूर्वक पुरस्कार ही गोष्ट

समान असली तरी त्या पुरस्काराच्या तिघांच्या तीन तऱ्हा आहेत. केळकर हे जरी या तिघांइतके सामाजिक क्रांतीचं निशाण हाती घेऊन हल्ला करण्यात 'तर दंभावर, तर बंडावर! शूरांनो या, त्वरा करा रे, उन्नतिचा ध्वज उंच धरा रे!' अशी गर्जना करत नव्हते, तरी परांजपे व खाडिलकर यांची सामाजिक सुधारणेविषयीची कधी उदासीन तर कधी उपहासपूर्ण अशी दृष्टी त्यांना अमान्य होती. सामाजिक परिवर्तनाचे ते विवेकी सुवर्णमध्यवादी भाष्यकार होते. सुधारणावादी लेखक या नात्यानं हरिभाऊ व कोल्हटकर यांची तुलना आपण करू लागलो तर जुन्या क्रूर व निरर्थक रूढींवर कोल्हटकर हरिभाऊंच्यापेक्षा अधिक लढाऊपणाने तुटून पडतात असं दिसून येईल. कोल्हटकरांनी हाताळलेले सामाजिक सुधारणांचे विषयही हरिभाऊंच्यापेक्षा अधिक मूलगामी व पुरोगामी आहेत. हरिभाऊंच्या सामाजिक कादंबऱ्यांना पांढरपेशा समाजाची पडलेली मर्यादा (यामुळेच डॉक्टर केतकरांनी त्यांच्या कादंबऱ्यांना 'सदाशिवपेठी कादंबऱ्या' असं संबोधन बहाल केलं.) आजच्या नव्यानं सुशिक्षित होणाऱ्या बहुजनसमाजातल्या वाचकांना तीव्रतेनं जाणवते. उलट कोल्हटकरांनी श्यामसुंदर (१९२५) मध्ये अस्पृश्यतेचा प्रश्न उघड उघड हाताळला आहे. जन्मरहस्य (१९१८) या नाटकात प्रतिलोम विवाहाचा निर्भयपणे पुरस्कार केला आहे. पण कोल्हटकरांचे हे लेखन मुख्यत: बौद्धिक पातळीवरून झाल्यामुळे हरिभाऊंच्या कादंबऱ्यात वाचकाला आवाहन करण्याचं जे सामर्थ्य आहे ते त्याला लाभलं नाही.

सौम्य प्रकृतिधर्माच्या बाबतीत हरिभाऊ व कोल्हटकर यांच्यात साम्य असलं तरी लौकिक व्यक्तित्वाच्या दृष्टीनं या दोघांचं जीवन अगदी भिन्न प्रकारच्या प्रवाहांनी वाहत राहिलं. हरिभाऊ पुण्यात वाढले. नेमस्त पक्षाचे सक्रिय पुरस्कर्ते बनले. नामदार गोखल्यांचा व त्यांचा स्नेहभाव प्रसिद्धच आहे. पण राजकारण व समाजकारण ह्यांच्यातल्या संघर्षाच्या केंद्रस्थानात सतत वावरत असूनही हरिभाऊंनी जी समाजचित्रं रंगवली ती मुख्यत: भावनिक पातळीवरून सर्वसामान्य वाचकाच्या हृदयाला जाऊन भिडतील अशा रीतीनं. यामुळे प्रसाद हाच त्यांच्या शैलीचा मुख्य गुण झाला. उलट राजेघराण्यांच्या कथानकांद्वारे सामाजिक प्रश्न रंगभूमीवर मांडण्याचा जो प्रयत्न कोल्हटकरांनी केला, त्याला त्यांच्या विनोदी व कल्पक शैलीनं अल्पकाळ यश लाभल्याचा भास झाला तरी ती नाटकं रंगभूमीवर फार दिवस टिकू शकली नाहीत. किंबहुना सौम्य प्रकृतिधर्मामुळेच तत्कालीन रंगभूमीला अत्यंत आवश्यक असलेल्या कृतिपूर्ण नाट्यात्मक संघर्षाकडे ते सहसा वळले नाहीत.

कोल्हटकर व केशवसुत या दोघांचं वास्तव्य आडगावीच झालं. राजकारणातली किंवा समाजकारणातली वादळे हरिभाऊंच्याप्रमाणे त्यांनी प्रत्यक्ष अनुभवली नाहीत. ती त्यांच्यापर्यंत घोंघावत आली एवढेच! पण असे असूनही प्रकृतिधर्मामुळे केशवसुतांच्या सामाजिक कवितेत जो ज्वलंत आवेश निर्माण झाला त्याचं दर्शन कोल्हटकरांच्या

कोणत्याही नाटकात घडत नाही. 'अभिनव काव्यमाले'च्या पहिल्या भागातल्या केशवसुतांच्या कवितांच्या छपाईचे मूल्य कोल्हटकरांनी दिलं. पण दिवंगत कवींच्या कवितांच्या छपाईचा खर्च विद्यमान कवींनी वाटून घ्यावा या योजनेला अनुसरून कवी या नात्यानं केशवसुतांविषयी त्यांना विशेष असं काही वाटत होतं किंवा समकालीन कवींपेक्षा केशवसुतांच्या आशयाचं आणि आविष्काराचं सौंदर्य किंवा सामर्थ्य त्यांना जाणवलं होतं असं वाटत नाही. केशवसुतांच्या काही विशिष्ट कविता कोल्हटकरांच्या फार आवडीच्या होत्या असंही दिसत नाही. कोल्हटकर पुढे कविसंमेलनाचे अध्यक्ष झाले असले तरी (१९२२) खुद्द त्यांची कविता काय किंवा त्यांच्या काव्यविषयक कल्पना काय जुन्या परंपरेशीच अधिक संलग्न होत्या. केशवसुत ज्या नव्या पाऊलवाटेनं चालले होते तोच पुढच्या पिढ्यांचा राजमार्ग होणार आहे याची कल्पना त्या काळच्या कितीशा प्रमुख साहित्यिकांना होती कोण जाणे!

॥८॥

परांजपे आणि खाडिलकर यांच्या सामाजिक सुधारणेविषयीच्या उदासीन किंवा उपहासपर दृष्टीचा संबंध जसा त्यांच्या आंतरिक व्यक्तित्वाशी आहे, तसाच तो लौकिक आणि वाङ्मयीन या दोन्ही प्रकारच्या व्यक्तित्वांशीही पोहोचतो. लौकिकदृष्ट्या दोघंही संपादक झाले. राष्ट्रीय पक्षाचे कट्टर (त्या काळी त्या पक्षाचे जहाल हे विशेषणच अधिक लोकप्रिय होतं) पुरस्कर्ते बनले. राजकारण हा नाही म्हटलं तरी समूहमनाचा (Mass-Mind) प्रश्न असतो. 'वन्हि तो चेतवा वा रे । चेतवीताचि चेततो' हे रामदासांचं वचन त्या काळच्या राजकीय चळवळीचं मुख्य सूत्र होतं. परकीय राजसत्तेविरुद्ध लोकांच्या मनामध्ये चीड निर्माण करणं आणि स्वातंत्र्याच्या वेदीवर बलिदान करण्याची प्रेरणा देणारं वातावरण कायम राखणं हा परांजपे व खाडिलकर यांच्या ध्येयवादाचा व लेखनाचा केंद्रबिंदू होता. व्यक्तिस्वातंत्र्याचा नव्या कल्पनेपेक्षा देशाचं स्वातंत्र्य ही त्यांच्या दृष्टीनं शतपटीनं महत्त्वाची गोष्ट होती. सामाजिक दुःखाच्या आकलनाला लागणाऱ्या संवेदनशीलतेचं रूप मुख्यतः वैयक्तिक असतं. जिथं समूहमनाला आवाहन करायचं असतं, तिथं व्यक्तीच्या जीवनातल्या सुखदुःखांकडे दुर्लक्ष होणं क्रमप्राप्तच असतं. याच कारणामुळे पूर्वकाळी धार्मिक कल्पना व त्यांच्या आश्रयानं वाढलेल्या आंधळ्या रूढी यांनी व्यक्तिजीवनातल्या सुखदुःखांचा कोंडमारा केला होता. पण वैचारिक दृष्टीनं पाहिलं तर परांजपे व खाडिलकर यांना पाश्चात्त्य समाजात मानवी जीवन कोणत्या नव्या ध्येयांनी प्रेरित झालं आहे आणि आपल्या देशातही या ध्येयांचा पगडा जनमनावर कसा बसणार आहे याची जाणीव झाली होती असं वाटत नाही. हरिभाऊंसारख्या त्या कालखंडातल्या

अग्रेसर साहित्यिकाच्या सामाजिक कादंबऱ्यांची यमी-चिमीच्या गोष्टी म्हणून त्यांनी हेटाळणी केली नसली तरी भावी काळात त्याच मार्गानं सारं ललित वाङ्मय जाणार आहे याचं स्वप्न या दोघांना कधी पडलं होतं की नाही हे सांगणं मोठं कठीण आहे.

तसं पाहिलं तर १९१७ मधील रशियन राज्यक्रांती ही मानवी जीवनाला आधारभूत असलेल्या सर्व विचारांना आणि मानवांना कलाटणी देणारी क्रांती होती. ती केवळ राजकीय क्रांती नसून आर्थिक व सामाजिक क्रांती होती. पण शिवरामपंतांना जुन्या राज्यक्रांत्यांची खडान्‌खडा माहिती असली आणि खाडिलकरांनी तत्कालीन महायुद्धावर अत्यंत मार्मिक लेखन केलं असलं, तरी नवी रशियन क्रांती जगाला कुणीकडे खेचून नेणार आहे या गोष्टीकडे त्यांनी लक्ष दिलं नाही.

परांजपे व खाडिलकर दोघेही राष्ट्रीय पक्षातले खंदे लेखक. दोघांचीही लेखणी तेजस्वी. वाचकांच्या मनाला प्रक्षुब्ध करून सोडण्याचं सामर्थ्य दोघांच्याही वृत्तपत्र लेखनात होतं. मात्र दोघांचं वाङ्मयीन व्यक्तित्व मूलतःच भिन्न होतं. चमत्कृतिप्रिय कल्पनाविलास हा परांजप्यांचा खास विशेष. तो त्यांनी मुक्त हस्तानं देशभक्तीचे निखारे फुलवण्यासाठी वापरला. खाडिलकरही हे निखारे सदैव फुलवत राहिले. पण त्यांची पद्धत अगदी निराळी होती. एखाद्या किल्ल्याच्या काटेरी दरवाजावर गंडस्थळ रक्तबंबाळ झालं तरी हत्तीच्या धडका सुरू असाव्यात तसे त्यांचे राजकीय लेख असत. ती रोखठोक, समोरासमोरची लढाई होती. शिवरामपंतांचे प्रतिपक्षीयांवरले हल्ले वैमानिकाच्या चपळाईनं होत असत. सर्वांत आश्चर्याची गोष्ट म्हणजे या वाङ्मयीन व्यक्तित्वामुळेच दोघांचं नाट्यलेखन अगदी भिन्न प्रकारचं झालं. 'कादंबरी', 'मानाजीराव', 'भीमराव' अशी नाटकं शिवरामपंतांनी तरुणपणीच लिहिली. पण ती रंगभूमीवर फारशी चमकलीच नाहीत. अगदी शेवटी त्यांनी लिहिलेलं 'पहिला पांडव'सुद्धा जनमनात रुजू शकलं नाही. वक्तृत्वात मूर्तिमंत नाट्य उभं करणाऱ्या आणि चमत्कृतिप्रिय कल्पकतेचं अपूर्व देणं लाभलेल्या शिवरामपंतांना नाटक समर्थपणे रंगभूमीवर उभं करायला आवश्यक असलेलं नाट्य कधीच पकडता आलं नाही. उलट त्यांच्या मानानं साधं, सरळसोट वक्तृत्व करणाऱ्या खाडिलकरांच्या 'सवाई माधवराव यांचा मृत्यू' पासून 'स्वयंवर' पर्यंत अनेक नाटकांनी रंगभूमी वाजत गाजत ठेवली इतकंच नव्हे तर त्या साऱ्या कालखंडावर खाडिलकरांनी आपल्या नाट्यनैपुण्यानं कायमचा ठसा उमटवला.

प्रत्येक मोठ्या लेखकाचं आंतरिक व्यक्तित्व, लौकिक व्यक्तित्व आणि वाङ्मयीन व्यक्तित्व यांच्या विविध घटकांचं उलटसुलट मिश्रण होऊन एक आगळं व्यक्तित्व निर्माण होतं आणि व्यक्तिमत्त्वाच्या या रसायनातूनच जशी तो गुणसंपन्न नवनिर्मिती करू शकतो, तशाच त्याच्या लेखनाच्या मर्यादाही निर्माण होतात. म्हणूनच या तिन्ही व्यक्तित्वांच्या मुळाशी गेल्याशिवाय एखाद्या साहित्यिकाच्या लेखनाची

गुणदोषमीमांसा केली तर त्याच्यावर मोठा अन्याय होण्याचा संभव असतो.

॥९॥

आंतरिक व्यक्तित्वातला अत्यंत महत्त्वाचा घटक म्हणजे स्वभावगुण. वाङ्मयीन व्यक्तित्वातला तितकाच महत्त्वाचा घटक म्हणजे प्रतिभागुण. कोल्हटकरांची सौंदर्याकडली ओढ काय किंवा खाडिलकरांची उदात्ततेकडे धाव घेणारी प्रवृत्ती काय या दोन्ही गोष्टी दोघंही बरोबर घेऊनच आले होते. त्यांच्या विकासाला काही अन्य कारणं घडली असतील. पण आडातच पाणी नसेल तर ते पोहऱ्यात कसं येऊ शकेल? कलावंताच्या आंतरिक व्यक्तित्वात जे घटक प्रभावी असतात त्यांचे परिणाम त्याच्या वाङ्मयीन व्यक्तित्वात व अंती त्याच्या निर्मितीत प्रकट झाल्याशिवाय राहत नाहीत. हरिभाऊंच्या ऐतिहासिक कादंबऱ्यात त्यांचं कलासामर्थ्य आणि देशभक्ती यांचा वाचकाला सहज प्रत्यय येतो. खाडिलकरांच्या 'कांचनगडची मोहना' किंवा 'भाऊबंदकी' या नाटकातही तो तीव्रतेनं जाणवतो; पण हरिभाऊंच्या देशभक्तीच्या आविष्कारात चांदण्याची शीतलता आहे. उलट खाडिलकरांच्या याच गुणात सूर्यप्रकाशाची प्रखरता आहे. हा फरक मुख्यत: दोघांच्या प्रकृतिधर्मातल्या अंतरामुळे पडला हे उघड आहे.

आंतरिक व्यक्तित्व व वाङ्मयीन व्यक्तित्व यांच्या संगमातून ललित कृती मुख्यत: आपलं रूप व चैतन्य घेऊन येते. हे खरं असलं तरी त्याच्या व्यक्तिमत्त्वाच्या रसायनातला लौकिक व्यक्तित्व हा घटक दुर्लक्ष करण्याइतका दुर्बल नसतो. या लौकिक व्यक्तित्वाच्या घडणीत अनेक लहानसहान गोष्टींचा समावेश होतो. कल्पनेला थोडंसं स्वैर सोडलं तर लौकिक व्यक्तित्व अंती लेखकाच्या निर्मितीवर भलाबुरा परिणाम कसा करतं याची कुणालाही कल्पना येईल.

लेखक चरितार्थासाठी ज्या व्यवसायाकडे वळतो तो पुष्कळसा परिस्थितीमुळे निश्चित होतो, केशवसुतांना उच्च शिक्षणाची संधी मिळाली असती आणि ते केळकर-कोल्हटकरांप्रमाणे कायद्याची परीक्षा देऊन फौजदारी वकिलीकडे वळले असते (त्यांच्या सामाजिक कवितातल्या आवेशावरून हा गमतीदार तर्क मी करत आहे एवढंच!) तर त्यांच्या लेखणीतून 'सतारीचे बोल', 'झपूर्झा', 'हरपले श्रेय' अशा कविता उतरल्या असत्या काय? नसत्या, असं वाटतं खरं. असं वाटण्याचा कार्यकारणभाव शंभर टक्के निश्चित करता येणार नाही पण 'दिवाळी' कवितेच्या शेवटी त्यांनी काढलेले उद्‌गार ('मी संध्यासमयी खुशाल गिरणातीरावरी बैसुनी। काललक्षेप करीन उन्मन असा वेड्यापरी गाऊनी,') आठवतात आणि मनात येतं खून, बलात्कार, खोटे दस्तऐवज इत्यादी घटनात दैनंदिन लक्ष घालण्याची पाळी त्यांच्यावर आली असती तर 'त्रिखंड हिंडुनि धुंडितसे। न परि हरपले ते गवसे।' हे उद्‌गार

काढणारा उत्कट अनुभव बहुधा त्यांना लाभला नसता. कोल्हटकर वकील न होता पत्रकार होऊ शकले असते काय? झाले असते तर कोणत्या प्रकारचे? या व्यवसायाचा त्यांच्या सौंदर्यलोलुपतेवर व तिच्यातून निर्माण झालेल्या चमकदार शैलीवर काय परिणाम झाला असता? ज्योतिर्गणिताच्या अभ्यासाकडे ते वळले त्याचं मूळ त्यांच्या ज्ञानपिपासेइतकंच त्यांच्या सौंदर्यदृष्टीतही आहे 'जे जे रम्य ते बघुनिया मज वेड लागे ।' हा उद्‌गार केशवसुतांचा असला तरी कोल्हटकरांच्या बाबतीतही तो सार्थ आहे. पण वकिलीच्या व्यवसायामुळे आणि ज्योतिर्गणिताच्या व्यासंगामुळे त्यांच्या वृत्तीला आणि शैलीला जो चिकित्सक काटेकोरपणा आला त्यानं त्यांच्या नाट्यदृष्टीची हानी केली. बडोद्याचे दिवाण रमेशचंद्र दत्त यांच्याशी त्यांची ओळख करून देताना 'हे आहेत महाराष्ट्राचे अग्रगण्य नाटककार' असे उद्‌गार काढणारे खाडिलकर कोल्हटकरांचे 'प्रेमसाधन' बसवताना 'ते सिच्युएशन्सचा (नाट्यपूर्ण प्रसंगांचा) नीट उपयोग करून घेत नाहीत,' अशी जी तक्रार करतात तिचं मर्म काय असावं? माझ्या मते कोल्हटकरांचा स्वभाव व प्रतिमा या दोन्हींतही दृग्गोचर होणारी बुद्धी आणि कल्पकता यांचं प्राबल्य, त्यांच्या आंतरिक व्यक्तित्वात असलेली सौंदर्यलोलुपता आणि व्यवसाय व व्यासंगाचे विविध विषय या सर्वांच्या समुच्चयाचा त्यांच्या लेखनावर निश्चित परिणाम झाला आहे.

॥१०॥

लेखकाची इच्छा असो वा नसो त्याच्या लौकिक व्यक्तित्वाचा त्याच्या साहित्य निर्मितीवर परिणाम होणं कसं अपरिहार्य असतं हे पाहायचंच असेल तर केळकरांचं उदाहरण उपयोगी पडेल. केळकर एल.एल.बी. होऊन वकिली करायला सातारला गेले. तिथं असताना त्यांनी शेरिडनच्या एका विनोदी नाटकाचं (Rivals) 'नवरदेवाची जोडगोळी' हे रूपांतर केलं. योगायोगानं पुढे लवकरच ते 'केसरी' कचेरीत आले. टिळकांचे सहकारी झाले. पण ते सातारला वकिली करत राहिले असते तर? मराठीला कोल्हटकर-खाडिलकरांच्या जोडीनं नाट्यलेखन करणारा चांगला नाटककार मिळाला असता का? त्यांच्या नाट्यलेखनामुळे स्वतंत्र विनोदी नाटकाची परंपरा सुरू झाली असती का? केळकरांचं नाट्यप्रेम व विनोदभक्ती पत्रकाराचा पेशा पत्करल्यामुळे पुढे जवळजवळ दीड तप नाट्यनिर्मितीच्या रूपानं प्रकट होऊ शकली नाही (या विनोदभक्तीमुळेच या काळात त्यांनी 'सुभाषित व विनोद' हे चर्चात्मक पुस्तक लिहिलं) असं म्हटलं तर ते चूक होईल काय? पुढं 'तोतयाच्या बंडा'पासून तो 'वीरविडंबना'पर्यंत आठ-दहा वर्षांत त्यांनी पाच-सहा नाटकं लिहिली. त्यातली 'तोतयाचं बंड' आणि 'कृष्णार्जुनयुद्ध' ही त्या काळी लोकप्रियही झाली. 'तोतयाच्या

बंडात' त्यांच्या नाट्यगुणांची व 'कृष्णार्जुन युद्धा'त विनोदनिर्मितीची शक्ती प्रेक्षकांच्या अनुभवाला आली. हे खरं असलं तरी या दोन्ही नाटकांची कथाबीजं त्यांना स्फुरली, ती कलावादी नाटककार म्हणून की त्या वादळी काळात 'केसरी'चे संपादक या नात्यानं त्यांना जी तारेवरची कसरत करावी लागली असेल तिचं अलिप्तपणे मनसोक्त चिंतन करताना? 'तोतयाच्या बंडा'तले अनेक नाट्यप्रसंग आकर्षक असले तरी लक्ष केंद्रित होतं ते नाना फडणवीसापुढे उभ्या राहिलेल्या पेचप्रसंगावर आणि 'राजकारणाला भावनावश होऊन चालत नाही,' या त्यातून ध्वनित होणाऱ्या सनातन सत्यावर. 'कृष्णार्जुन युद्धा' विषयीही असंच म्हणता येईल. कृष्ण आणि अर्जुन हे कितीही जीवश्चकंठश्च मित्र असले तरी शेवटी प्रत्येकाचं स्वत:वरच अधिक प्रेम असतं. जीवनात प्रथम पुरुष हेच एक निर्भेळ पूर्ण सत्य आहे. उरलेले दोन्ही पुरुष हे अर्धसत्य आहेत याची केळकरांना राजकीय संघर्षात आणि घडामोडीत झालेली जाणीव या नाटकाच्या मुळाशी असेल काय?

शिवरामपंत परांजप्यांसारख्या ज्वलज्जहाल देशभक्तानं आयुष्याच्या अखेरच्या पर्वात नाटक लिहावं ते महारथी कर्णाच्या जीवनावर 'पहिला पांडव'. खाडिलकरांची 'कीचकवध', 'भाऊबंदकी' इत्यादी नाटकं अनेक वर्ष त्यांच्यापुढे होती. भावनेचा आवेग आणि कल्पनाविलासाचं सामर्थ्य या दोन गोष्टी खाडिलकरांपेक्षा त्यांना कांकणभर अधिकच साध्य होत्या. गडकऱ्यांसारख्या श्रीपाद कृष्णांच्या परंपरेतला नाटककार भावनेची उत्कटता, कल्पनेचा स्वैर विलास आणि उघड्यावर जडजवाहीर टाकावं त्याप्रमाणे स्थानी-अस्थानी प्रकट होणारी अलंकारिक भाषा यांच्या बळावरच प्रेक्षकांना आपल्यामागून कसा खेचून नेतो हे त्यांनी पाहिलं होतं. त्यांच्या ठायी देशभक्तीच्या अनुषंगानं या गुणांचा आविष्कार होण्याची निश्चित शक्यता होती पण तसं कधी घडलं नाही. त्यांच्यातल्या वक्त्यानं व पत्रकारानं त्यांची नाट्यनिर्मितीची शक्ती लुळीपांगळी केली असेल काय?

॥११॥

या सर्व विवेचनाचा आणि तर्कवितर्काचा अर्थ एकच आहे- प्रतिभासंपन्न लेखकाच्या निर्मितीच्या शक्तीमागचं रहस्य शोधून काढणं, हे अत्यंत जटिल कार्य आहे. नानाविध रंगीबेरंगी धाग्यांचा गोफ बनावा तशी कलाकृती जन्माला येते. तिच्या निर्मितीच्या मुळाशी अनेक प्रेरणा, अगणित संस्कार, लौकिक आणि अलौकिक असे अनेक घटक असू शकतात. विशिष्ट कालखंडात जन्माला आलेले साहित्यिक एका दृष्टीनं कुटुंबातल्या सख्ख्या भावंडांप्रमाणे वाटले तरी त्या भावंडांच्या स्वभावापासून जीवनक्रमापर्यंत सर्व गोष्टींत साम्यापेक्षा भेदच जसे अधिक आढळतात, तसाच

अनुभव समकालीन लेखकांच्या बाबतीतही येतो.

समुद्रपृष्ठावर दिसतो त्यापेक्षा हिमनगाचा कितीतरी मोठा भाग पाण्याखाली लपलेला असतो. साहित्यनिर्मितीची प्रक्रिया तशीच आहे. स्पष्टपणे दिसणाऱ्या भागाइतकीच तिच्यातल्या या लपलेल्या भागाची दखल घेतली तर आपण या रहस्याच्या जवळ जाऊ शकतो. इतकंच नव्हे तर प्रतिभावंताला चांगला न्याय देऊ शकतो एवढंच मला सुचवायचं आहे.

हे सहा साहित्यिक म्हणजे १८९० ते १९२० या काळातल्या साहित्याची सहा उत्तुंग शिखरं. पुढल्या पिढ्या त्यांचं रसग्रहण व मूल्यमापन कसंही करोत, या सहाही प्रतिभावंतांनी आधुनिक मराठी ललित साहित्याचा पाया घातला आहे. एवढेच नव्हे तर तो पाया भरभक्कम आहे हे त्यांना मान्य करावंच लागेल. काव्य (केशवसुत), कादंबरी (हरिभाऊ), ललित निबंध (शिवरामपंत परांजपे), विनोद (कोल्हटकर), निबंध (केळकर) आणि नाट्य (खाडिलकर), या अर्वाचीन मराठीतल्या ललित साहित्याच्या प्रमुख शाखांचे आद्यपुरुष हे सहा साहित्यकार होत. भविष्यकाळात मराठी साहित्य नवी नवी वळणं घेईल. आशय आणि आविष्कार या बाबतीत नाना प्रकारचे प्रयोग करील. अधूनमधून अक्षर साहित्यात समाविष्ट होऊ शकणाऱ्या ललित कृतीही निर्माण करील. वर उल्लेखलेल्या लेखकांच्या साहित्याला थोडेफार ऐतिहासिक स्वरूप आज प्राप्त झालं आहे. त्यामुळे या सर्वांच्या संपूर्ण साहित्याकडे अभ्यासक व संशोधक वगळले तर फार थोडे रसिक वळतील. त्यांचं संपूर्ण व्यक्तिमत्त्व प्रकट करणारं आणि काळ लोटला तरी न कोमेजणारं साहित्यच सर्वसामान्य वाचकांच्या प्रेमाचा विषय होईल. दूरच्या भविष्यकाळात हरिभाऊंच्या तीन-चार कादंबऱ्या, शिवरामपंतांचे काही ललित निबंध ('प्रणयिनीचा मनोभंग', 'कालिदासाने लिहिलेले शाकुंतल', 'भासाची भवितव्यता' इत्यादी), केशवसुतांच्या पंधरा-वीस निवडक कविता ('स्फूर्ति'पासून 'हरपले श्रेया'पर्यंत सर्व प्रकारच्या) 'सुदाम्याच्या पोह्या'तले निवडक विनोदी लेख (कोल्हटकर), केळकरांचे काही निबंध आणि खाडिलकरांची 'कीचकवध', 'भाऊबंदकी' यांसारखी दोन-तीन नाटकं हे सर्व साहित्य रसिकांकडून आवडीनं वाचलं जाईल. रामनामानं पाषाण तरले अशी सेतुबंधनाची कथा प्रचलित आहे. साहित्यिकांच्या विविध व्यक्तिमत्त्वाचं एकवटलेलं सामर्थ्य ज्या कलाकृतीत पूर्णत्वानं प्रकट होतं, त्या अशाच रीतीनं सर्वभक्षक काळाच्या विध्वंसक शक्तीवर मात करत जातात, भावी पिढ्यांची स्फूर्तिस्थानं आणि रसिकांच्या अवीट आनंदाची निधानं बनतात.

◆

(वि.वा.शिरवाडकर गौरव ग्रंथ, १९७६,
संपादक ग.वि.अकोलकर, बा.वा.दातार)

परिशिष्ट
केशवसुतांचा संप्रदाय

ग.त्र्यं.माडखोलकर

आनंद मंडळापुढे वाचलेला निबंध

प्रतिभेच्या वेगवंत अश्वावर आरूढ होऊन गगनमंडळात गिरक्या घेणाऱ्या उदात्त अंत:करणात उद्भूत झालेल्या उत्कट भावनाचे रसतरंग हे कवितेचे सहजस्वरूप, प्रथम स्वरूप होय. हे अधीर अंत:करणाचे उत्कट उद्गार सुंदर शब्दांचा शाश्वत साज पेहरून काव्यस्वरूप पावले म्हणजे वाङ्मयात त्यांना अढळ स्थान प्राप्त होते-ते चिरंजीव होतात. मृतप्राय झालेल्या विचारशक्तीला सचेतन करून, मनुष्याच्या मोहवश मनाला या दृश्य सृष्टित अंतर्हित असलेल्या अनुपम सौंदर्याची साक्ष पटवून देण्याकरिता, या निस्सार आणि निरानंद संसाराला सुखमय करण्याकरिता कवितेचा इहजगतावर अवतार आहे! मनुष्याच्या दुबळ्या दृष्टिला दूर दिसणाऱ्या दिव्य ध्येयांचा, उदात्त तत्त्वांचा या जीवसृष्टिला विसर पडू नये आणि त्या ध्येयांच्या प्राप्तीकरिता अविश्रांत धडपडणाऱ्या मनुष्याला प्रोत्साहन द्यावे— त्याचा श्रमभार आपल्या मधुरगीतांनी झाला तर काहीसा हलका व्हावा म्हणून कवींचा हा प्रयत्न असतो. मनुष्याच्या मनाला मोहिनी घालून, त्याला क्षणभर तरी प्रपंचदु:खाचा विसर पाडण्याचे सामर्थ्य उत्तम कवितेतच वसत असते. किंबहुना जनतेचे हृदय हलवून सोडण्याचे सामर्थ्य ज्या कवितेत असेल तीच कविता उत्तम असे म्हटले असता काही वावगे होणार नाही. अशा तऱ्हेची उत्तम कविता, प्राचीन महाराष्ट्रात, संतकवींनी बरीच निर्माण केली आहे, परंतु संतकवींनी निर्माण केलेली ही काव्यसंपदा अमूप असली तरी तिच्या ठिकाणी विविधत्वाचा आढळ विशेषसा होत नाही. संतकवींच्या नितांत प्रेमळ अंत:करणातून आविर्भूत झालेले हे काव्यतरंग जरी अनन्यसुंदर असले तरी भक्तिप्रेमाच्या एकाच रसाने ओथंबलेले आहेत. महाराष्ट्र कवितेचे हे एकांगित्व नाहीसे करून तिला नवे वळण लावण्याचे, बदललेल्या परिस्थितीप्रमाणे प्राप्त

होणारे नवीन स्वरूप देण्याचे महत्कार्य केशवसुतांनी केले.

केशवसुतांच्या अगोदरचा काळ हा महाराष्ट्राच्या काव्यवाङ्मयाच्या संक्रमणाचा काळ होय. नुकत्याच झालेल्या राज्यक्रांतीने निर्माण केलेल्या नवीन परिस्थितीचे, नवजीवनाचे अप्रतिहत आघात जसे समाजावर तसे साहित्यावर सतत होत होते. बदललेल्या परिस्थितीप्रमाणे प्राप्त होणारे स्वरूप स्वीकारावे, नाहीतर नष्ट व्हावे असा निष्ठुर संदेश, राज्यक्रांतीने निर्माण केलेले ते निर्घृण सामर्थ्य महाराष्ट्राला निरंतर सांगत होते. अशा दुरवस्थेत महाराष्ट्राच्या आधुनिक कवितेचा जन्म झाला. महाराष्ट्रात त्यापूर्वी प्रचलित असलेल्या कवित्वाविषयीच्या कोत्या कल्पनात नवीन परिस्थितीने जी क्रांती घडवून आणली त्या क्रांतीचेच महाराष्ट्राची आजची कविता हे दृश्यस्वरूप होय. संस्कृत कवितेला देशीकार लेणे चढवणारे राजवाडे, लेले आणि इंग्रजी कवितेला मराठी वेष देणारे कीर्तिकर-महाजनी या विख्यात विद्वानांनी महाराष्ट्रातील आधुनिक काव्यवाङ्मयाचा पाया घातला. परंतु संस्कृत किंवा इंग्रजी भाषेवर प्रभुत्व गाजवणाऱ्या या पंडितांकडून स्वतंत्र काव्यरचना मुळीच झाली नाही. मेघदूताचे मधुर भाषांतर करणाऱ्या चिपळूणकरांची स्फुट कविताही या बाबतीत जमेस धरण्यासारखी नाही. सामान्य जनतेच्या साध्या भाषेत सरस काव्यरचना करण्याकरिता पुढे सरसावलेल्या कुंट्यांच्या 'शिवाजीचे' तेज महाराष्ट्रात कधीच पडले नाही. केशवसुतांच्या प्रतिभेचे बोबडे बोल बाहेर पडण्याच्या त्या सुमाराला टिळकांचा 'ओसाड गाव' नुकताच पुढे येऊन रसिकांना आपले रडगाणे ऐकवत होता. केशवसुतांच्या नवजात प्रतिभेला पंख फुटण्यापूर्वी महाराष्ट्राची आधुनिक कविता भाषांतराच्या पांगुळगाड्याचा आधार घेऊन त्या दुरवस्थेतून मार्ग काढण्याकरिता धडपडत होती.

आधुनिक कवितेच्या या तत्कालीन परिस्थितीचा पगडा केशवसुतांच्या कवितेवरही प्रथम बराच पडला होता. स्वयंवरानंतर, प्रतिस्पर्ध्यांचा पाडाव करून विजयोत्साहाने नगरात प्रवेश करणाऱ्या नवपरिणीत राजदांपत्याला पाहाण्याकरिता सौधावर येणाऱ्या विलोल बालांच्या विचित्र विलासांच्या वर्णनानेच केशवसुतांच्या काव्यरचनेला प्रारंभ झाला. प्रारंभी आधारलेला हा भाषांतराचा पांगुळगाडा अजिबात सोडून, केशवसुतांच्या प्रतिमेने पुढे आपला मार्ग स्वतंत्रच आक्रमिला आहे. कल्पनेच्या विशाल वातावरणात वावरणाऱ्या केशवसुतांच्या विलक्षण स्फूर्तीला अविषय, अगम्य असे काहीच वाटले नाही. ज्या ज्या वस्तूला, ज्या ज्या क्षुल्लक विषयाला केशवसुतांच्या या चिद्घन चपलेने स्पर्श केला, त्या त्या वस्तूत, त्या त्या विषयात अंतर्हित असलेले सौंदर्य त्या दिव्य स्पर्शाबरोबर एकदम उमळून बाहेर पडले! अशा तऱ्हेची अद्भुत जादू केशवसुतांच्या वाणीत भरलेली होती. सामान्य दृष्टिला सतत सहवासाने जे मेल्यासारखे झाले, त्या नसण्यात जिवंतपणा भरून, नवी नवलाई निर्माण करून केशवसुतांची प्रतिभा रसिक मनाला वेड लावते. निर्जीव शब्दांना स्वैर नाचवून

नित्याला नवेपण आणण्याची ही कला महाराष्ट्रात केशवसुतांनीच प्रथम निर्माण केली आणि या कलेला अनुरूप अशी नवीन भाषाही त्यांनीच बनवली. केशवसुतांची ही भाषा फार साधी, अगदी फारच साधी— कित्येक ठिकाणी अगदी गावंढळ झालेली आहे. दोन दशकांच्या अल्प अवधीत केशवसुतांच्या प्रतिभेने तीन अवस्थांतरे पाहिली. भाषांतर आणि अनुकरण या दोन अवस्थांतून उत्क्रांत होत होत केशवसुतांची प्रतिभा स्वतंत्र झाली. आणि या स्वतंत्र झालेल्या प्रतिभेनेच 'प्रीति', 'झपूर्झा', 'हरपले श्रेय' यांसारखी अनन्यसुंदर गीते गायिली. जड जगताचे बंध तुटून वृत्ती विरल झाल्या असता, त्या उन्मनावस्थेत उद्‌भूत झालेली ही अनन्यसुंदर गीते सामान्य बुद्धिला समजणे शक्यच नाही. कवीच्या उदात्त अंतर्वृत्तींशी एकरूप होणाऱ्या विरळ रसिकालाच त्यांच्या विलक्षण सौंदर्याची प्रतीती येते. सामान्य शाहिरांच्या शेकडो शब्दबंधांना मागे सारण्याचे, फोल ठरवण्याचे सामर्थ्य 'झपूर्झा', 'मुरली', 'निर्झर', 'वेडगाणे', 'गोकलखां' या चिमुकल्या कवितांमध्ये आहे. कविता सौंदर्याने शाश्वत होते, संख्येने नव्हे! केशवसुतांची कविता फारच साधी, अलंकारांचा तिला स्पर्शही झालेला दिसत नाही. तिच्या या साधेपणानेच तिचे सहजसौंदर्य खुलून दिसते. केशवसुतांच्या कवितेत अमर्याद, अलौकिक ओज भरलेले आहे. ओजोगुणाने रसरसलेली इतकी साधी, इतकी सहजसुंदर, इतकी विलक्षण, वीर्यवती वाणी महाराष्ट्रात दुसरी श्रीसमर्थांचीच. केशवसुतांच्या कवितेच्या या विलक्षण तेजापुढे समकालीनांचे, समवयस्काचे कवित्व अगदी फिके पडले! आणि या लोकातिग ओजोगुणामुळेच केशवसुतांच्या साध्याभोळ्या कवितेवर रसिकांची अंतःकरणे अगदी लोभावून गेली आहेत. केशवसुतांच्या नुसत्या 'झपूर्झा'चेच अनुकरण टिळक, रेंदाळकर आणि सुमंत या महाराष्ट्रातल्या विख्यात कवींनी केले आहे. इतकी विलक्षण जादू केशवसुतांच्या कवितेत भरलेली आहे आणि या जादूपुढे त्यांच्या कवितेत भरपूर असलेले भाषादोष अगदी फिके पडले आहेत.

आईला बाळ्या वदला
कुतुकाने उत्सुकलेला

अशी चमत्कारिक कर्णकटू शब्दरचना केशवसुतांच्या कवितेत काही थोडी नाही; परंतु रसिकाचे अंतःकरण या बहिरंगाची पर्वा कधीच करत नाही; ते त्या कवितेच्या अंतःस्वरूपाला, आंतरआस्वादालाच लोलुप असते. केशवसुतांच्या कवितेचे सारे सौंदर्य या आंतरआस्वादातच भरलेले आहे. विश्वातल्या अगदी क्षुद्र वस्तूशी तद्रूप होऊन त्या वस्तूत अंतर्हित असलेले उदात्त तत्त्व काढण्यातच केशवसुतांची चिद्धन चपल दंग असते. बहिःसृष्टी आणि अंतःसृष्टी या दोहोंचेही वर्णन केशवसुतांना उत्तम साधत असे, परंतु त्यातल्या त्यात अंतःसृष्टीचे, मनःसृष्टीचे वर्णनच त्यांच्या प्रतिभेने फार सुंदर केले आहे. 'सतारीचे बोल' ही एकच कविता या विधानाची

सत्यता पटवते. व्यक्तीच्या विकारांपासून समाजाच्या, राष्ट्राच्या, विश्वाच्या विकारांशी समरस होण्याचे सामर्थ्य त्यांच्या प्रतिभेत वसत होते. 'दवांचे थेंब', 'तुतारी', 'दोन बाजी' आणि 'झपूर्झा' या कवितादृष्टिने केवळ अप्रतिम आहेत. परंतु त्यावेळी प्रचलित असलेल्या कवित्वाच्या कृत्रिम मर्यादा झुगारून देण्यातच केशवसुतांच्या कार्याचे खरे महत्त्व आहे. महाराष्ट्रातील आधुनिक कवितेला योग्य वळण लावण्याचे अत्यंत महत्त्वाचे कार्य केशवसुतांनी केले. आणि केशवसुतांनी दाखविलेल्या या मार्गाचे अनुकरण यशस्वी झाले किंवा नाही व केशवसुतांच्या सांप्रदायाचा विस्तार पुढे कसा झाला याचाच विचार आता कर्तव्य आहे.

केशवसुतांच्या कवितेतील नवीनपणाचा प्रभाव जसा भावी कवीच्या कृतींवरही पडला, केशवसुतांच्या 'तुतारी'च्या सुराने महाराष्ट्रात जशी तुतारीमंडळे निर्माण केली तसे राष्ट्राभिमानाने रसरसलेले तुतारीवाङ्मयही निर्माण केले. आणि हे तुतारी वाङ्मय महाराष्ट्रात पुढे असेच निरंतर वाढत जाणार. केशवसुतांच्या 'तुतारी'च्या सुराला साथ देण्याचे कार्य महाराष्ट्रात प्रथम टिळकांनी केले. टिळकांची प्रतिभा स्वभावत:च शांत, आवेश तिच्यात क्वचितच आढळतो. परंतु जिवलग मित्राने फुंकिलेल्या तुतारीच्या नादाने टिळकांचा सुप्तावस्थेत असलेला राष्ट्राभिमान जागा झाला आणि 'बोंबाबोंब', 'रणशिंग' यांच्यासारखी विलक्षण ओजस्वी गीते त्यांच्या प्रतिभेने गायिली. टिळकांचे 'रणशिंग' तुतारीपुढे अगदीच निस्सत्त्व दिसते. परंतु टिळकांची 'बोंबाबोंब' ही कविता विलक्षण ओजस्वती आहे.

विषवृक्षांचे मळे लाविले,
निजरुधिराने जरी शिंपिले
तरी संप्रती-कुऱ्हाड हाती!

अशा तऱ्हेचा अप्रतिम आशावाद टिळकांनी त्या कवितेत घुमवला आहे आणि विशेषत: 'तरी संप्रती कुऱ्हाड हाती!' ही ओळ वाचताना

गतशतकांची पापे घोरे।
क्षालायाला तुमची रुधिरे।
पाहिजेत रे!।।

या 'तुतारी'तल्या, केशवसुतांच्या प्रेतालाही आवेश आणणाऱ्या दिव्य संदेशाची आठवण झाल्यावाचून राहत नाही. शुभाशुभांचा संगम, सहकारित्व, ब्राह्मण किंवा महार या सुंदर गीतात तुतारीतील एक एक तत्त्वाचे उत्तम विवरण केलेले आहे. टिळकांची ही कवने केशवसुतांच्या 'तुतारी'ने महाराष्ट्रातील कवीच्या राष्ट्रविषयक विचारांना कोणते नवे वळण लावले याची उत्तम साक्ष पटवतात.

टिळक हे केशवसुतांचे समवयस्क होते, मित्र होते, केशवसुतांच्या सांप्रदायाचे

अनुसरण करायची प्रतिज्ञा करून त्यांचे शिष्यत्व पत्करणारे गोविंदाग्रज हेच त्यांचे पहिले व सच्चे चेले होत. परंतु प्रतिज्ञेला शोभण्यासारखी कृती गोविंदाग्रजांच्या हातून झाली नाही. केशवसुतांच्या प्रेमगीतांचेच अनुकरण गोविंदाग्रजांनी विशेष केले; तुतारी वाङ्मयांत गणना करण्यासारखे एकही ओजस्वी गीत त्यांच्या शब्दशारदेने गायले नाही. गोविंदाग्रजांचा 'दसरा' हे तुतारीचे अगदी अधम अनुकरण आहे— तुतारी वाङ्मयाला ते एक लांछनच आहे. स्वधर्माचा त्याग करणाऱ्या टिळकांनीही जे अर्वाच्य उद्‌गार काढण्याचे धाडस केले नाही, ते उद्‌गार गोविंदाग्रजांनी आपल्या दसऱ्यात काढले आहेत! रूढींचे सीमोल्लंघन हा समाजाचा दसरा असेल परंतु धर्माचे सीमोल्लंघन— अत्यंत उदात्त, परम पवित्र तत्त्वाचे सीमोल्लंघन म्हणजे समाजाचा दसरा नव्हे, समाजाचे दुर्दैव होय— समाजाचा दारुण अध:पात होय आणि अशा अधोमार्गाचे अनुसरण, आमच्या आधीच अवनतावस्थेत असलेल्या समाजाने करावे म्हणून केशवसुतांनी तुतारी फुंकिली? 'घातक भलत्या प्रतिबंधांना झुगारून द्या' हा संदेश सांगण्याकरिताच केशवसुतांनी आपल्या प्राणांनी फुंकिलेल्या तुतारीचे नाद महाराष्ट्रात घुमविले,

'श्रुतिस्मृतींना आता विसरा!'

हे उद्‌गार उच्चारण्याकरिता केशवसुतांनी आपल्या वाग्देवतेला व्यर्थ शिणवली नाही. केशवसुतांच्या तुतारीचे रहस्य गोविंदाग्रजांना कळलेच नाही आणि म्हणून हा एवढा अर्थाचा अनर्थ झाला.

अटक कशाची बसला घालुनि?
पूर्वज वदले त्या गमले ते
ऐका खुशाल सादर चित्ते
परंतु सरका विशंक पुढते—
निरोप त्यांचा ध्यानी घेउनि!

हाच संदेश तुतारीने महाराष्ट्राला सांगितला, परंतु या संदेशाचे रहस्य— पूर्वजांचा निरोप ध्यानी घेऊन पुढे सरसावयास सांगणाऱ्या तुतारीचा दिव्य 'ध्वनि' न समजल्यामुळेच गोविंदाग्रज भलतेच बरळले! 'श्रुतींना विसरा' असे सांगण्याचे पाप 'तुतारी'ने कधीच केले नाही आणि तो अधिकारही 'तुतारी'चा नव्हे. त्यांनी असली केवळ अक्षम्य चूक कधीच केली नसती. राष्ट्रीय कवने लिहिण्याचे सामर्थ्य गोविंदाग्रजांच्या वाणीत नव्हते आणि म्हणूनच हात दाखवून अवलक्षण करून घेण्याचा हा विचित्र प्रसंग ओढवला. या विधानाला त्यांचा पानिपताचा पोवाडाही अनुकूल आहे. पानिपताच्या प्रसंगासारख्या राष्ट्रावर कोसळलेल्या अलौकिक आपत्तीची राष्ट्रीय सभेतील बखेड्यांशी केलेली विचित्र तुलना पाहून मनाला अगदी उद्वेगच येतो. ऐतिहासिक कवनात सद्य:स्थितीचा स्पष्ट उल्लेख न करताच राष्ट्रीय भावनांचे उद्दीपन करायचे असते हे

तत्त्वही गोविंदाग्रजांना माहीत नव्हते. वर्ण्य विषयाशी स्वत: समरस होऊन रसिकांच्या वृत्तीही तद्रूप करण्याचे सामर्थ्य ज्याच्या रसवंतीत असेल तोच खरा शाहीर! वीररसाचा किंवा करुणरसाचा उठावही या पोवाड्यात चांगलासा झालेला नाही. पानिपताच्या करुण-मनोहर प्रसंगाचे वर्णन करताना बाष्कळ कोट्या सुचणे हीच कवीच्या द्विधावृत्तीची साक्ष देते. केशवसुतांचा दोन बाजींचा चिमुकला पोवाडा साधा असला तरी त्वेषाने, आवेशाने, ओजोगुणाने अगदी रसरसलेला आहे. गोविंदाग्रजांची ही दोन्हीही अनुकरणे, विशेषत: 'तुतारी'चे अनुकरण अगदी विकृत झाले आहे. विकृत अनुकरण म्हणजे अनुकरण नव्हे. सद्‌भिरुचीला साजेल, सज्जनांना संतोष देईल, अनुकृतालाही आपल्या उत्तमत्वाने मागे सारील, भूषणास्पद होईल तेच अनुकरण. असे अनुकरण गोविंदाग्रजांना या बाबतीत साधले नाही. परंतु राष्ट्राचा शाहीर ज्यांना होता आले नाही तेच गोविंदाग्रज मुरलीचे शाहीर झाले! गोविंदाग्रजांच्या अद्वितीय प्रतिभेचे मनाला मोहिनी घालणारे स्वैर विलास प्रेमळ हृदयांच्या उत्कट प्रेमाचे, विशुद्ध अद्वैताचे वर्णन करितानाच विशेषत्वाने दृष्टीस पडतात. गुरूच्याच कल्पना घेऊन या बाबतीत त्यांनी गुरूवरही ताण केली आहे. 'माझा अंत' या केशवसुतांच्या कवितेत बीजभूत असलेल्या—

वृक्षावरी वीज जधी पडावी—
त्याच्या स्थितीतची तिची महती पहावी.

या कल्पनेचा अत्यंत सुंदर विस्तार गोविंदाग्रजांनी आपल्या 'प्रेम आणि मरण' या कवितेत केलेला आहे. 'गोफ' या करुण-मनोहर कवितेत गोविंदाग्रजांनी 'त्वत्प्रीतीस अपात्र हा' या केशवसुतांच्या प्रेमगीतात सारभूत असलेले तत्त्व आधाराला घेतले आहे. गोविंदाग्रजांची मुरली— या मुरलीला महाराष्ट्राच्या काव्यवाङ्‌मयात तरी दुसरी उपमाच नाही! मुरलीचा शाहीर महाराष्ट्रात गोविंदाग्रजच; केशवसुतांनी प्रेमगीते लिहिली आणि उद्या दुसरेही कवी प्रेमगीते लिहितील परंतु गोविंदाग्रजांची मुरली अनुपम, अप्रतिम, अद्वितीय आहे— तिची सर कोणालाच येणार नाही!

'कारुण्यं कविराम एव तनुते' असे धन्योद्गार रसिकांच्या तोंडून काढवणारा त्यांचा राजहंसही मुरलीच्या तुळेला येणार नाही. अंत:सृष्टीचे वर्णनच गोविंदाग्रजांना फार सुंदर साधत असे. केशवसुतांनी निर्माण केलेली नवीन भाषाही गोविंदाग्रजांनी पूर्णतेला नेली, सुधारली, सुंदर केली. केशवसुतांच्या कवितेविषयी आज जी आवड, जी उत्सुकता, जो आदर महाराष्ट्रात दिसून येत आहे, त्याचे श्रेय त्यांच्याचकडे येते. किंबहुना महाराष्ट्रात आधुनिक कवितेला लोकप्रिय करण्याचे अत्यंत महत्त्वाचे कार्य गोविंदाग्रजांनीच केले असे म्हटले असता केवळ अतिशयोक्ती होणार नाही. महाराष्ट्रातील आधुनिक कवितेला नवीन स्वरूप देऊन केशवसुतांनी स्वतंत्र केली आणि सुंदर शब्दांचा साज चढवून गोविंदाग्रजांनी तिला जनतेपुढे उभी केली— तिच्या सौंदर्याकडे

महाराष्ट्राचे लक्ष वेधले.

बालकवी हे केशवसुतांचे दुसरे शिष्य; अंत:सृष्टीचे. प्रेमळ हृदयाच्या भावनातरंगाचे वर्णन करण्याची केशवसुतांची कला गोविंदाग्रजांनी पूर्णतेला नेली तर केशवसुतांना कधीच चांगलेसे न साधलेले निसर्गसौंदर्याचे वर्णन, वर्ण्य विषयाला अनुरूप अशा नादसुंदर शब्दांनी करून बालकवींनी त्या कलेचा उत्कर्ष केला. निर्जनवनात स्वैर नाचणाऱ्या निर्झराचे नितांतरम्य, नादमधुर वर्णन बालकवींनेच करावे! केशवसुतांच्या 'भृंग' या कवितेत मूलभूत असलेली कवीची—

तुज मागुनि वाटे यावे
गोड फुले चुंबित गावे!

ही उत्कट उत्कंठा आधाराला घेतली आणि बालकवींनी—

तुला बघावे गुंगावे
गुंगतेची चुंबुनि घ्यावे!

ही हृदयंगम कविता लिहून कवीच्या दिव्य इच्छेचे फार सुंदर वर्णन केले. केशवसुतांच्या किंवा गोविंदाग्रजांच्या कवितेवर त्यांच्या परिस्थितीची, त्यांच्या आशा-निराशांची, त्यांच्या सुख-दु:खांची छाया स्पष्ट पडली आहे. परंतु बालकवींच्या कल्पनासृष्टीत सगळाच आनंद! दु:खाचा, निराशेचा, ऐहिकतेचा वाराही त्यांच्या सृष्टीवरून वाहत नाही; बालकवींच्या चिमण्या जगात सगळे प्रेम, सगळा आनंद! आणि म्हणूनच बालकवींच्या काव्यसुधेचे सेवन करत असता स्वर्गीय आनंदाचा अगदी अननुभूत अशा अनुपम आनंदाचा लाभ होतो. 'धर्मवीर' ही अतीव सुंदर कविता लिहून बालकवींनी तुतारीवाङ्मयात उत्तम भर घातली आहे.

आद्यऋषींनी जी केली, तेजाची पूजा वहिली;
ती करणे ज्या ज्या लोकां ते सारे सावध ऐका!

या प्रारंभातच गोविंदाग्रज आणि बालकवी यांचा मतभेद दिसून येतो. केशवसुतांच्या 'तुतारी'चे समर्पक शब्दांनी केलेले इतके उत्तम अनुकरण दुसरे कोणतेही नाही. बालकवींची रसवंती किती तेजस्वी होती याची हे एकच कवन साक्ष देईल. बहिरूपाधींनी असंश्रित अशा अत्यंत शुद्ध प्रीतिची गीते गोविंदाग्रजांनी गायिली आणि वैयक्तिक भावनांनी अस्पष्ट अशी निसर्गदृश्यांची अत्यंत रम्य शब्दचित्रे बालकवींनी रेखाटली.

बेहरे आणि निफाडकर हेही केशवसुतांच्या सांप्रदायांचे अनुगामी आहेत. बेहऱ्यांच्या वाणीत एक प्रकारची तडफ आहे; महाराष्ट्राविषयीचा त्यांचा अभिमान, त्यांची राष्ट्रभक्ती उज्ज्वल आहे. परंतु नुसत्या राष्ट्रभक्तीने उत्तम काव्य निर्माण होत नाही. वैयक्तिक भावनेला विश्वरूप देणाऱ्या प्रतिभेला निस्सीम राष्ट्रभक्तीची जोड मिळाली असता उत्कृष्ट राष्ट्रीय कवने निर्माण होतात. परंतु बेहऱ्यांची राष्ट्रभक्ती उज्ज्वल

असली तरी त्यांची प्रतिभा उज्ज्वल नाही, ती हीनप्रभ आहे. तुतारी वाङ्मयात मोडण्याजोगे त्यांचे युगांतर हे कवन गोविंदाग्रजांच्या दसऱ्यापेक्षा चांगले असले तरी उत्तमात त्याची गणना खचित होणार नाही. युगांतराचे पहिले तीन भाग, पूर्वार्ध चांगला उतरला आहे परंतु उत्तरार्ध केवळ कृत्रिम, अगदी टाकाऊ आहे. त्यांची 'छाया' ही कविता उत्तम आहे. बेहरे विकारवश आहेत; एकदा ते लिहू लागले म्हणजे आपण काय लिहितो याचा त्यांना सुमार राहत नाही. उत्कट भावनांचा उद्रेक म्हणजेच उत्तम काव्य परंतु भावना म्हणजे विकार नव्हे आणि असले विकार-संभूत काव्य लिहिताना जरी कितीही चांगले वाटले तरी पुढे काही काळ लोटल्यावर ते काव्य पुन्हा वाचण्याचा प्रसंग आला असता कवीलाच मग आपण भलतेच काही तरी भरकटून गेलो असे वाटू लागते! अशा तऱ्हेचे प्रमाद बेहऱ्यांच्या हातून केवळ विकारवशतेने घडले आहेत. भाषेच्या बाबतीतही केशवसुतांचे चुकीचे अनुकरण बेहऱ्यांनी केले आहे.

'मेलेले मुडदे पुन्हा उकरण्यापेक्षा हयाताकडे' ही त्यांची समाजसूर्य कवितेतील ओळ विकृत अनुकरणाचा उत्तम मासला आहे. निर्यमक कविता लिहिण्याचाही प्रयत्न बेहऱ्यांनी केलेला आहे. अद्‌भुत कल्पना, उदात्त तत्त्व आणि सुंदर शब्दयोजना या तीन घटकांचा एकजीव झाला असता निर्यमक कविता निर्माण होते. 'आह्मी कोण' ही केशवसुतांची कविता उत्तम निर्यमक कवितेचे उदाहरण आहे; परंतु केशवसुतांच्याही काही निर्यमक कविता अगदी साधारण झाल्या आहेत. निर्यमक कवितेचे अनुकरण याचमुळे फार धोक्याचे असते आणि तसले धोक्याचे अपेशी अनुकरण बेहऱ्यांनी केले आहे. कल्पना सामान्य, शब्दरचना कर्कश, असली दिव्य सामग्री असल्यावर मग अधम निर्यमक कविता का निर्माण होऊ नये? उदात्त तत्त्वे गद्यातही साजून जातात. मग हा शब्दसंबंधांचा खटाटोप हवाच कशाला? हीच चूक निफाडकरांनीही केली आहे. त्यांचे लक्ष नेहमी तत्त्वांच्या सौंदर्याकडे असते, भाषेच्या सौंदर्याकडे कधीच नसते. आणि म्हणूनच त्यांच्या कवितेला पद्यबद्ध गद्याचे हीन स्वरूप आले आहे. नुसता तत्त्वांचाच विस्तार करायचा असल्यास गद्याचे अफाट मैदान अगदी मोकळे आहे. उदात्त ध्येये, उत्तम तत्त्वे जनतेच्या अंत:करणाला निरंतर नाचवतील अशा नितांत मधुर नादलहरीशी एकजीव करून जगताला अर्पण करण्याकरिता कवितेचा अवतार आहे. आपल्या कवितेची पुंगी वाजवून हा गारुडी जगताला गुंग करत असतो. आणि मनावर भूल पसरणारे असले मधुर गाणे असल्या छंदोबद्ध गद्यात कसे आढळणार? आणि या रूक्ष पद्यबद्ध गद्याला 'गाणे' तरी कसे म्हणावे? केशवसुतांची उत्तम कविता सयमक आहे. केशवसुतांनी हा एक नवीन प्रकार रूढ केला इतकेच; परंतु त्यांचे अनुकरण प्रत्येकाने आपले सामर्थ्य पाहूनच केले पाहिजे. निफाडकरांची 'नादआवाहन' ही कविता हेही एक तुतारीचे अगदी

अधम अनुकरण आहे. तुतारी वाङ्मयात गणना व्हावी इतकीही त्या कवितेची लायकी नाही.

आळशांनो! कां निजला ऐसे
पाय पसरूनी रेडे जैसे?
श्रवणि न येते तुमच्या कैसे,
कविवच वीर्याचे?

हा एकच उतारा समर्थनाला पुरे आहे. निफाडकरांची 'अश्रु' ही कविता हृदयंगम आहे. निफाडकर आणि बेहरे यांचा देशाभिमान उज्ज्वल आहे; परंतु समर्पक शब्दांच्या अभावी देशाभिमानाचे तेज पडणे अशक्य आहे. आणि असला देशाभिमानही किती हास्यास्पद होतो याचा नमुना म्हणून—

हेच सांगतो दादाभाई
हेच बोलते बिझांट बाई
हेच गर्जतो बाळ टिळकही
गोखले हेच । बानर्जी, मेथा तेच!

हा एकच उतारा पुरे आहे. 'केशवसुत' नावाच्या अप्रसिद्ध कवीने लिहिलेल्या 'कर्मवीर' या टाकाऊ काव्यातला हा उतारा आहे. असला देशाभिमान अस्सल केशवसुतांच्या कवितेत मुळीच नाही.

केशवसुतांच्या सांप्रदायाविषयी आतापर्यंत बराच विचार झाला परंतु केशवसुतांच्या सांप्रदायाच्या भवितव्याविषयी समारोपाचे दोन शब्द लिहिण्यापूर्वी, या सांप्रदायावर— किंबहुना आधुनिक कवितेवर– लादल्या जाणाऱ्या दोषांचा थोडासा परामर्श घेणे अगत्याचे आहे. या सांप्रदायाचा शृंगाराकडेच विशेष ओढा आहे हा पहिला आक्षेप आहे. शृंगाराची ही परंपरा महाराष्ट्रात, किंबहुना भारतात फार प्राचीन आहे. संस्कृत कवींपासून महाराष्ट्राच्या प्राचीन कवींकडे आणि प्राचीनांकडून अर्वाचीनांकडे अशा तऱ्हेने पूर्वकवींनी घालून दिलेली ही परंपरा आजपर्यंत चालत आलेली आहे. संस्कृत कवींनी शृंगाराला नवरसांचा राजा मानला आहे! आणि 'कविकुलगुरू' पासून— 'कवींद्रा' पर्यंत सगळ्या संस्कृत कवींनी आपले अतुल वाग्वैभव त्या शृंगाराच्या- त्या रससम्राटाच्या वृथा अर्चनात अविरत उधळले आहे. भवभूती-जानकीजीवनाच्या निस्स्वार्थ जीवनाचे, ऊर्जस्वल यशाचे, अपेशी संसाराचे करुण सुंदर शब्दचित्र रेखाटणारा विरक्त भवभूती—पण त्यानेसुद्धा आपल्या तेजस्वी प्रतिभेला मदयंतिकेच्या जागृतिस्वप्नांचे वर्णन करताना इतकी स्वैर सोडली आहे की, त्या स्वैरिणीचे विचित्र विलास पाहून रसिकमनाला खंतच वाटते. आणि या रससुधेच्या सेवनात शाश्वत सुख नाही, अक्षय्य-अवीट आनंद नाही म्हणून ज्यांनी अनिर्वचनीय आनंद देणारा,

चिरंतन सुख देणारा नवीन रस-भक्तिरस निर्माण केला त्या महाराष्ट्राच्या प्राचीन कवींनीही या पूर्व परंपरेचे, या रूढींचे उल्लंघन केले नाही. संतकवींच्या काव्यांमध्ये क्वचित भासणारा शृंगाराचा उणेपणा मुक्तेश्वर-वामन-विठ्ठलांनी आणि पुढे निव्वळ लावणीकवी सोडले तरी अमृत-अनंतफंदी-राम जोशी यांनी पूर्वकवींच्या लौकिकाला आणि तोलाला साजेल इतक्या उत्तम रीतीने भरून काढला आहे! परंतु यात अस्वाभाविक, असहज असे काहीच नाही. शृंगार हा जीवसृष्टीचा स्वभाव आहे, - सृष्टीच्या संसाराची धारणा शृंगारच करतो, परंतु या दृष्टिने किंवा पूर्वपरंपरेच्या दृष्टिने शृंगारवर्णन जरी क्षम्य असले तरी तेही आधुनिक कवितेत फार विरळ आहे, नाहीच म्हटले तरी चालेल आणि जे थोडेसे शृंगारवर्णन आधुनिक कवींनी कित्येक प्रसंगी केलेले आहे ते राधाकृष्णांच्या केलिकौतुकाचे मधुर दृश्य चितारणाऱ्या भगवद्भक्त श्रीधराच्या किंवा मधुस्त्र-प्रभावतीच्या प्रेमप्रकर्षाचे प्रकामसुंदर वर्णन करणाऱ्या विरक्त मयूरकवीच्या शृंगारवर्णनापेक्षा खचित अधिक उत्तान नाही. निव्वळ शृंगाराचेच प्रणयन करणारे प्रतिभासंपन्न कवी महाराष्ट्रात आज एकदोनच आहेत आणि त्यांचाही शृंगार अमर्याद नाही. टिळक, विनायक, वसंत, अनंततनय, चंद्रशेखर या नामांकित कवींच्या कवितेत शृंगारवर्णन मुळीच नाही. आणि केशवसुतांचा किंवा गोविंदाग्रजांचा शृंगार मुक्तेश्वर-वामनांच्या सांप्रदायिक शृंगाराला सर्वथा सोडून आहे. प्रेमळ हृदयांच्या उदात्त भावनांचे, अधीर अंत:करणातून उचंबळून आलेल्या उत्कट प्रेमतरंगांचे, बहिरूपाधींनी रहित अशा विशुद्ध प्रीतिचेच वर्णन केशवसुतांनी किंवा गोविंदाग्रजांनी केले आहे. संस्कृत कवितेत सदैव आढळणारे विशिष्ट अवयवांचे विस्तृत वर्णन किंवा वैषयिक प्रेमप्रलाप यांचा नुसता स्पर्शही आधुनिक कवितेला झालेला नाही. 'मनोहारिणी' या कवितेतच असले सांप्रदायिक वर्णन आणि हेही अगदी ओझरते केशवसुतांनी केले आहे परंतु हा अपवाद झाला. मुग्ध शृंगार, विप्रलंभ शृंगार किंवा उत्तान शृंगार यांच्या वर्णनाशिवाय संस्कृतातील एकही महाकाव्य पूर्ण झालेले नाही; नाटकातही अपवाद दोनच; 'मुद्राराक्षस' आणि 'वेणीसंहार'. मुग्ध शृंगाराची अत्यंत अस्पष्ट, विरळ छोटी नाटके-मध्यमाव्यायोग, पंचरात्र या सदरात पडतात. वीणाकाव्य संस्कृतात नाहीच; 'मेघदूत' व 'गीतगोविंद' ही शृंगाररसाने ओथंबलेली काव्येच कदाचित या सदरात पडतील. नीतिबोध करतानासुद्धा स्त्रीसौंदर्याचे बीभत्स वर्णन करायला संस्कृत किंवा मराठी कवी चुकले नाहीत! आणि हाच नियम शृंगाराच्या बाबतीत प्राचीन मराठी काव्यांना लागू आहे. तौलनिक दृष्टिने पाहता आधुनिक कविता शृंगार वर्णनात फार भिडस्त, फार नेमस्त आहे. केशवसुतांच्या सांप्रदायावरला दुसरा आरोप, राष्ट्रीय कल्पनांचा अभाव हा आहे. हा आक्षेप केवळ फोल आहे, परंतु याचाही परामर्श कसोशीने घेणे जरूरीचे आहे. महाराष्ट्राची—किंबहुना भारताची– या राष्ट्रीय कवनाच्या बाबतीत परंपरा पाहता, तिचे इतस्त: विखुरलेले अगदी विरळ

धागेसुद्धा हाती न लागून मन विषण्ण होते. श्रौत वाङ्मयात राष्ट्रीयत्वाविषयी काही विचार आढळतात; परंतु प्रत्यक्ष परिचय नसल्यामुळे येथे त्यांचा नुसता उल्लेखच करणे प्राप्त आहे. परंतु या पायावर इमारत कधीच उठली नाही! अभिजात संस्कृत कवींना या कल्पनांचा गंधही नव्हता. कविकुलगुरूच्या अद्वितीय महाकाव्यात, जन्मभूमिविषयक प्रेमाची अत्यंत अस्पष्ट कल्पना— त्या कल्पनेचा अगदी ओझरता चंचल कवडसा त्रयोदश सर्गातील तीन श्लोकांत अगदी दिसतो न दिसतोसा पडलेला आहे. चौदा वर्षांचा दारुण वनवास भोगून जन्मभूमीला परत येणाऱ्या पुण्यचरित रघुवीराचे ते आनंदाचे, प्रेमाचे उद्‌गार आहेत! बाकीच्या संस्कृत काव्यांचा या बाबतीत विचारही करण्याचे कारण नाही आणि प्राचीन मराठी कवितेतही हाच प्रकार आढळतो. ज्यांच्या अमृतोपम रसवंतीने दगडाला देवपण चढवले आणि श्रद्धेच्या सात्त्विक बळाने ज्यांनी वसुधेवर वैकुंठभुवन वसवून, भक्तभगवंताच्या अद्वैताचा अनिर्वचनीय आनंद अनुभवला त्या संतकवींनी महाराष्ट्रापुढे कोणते ध्येय ठेवले? जगापासून, प्रपंचापासून निवृत्त होण्याचे अशक्य, अव्यवहार्य ध्येय त्यांनी महाराष्ट्रापुढे उभे केले. कवी कल्पनातीत ध्येये जगताला अर्पण करतात याचा उत्तम प्रत्यय आमच्या संतकवींनीच आणून दिला! मराठी कवितेचा जन्म बाराव्या शतकात झाला. परंतु बाराव्या शतकापासून पंधराव्या शतकापर्यंत, तीन शतके ताटकळलेल्या दृष्टिने आणि आसावलेल्या अंतःकरणाने वाट पाहिल्यावर महाराष्ट्राला, एक राष्ट्रकवी लाभला. महाराष्ट्राच्या इतिहासातील अत्यंत अद्‌भुतरम्य प्रसंगांना शब्दांचा पेहराव चढवून जनतेच्या दृष्टीपुढे जागते ठेवण्याचे अत्यंत महत्त्वाचे कार्य अशिक्षित शूद्रांनी— सामान्य प्रतिभेच्या असामान्य शाहिरांनीच केले. ते कार्य करायला कवींना, पंडितांना वेळ होता कुठे? व्रतवैकल्याची, नित्यनैमित्तिकांची तीच तीच चर्चा करण्याचा नसता खटाटोप पंडितांच्या मागे होता आणि महाभारताच्या व रामायणाच्या मराठी आवृत्त्या पुनःपुन्हा काढण्यात मराठी कवी गुंतले होते. कवी ही पदवी ज्याला साजेल असा एकच ब्राह्मण शाहीर महाराष्ट्राला लाभला. आणि हा शाहीर लाभायला महाराष्ट्राला आणि महाराष्ट्राच्या इतिहासाला राष्ट्रकवीच्या अवसानानंतर पुन्हा दोन शतके वाट पाहावी लागली. अभागी प्रभाकर जन्माला आला नसता तर शनिवारवाड्यावर तांबडा बावटा फडकलेला पाहून बदफैली बाजीरावाच्या बेशरम भ्याडपणावर, शिवप्रभूंच्या स्वराज्याच्या शाश्वत समाधीवर त्वेषाचे अश्रू, दुःखाचे अश्रू कोणी ढाळले असते? महाराष्ट्रातील राष्ट्रीय कवनांची परंपरा ही अशी आहे. मुक्तेश्वरांच्या महाभारतावर तत्कालीन दुरवस्थेची अगदी अस्पृह छाया पडलेली आहे. अनंतफंदीचे 'माधवकाव्य' आणि राम जोश्यांच्या काही कविता हेच महाराष्ट्राच्या कवींचे ऐतिहासिक कवित्व! आधुनिक तुतारी वाङ्मय हे राष्ट्रीय स्वरूपाचे अत्यंत ओजस्वी काव्यवाङ्मय आहे. आधुनिक कवितेचा, स्वतंत्र आधुनिक कवितेचा जन्म

होऊन अद्यापि अर्धशतकही लोटले नाही. आधुनिक कवितेमध्ये आणि सुशिक्षित जनतेमध्ये कोत्या कल्पनांमुळे काही कालपर्यंत एक प्रकारचा बेबनाव नांदत होता; तो बेबनाव नुकताच नष्ट होऊन जात्याच मर्यादशील आधुनिक कविता आता रसिकांच्या डोळ्याला डोळा देऊ लागली आहे. बाळपणाचे मनमोकळे खेळही अजून तिचे पुरते खेळून झाले नाहीत. अशी स्थिती असताना अल्लड आधुनिक कवितेने राष्ट्रीय वाङ्मय निर्माण केले नाही अशी वृथा हाकाटी करून तिच्या उत्तरक्रियेचे मंत्र जपायला प्रारंभ करणे हे अधमपणाचे, कृतघ्नपणाचे द्योतक आहे. असली कसाबकरणी करायला कृतघ्नांचे, कुत्सितांचेच हात वाहवतील! श्रीमंत इंग्रजी कवितेच्या सहवासाने संपन्न झालेल्या, कार्यक्षम झालेल्या आधुनिक कवितेने राष्ट्रघटनेला हातभार लावायला पुढे सरसवावे हे म्हणणे खरे आहे; परंतु प्राचीन कवितेला जर तीन शतकांची मुदत मिळाली तर अर्वाचीन कवितेला निदान एक शतकाची तरी सवलत मिळणे इष्ट, न्याय्य नाही काय? परंतु या सवलतीचीही आधुनिक कवितेला अपेक्षा नाही. आधुनिक कवितेचे, केशवसुतांच्या सांप्रदायाचे ध्येय उदात्त आहे.

प्राप्तकाल हा विशाल भूधर,
सुंदर लेणी तयांत खोदा,
निजनामें त्यावरती नोंदा!

हा दिव्य संदेश सांगण्याकरिताच केशवसुतांनी 'तुतारी' फुंकली! आणि त्या तुतारीचे शाश्वत साद झेलूनच महाराष्ट्राचे आजचे शाहीर गात आहेत. 'शुभमंगल सावधान' ही मनाला चटका लावणारी मनोहर कविता लिहून महाराष्ट्राला सवाल घालणारे काव्यविहारी तुतारी वाङ्मयात उत्तम भर घालत आहेत. 'लज्जागीत,' 'उत्कंठा' ही सुंदर प्रेमगीते लिहिणारे केशवकुमार आणि गोविंदाग्रजांच्या समाधीवर फुले उधळणारे कमलासुत हे मन:सृष्टीतील विविध विलसितांचे उत्तम वर्णन करतील. 'रानफुली' ही कविता लिहिणाऱ्या केशवकुमारांच्या वाणीत निसर्गदृश्याची शब्दचित्रे रेखाटण्याचे सामर्थ्यही स्पष्ट दिसते. 'गुलाबी स्वप्न' या एकाच गीतात अज्ञातवासींच्या प्रतिभेचे तेज किती उज्ज्वल आहे हे दिसून येते. परंतु महाराष्ट्राच्या आधुनिक कवींची ऐतिहासिक कविता कोठे आहे? दोन बाजींचा एकच परंतु अप्रतिम पोवाडा लिहून केशवसुतांनी प्रभाकराच्या परंपरेत खंड पडू दिला नाही, तिला जिवंत ठेवली. आणि दगडाला वाचा फोडणाऱ्या आपल्या आवेशाच्या बोलांनी 'गोकलखां'ला सरणावरून उठवणारे महाराष्ट्राचे आवडते शाहीर माधव व आपल्या ओजस्वी वाणीने राष्ट्रशाहिराला साद घालणारे विरकुड या अर्वाचीन शाहिरांची प्रभावसंपन्न प्रतिभा, प्रभाकराची पवित्र परंपरा आता अविरत, अखंड चालू ठेवील. महाराष्ट्राच्या या अर्वाचीन शाहिरांची कविताच या आक्षेपांना आता उत्तर देईल. केशवसुतांचा सांप्रदाय महाराष्ट्रात आता अमर झाला आणि कोणी काहीही बोलो तो आता असाच

सदैव वृद्धिंगत होणार! नसत्या सामाजिक निर्बंधांनी नाडलेल्या महाराष्ट्राचे मानसिक दास्य नष्ट करून त्याच्या महत्त्वाकांक्षा, त्याच्या आशा-निराशा बोलत्या करण्याचे राष्ट्रघटनेमधले अत्यंत महत्त्वाचे कार्य महाराष्ट्राचे हे अर्वाचीन शाहीरच करतील. महाराष्ट्रात, किंबहुना जगतात अवतरलेल्या नवयुगाची प्रभातगीते परमेशाचे हे प्रेमरूप भाट, राष्ट्राच्या सुप्त सामर्थ्यांना सचेतन करणारे हे ईश्वरी जादूगार आज आनंदाने, निस्स्वार्थ आनंदाने आळवत आहेत आणि उद्याचा महाराष्ट्र, युगायुगांच्या निद्रेतून उठलेला उद्याचा उदयोन्मुख महाराष्ट्र त्यांच्या या स्वार्थत्यागाचे सार्थक खचित करील!

◆

(नवयुग, जुलै, १९१९)

कळा ज्या लागल्या जीवा

(वृत्त वियद्गंगा)

कळा ज्या लागल्या जीवा मला कीं ईश्वरा ठाव्या!
कुणाला काय हो त्यांचे? कुणाला काय सांगाव्या?
उरी या हात ठेवोनी उरींचा शूल का जाई?
समुद्री चौकडे पाणी, पिण्याला थेंबही नाही,
जनांच्या कोरड्या गप्पा, असे सारे जगद्बंधू!
हमामा गर्जनेचा हो, न नेत्रीं एकही बिंदू.
नदीला पूर हा लोटे, न सेतू ना कुठे नावा,
भुतांची झुंज ही मागे, धडाडे चौकडे दावा.
नदी लंघोनि जे गेले तयांची हाक ये कानी,
इथे हे ओढिती मागे मला बांधोनि पाशांनी.
कशी साहूं पुढे मागे जिवाला ओढ जी लागे?
तटातट् काळिजाचे हे तुटाया लागती धागे.
पुढे जाऊ? वळू मागे? करू मी काय रे देवा?
खडे मारी कोणी, कोणी हसे, कोणी करी हेवा!

(अजमेर, ३० जानेवारी, १९२२)
(मधुघट : रसदर्शन, संपादक वा.रा.ढवळे)
कविवर्य भा.रा. तांबे जन्मशताब्दी प्रकाशन,
फेब्रुवारी, १९७५